AF766227

मेक टाईम

प्रत्येक दिवस,
जो महत्त्वपूर्ण आहे,
त्यावर लक्ष कसं
केंद्रित कराल

मेक टाइम

प्रत्येक दिवस जो महत्त्वपूर्ण आहे, त्यावर लक्ष कसं केंद्रित कराल

प्रथम आवृत्ती : नोव्हेंबर 2025

अनुवादक : स्मिता लिमये

प्रकाशक : वॉव पब्लिशिंग्ज् प्रा. लि. पुणे

मुद्रक : ट्रिनिटी अकादमी फॉर कॉर्पोरेट ट्रेनिंग लि., पुणे

ISBN : 978-81-989820-7-0

'Make Time' या मूळ इंग्रजी पुस्तकाचा मराठी अनुवाद

Make Time

by Jake Knapp and John zeratsky

जीवनात त्याची गती वाढवण्यापेक्षाही आणखी बरेच काही आहे.

- महात्मा गांधी

अनुक्रमणिका

प्रस्तावना

आजकाल लोक अशा तऱ्हेने बोलतात :

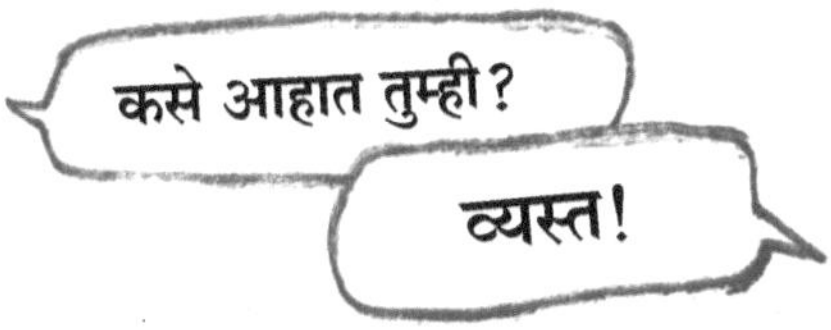

आणि आमचे कॅलेंडर साधारणपणे असे दिसते :

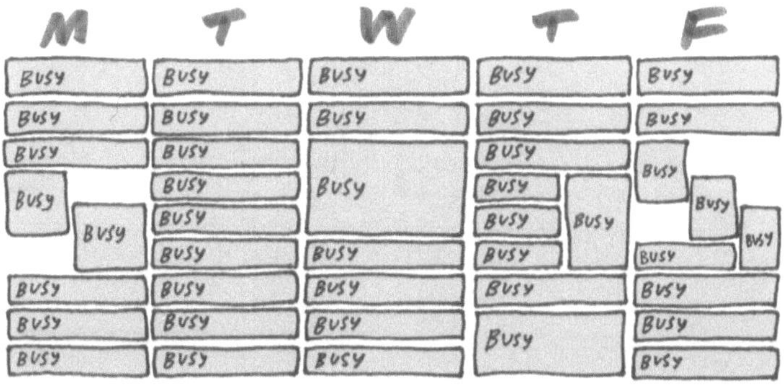

दिवसभर आमचा फोन थांबतच नाही :

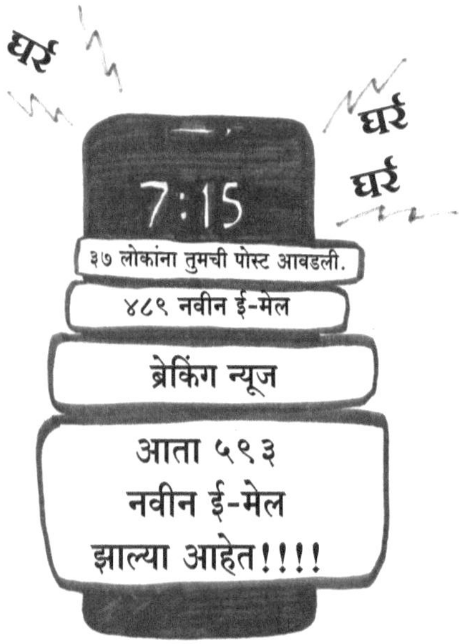

आणि संध्याकाळपर्यंत आम्ही इतके थकून जातो की नेटफ्लिक्स बघण्याचे पण त्राण उरत नाहीत.

तुम्ही एखाद्या दिवशी मागे वळून कधी असा विचार केला आहे का, ‘मी खरोखरीच आज काय केलं?’ आपणही त्या योजना आणि कामं पूर्ण करण्याचे स्वप्न पाहता का जे तुम्ही कुठल्या तरी दिवशी पूर्ण कराल – पण तो कुठला तरी दिवस कधी येतंच नाही?

हे पुस्तक तुमच्या जीवनातल्या धावपळीला आळा घालते. हे तुमच्या त्या कामांसाठी वेळ काढायला शिकवते – जी तुमच्यासाठी खरोखरीच महत्त्वाची असतात. आमचे म्हणणे आहे की, आम्ही कमी व्यस्त राहू शकतो आणि समस्यांपासून स्वत:ला दूर ठेवून वर्तमान क्षणाचा पुरेपूर आनंद घेऊ शकतो. हे वाचताना तुम्हाला हास्यापद वाटेल, पण आम्ही हे गंभीरतेने सांगत आहोत.

हे मेक टाईम हे उत्पादकतेबद्दल नाहीये. हे आपल्याला अधिक काम करणे, आपली टू-डू ची लिस्ट पूर्ण करणे, किंवा जीवनाची गती वाढवायला शिकवत नाही. ही एक अशी मांडणी आहे, जी आपणास दिवसाच्या त्या कामांसाठी वेळ काढायला शिकवते, जी तुमच्यासाठी सर्वांत जास्त महत्त्वपूर्ण असतात आणि ज्यांची तुम्हाला पर्वा असते. मग ते तुमच्या कुटुंबासोबत वेळ घालवणे असेल, एखादी नवीन भाषा शिकणे असेल, कुठला साईड बिझिनेस सुरू करायचा असेल, स्वयंसेवा करणे असेल, कादंबरी लिहिणे असेल किंवा मारियो कार्टमध्ये नैपुण्य मिळवायचे असेल. आपणास ज्या कुठल्या कामासाठी वेळ काढायची इच्छा असेल, मेक टाईम त्यात तुमची मदत करू शकते. आपण दररोज आपल्या जीवनात त्याचा अंगीकार करू शकता.

आम्हाला आपल्याशी याबाबतीत बोलायची इच्छा आहे की, आजकाल जीवन इतके व्यस्त आणि अव्यवस्थित का आहे? जर तुम्हाला असे वाटत असेल

की, तुम्ही सतत तणावाखाली आहात आणि तुमचे लक्ष विचलित झाले आहे, तर ही तुमची चूक नाहीये का?

एकविसाव्या शतकात, प्रत्येक मिनिटाला दोन अत्यंत प्रभावी शक्ती तुमच्या वेळेवर आक्रमण करायला टपलेल्या आहेत व एकमेकांशी स्पर्धा करीत आहेत. पहिली शक्ती आहे जिला आम्ही 'बिझी बॅड वॅगन' म्हणतो. बिझी बॅड वॅगन म्हणजे आमची निरंतर व्यस्ततेने भरलेली संस्कृती - भरलेले इनबॉक्स, भरलेली कॅलेंडर आणि अगणित कामांच्या याद्या. बिझी बॅड वॅगन मानसिकतेच्या अनुसार जर तुम्ही आधुनिक कामांची मागणी पूर्ण करतानाच आधुनिक समाजात कार्य करू इच्छित आहात, तर तुम्हाला तुमचे प्रत्येक मिनिट उपयोगी कामासाठीच वापरावे लागेल. बाकीचे लोक इतके व्यस्त आहेत. जर तुम्ही स्वतःला बदलले नाही, तर बदलत्या काळाबरोबर धावताना मागे पडाल आणि मग ही पिछाडी कधीच भरून काढू शकणार नाही.

तुमच्या वेळासाठी प्रतिस्पर्धा करणारी दुसरी शक्ती इन्फिनिटी पूल ही आहे. इन्फिनिटी पूल अंदाधुंद सामग्रीने भरलेले ॲप्स व दुसरे स्रोत आहेत. जर तुम्ही हे रिफ्रेश करू शकत असाल, तर हा इन्फिनिटी पूल आहे. जर हा स्ट्रीम होत असेल तर इन्फिनिटी पूल आहे. सतत हजर असणारे नवे नवे मनोरंजनच तुम्हाला कायम व्यस्त ठेवतो, पण बरोबर थकावटीचे बक्षीसही देतो.

पण ही निरंतर असलेली व्यस्तता खरंच आवश्यक आहे का? ही अंतहीन विचलता प्रत्यक्षात फायदेशीर आहे का? की आपण केवळ ऑटोपायलटमोडमध्ये गुंतलेले आहोत?

आमचा बहुतांशी वेळ डिफॉल्टमध्येच जातो

दोन्ही शक्ती - बिझी बॅड वॅगन आणि इन्फिनिटी पूल खूपच ताकदवान आहेत, कारण ते आमचे डिफॉल्ट बनून गेले आहेत. तंत्रज्ञानाच्या भाषेत डिफॉल्टचा अर्थ आहे - जेव्हा तुम्ही कुठल्याही गोष्टीचा प्रथम वापर करणे सुरू करता, तर ती कशी कार्य करते? ही एक अशी निवड आहे, ज्याची आधीच निवड केली गेली आहे आणि जर तुम्ही तिला बदलण्यासाठी काहीच करत नसाल, तर तुमच्या हाती डिफॉल्टशिवाय काहीच येत नाही.

उदारणार्थ, जर तुम्ही एक नवीन फोन खरेदी करता, तर तुमच्या फोनमध्ये होमस्क्रीनवर डिफॉल्टच्या रूपात ई-मेल आणि वेब ब्राऊझर ॲप असतात. तुम्हाला प्रत्येक संदेश आला की, डिफॉल्टच्या रूपाने सूचना किंवा नोटिफिकेशन मिळते. फोनकडे एक डिफॉल्ट वॉलपेपर आणि डिफॉल्ट रिंगटोन असते. हे सगळे विकल्प

तुमचा फोन बनवणारे ॲप किंवा गुगल किंवा ज्या कुणी तुमचा फोन बनवला असेल, त्यांनी आधीपासूनच निवडून ठेवले आहेत. तुम्हाला वाटले तर तुम्ही सेटिंग्ज बदलू शकता, पण त्यासाठी खूप काम करावे लागते आणि कितीतरी डिफॉल्ट गोष्टी तर हटवूच शकत नाही.

आमच्या जीवनात जवळपास सर्वच भागांत हे डिफॉल्ट आढळतात, केवळ आमची उपकरणेच नव्हे तर आमचे कार्यस्थळ आणि संस्कृती पण डिफॉल्टने भरलेली आहे, ज्यानुसार कायम व्यस्त व विचलित झालेल्या मनाने जगणे हे नॉर्मल, सर्वसाधारण मानले जाते. हे प्रमाण सेटिंग्ज सगळीकडेच असतात. कुणीच कधी रिकाम्या कॅलेंडरकडे बघून म्हटले नसेल की, कुठलाही विचार न करता या तारखा मीटिंग्जनी भरून टाकू! कुणीच कधी म्हटले नसेल की, आजची सर्वांत महत्त्वाची गोष्ट की, आज आपण दुसऱ्यांच्या मनाप्रमाणे वागू! असे कधीच होत नाही. असे करणे मूर्खपणा होईल, मात्र डिफॉल्टमुळे आम्ही अगदी तसेच करतो. कार्यालयात प्रत्येक मीटिंग डिफॉल्ट रूपाने तीस वा साठ मिनिटांची असते, मग तुमचे काम फक्त पाच मिनिटांत बोलणी करून पूर्ण होणारे असले तरीही. डिफॉल्ट रूपाने दुसरे लोक हा पर्याय निवडतात की, आमच्या कॅलेंडरमध्ये काय लिहिले जाईल आणि हीच आशा आपणही करतो. आम्ही विचार केल्याशिवायच एकामागून एक मीटिंग पूर्ण करीत राहू. आमचे बाकी काम ई-मेल आणि मेसेजिंग सिस्टीमसह डिफॉल्ट रूपाने जोडले आहे आणि आम्ही याच तऱ्हेने सतत आपले इनबॉक्स बघता बघता त्याच वेळी उत्तर देत राहतो.

जे काही तुमच्यासमोर आहे, त्यावर प्रतिक्रिया द्या, त्याला उत्तर द्या. आपल्या वेळेला रिकामे ठेवू नका, स्मार्ट व्हा, कार्यक्षम व्हा. हेच बिझी बँड वॅगनचे डिफॉल्ट नियम आहेत.

जेव्हा आम्ही स्वतःला बिझी बँड वॅगनपासून दूर खेचतो, तेव्हा इन्फिनिटी पूल आम्हाला खेचायला तयार असतोच. बिझी बँड वॅगन अंतहीन कामांसाठी डिफॉल्ट असतो आणि इन्फिनिटी पूल अंतहीन विचलितपणासाठी डिफॉल्ट असतो. आमचे फोन, लॅपटॉप आणि टीव्ही-खेळ, सोशल फीड्स आणि व्हिडिओंनी भरलेले असतात. सर्व काही हाताच्या इशाऱ्यांवर हजर आहे, या व्यसनापासून वाचणे अशक्य आहे. इथे आमची कुठलीही अडचण दूर केली जाते.

फेसबुकला रिफ्रेश करा. यु-ट्यूब ब्राऊज करा. नॉनस्टॉप ब्रेकिंग न्यूज बघत राहा, कॅन्डी क्रश खेळा, एचबीओला बिज वॉच करा, इन्फिनिटी पूल, डिफॉल्ट, बिझी बँड वॅगनपासून स्वतःला वाचवा; कारण आपल्या वेळेचा प्रत्येक तुकडा ते खाऊन टाकतात. एक सर्वसामान्य माणूस आपले चारपेक्षा जास्त तास स्मार्टफोन बघण्यात आणि टीव्हीवर कार्यक्रम पाहण्यात व्यतीत करतो, आणि आता हे चक्र एकप्रकारे सकाळपासून संध्याकाळपर्यंत केलेल्या नोकरीसारखेच झालेय.

बिझी बँड वॅगन आणि इन्फिनिटी पूल सतत तुम्हाला आपल्याकडे एकमेकांच्या विरुद्ध दिशेला खेचत असतात. पण तुमचे काय? तुम्ही आपल्या दिवसाकडून व आपल्या जीवनाकडून कशाची अपेक्षा करता? जर तुम्ही या डिफॉल्टना दूर सारून, स्वतःसाठी काही रचनात्मक गोष्टी करण्याच्या दिशेने पाऊल टाकले असते, तर काय झाले असते?

निव्वळ संकल्पशक्ती हे याचे उत्तर नाही. आम्ही आमच्याकडून त्यांना रोखण्याचा पूर्ण प्रयत्न केला आहे आणि हे करणे किती अशक्य आहे हे आम्हाला माहीत झाले आहे. आम्ही तंत्रविज्ञानाच्या उद्योगात काम करण्यात अनेक वर्षे घालवली आहेत आणि आम्ही ही ॲप्स, खेळ व उपकरणांना इतक्या चांगल्या तऱ्हेने जाणतो की आम्हाला हेही माहीत आहे की, अखेर एक दिवस ते आम्हाला कमजोर बनवून टाकतील.

उत्पादकता हे याचे उत्तर नाही. आम्ही आपल्याकडून नित्यकर्मातील थोडा थोडा वेळ वाचवला आणि जास्तीत जास्त काम करण्याचा प्रयत्न केला. त्रास हा

आहे की कामे पूर्ण होतच नाहीत आणि दुसरी कामे पूर्ण व्हायच्या प्रतीक्षेत असतात. तुम्ही हॅमस्टर व्हील (गोल फिरणारा उंदराचा पिंजरा) वर जितक्या वेगाने फिरता, तितक्याच वेगाने तो फिरू लागतो.

मात्र यावर एक उपाय आहे, ज्याचा स्वीकार करून तुम्ही आपल्या विचलित झालेल्या मनाला परत जागेवर आणून वेळेला आपल्या ताब्यात घेऊ शकता. इथेच हे पुस्तक लिहिण्याचा विचार जन्माला आला. 'मेक टाईम' हा एक निवड करण्याचा आराखडा आहे की, ज्यामुळे तुम्ही कोणत्या गोष्टीवर लक्ष केंद्रित करताय, कुठल्या गोष्टीला आपली ऊर्जा देऊ इच्छिता, डिफॉल्ट चक्राला कसे तोडू पाहताय, तुम्ही एका उद्देशाने पुढे जाऊ शकाल की, जेणेकरून आपले जीवन कसे घालवायचे हे ठरवाल, परंतु तुम्ही पूर्णपणे आपल्या दिनचर्येला ताब्यात ठेवू शकत नाही- आणि आमच्यापैकी फक्त काही जण हे करू शकतात. जरी हे शक्य नसले, तरी तुम्हाला स्वत:ला आपल्या लक्ष्यापासून भरकटण्यापासून वाचवणे शक्य आहे.

आम्हाला हवे आहे की तुम्ही स्वतःच स्वतःचे डिफॉल्ट ठरवावेत. तुम्ही नवीन सवयी व नव्या विचारांसह आधुनिक जगाला प्रतिसाद देण्याऐवजी सक्रिय पातळीवर लोकांसाठी वेळ काढून अशी कामे करू शकता, जी तुमच्यासाठी अत्यंत महत्त्वाची आहेत. ही वेळ वाचविण्याची बाब नाही. तुम्हाला तुमच्या आवश्यक कामांसाठी वेळ काढावाच लागेल.

या पुस्तकात दिले गेलेले सल्ले तुमच्या कॅलेंडर, मेंदू व दिवसांमध्ये काही खास जागा तयार करू शकतात, ही जागा रोजच्या जीवनात शांती व स्पष्टपणा घेऊन येईल. नवीन सवयींसाठी एक संधी बनेल किंवा त्या योजनेला समोर आणेल, जी तुम्हाला कधीतरी सुरू करायची होती. तुमच्या जीवनात तयार होण्याची ही थोडीशी जागा तुमच्या आत लपलेल्या रचनात्मक ऊर्जेला परत आणेल, जी तुम्ही

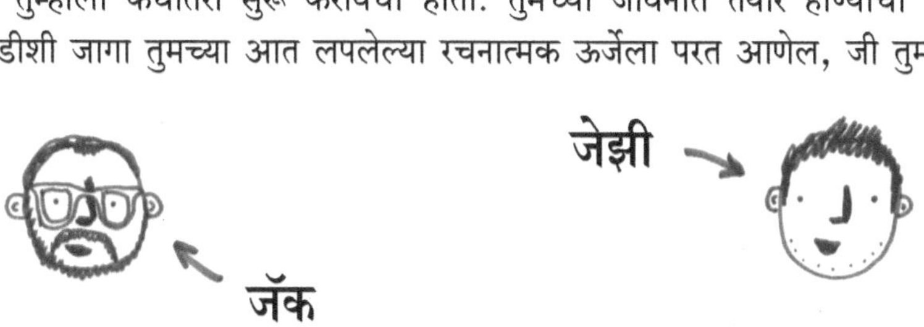

गमावून बसला होता किंवा जी तुमच्यापाशी कधी नव्हतीच. पण या गोष्टींमध्ये गुंतून जाण्याआधी आम्ही हे सांगू इच्छितो की, वास्तवात आम्ही आहोत तरी कोण? आम्ही वेळ आणि ऊर्जेवर इतका मेंदू का खपवतो आहे आणि आम्ही मेक टाईम कसे तयार केले?

टाइम डॉक्सला भेटा

आम्ही जॅक आणि जेसी[1] आहोत. आम्ही एलन मस्कसारखे अब्जाधीश नाही, टिम फेरिससारखे देखणे, रेनेसों मॅन किंवा शेरिज संडबर्गसारखे बुद्धिमान व्यवस्थापक नाही. बहुतांश वेळा असे होते की समय प्रबंधन सर्वे एकतर सुपरमॅन लिहितात किंवा ते सुपरमॅनशी संबंधित असतात; परंतु या पानांमध्ये तुम्हाला कुठलीच असाधारणता आढळणार नाही. आम्ही अगदी सामान्य व साधारण माणूसप्राणी आहोत, जे इतरांप्रमाणे तणावाच्या जाळ्यात अडकतात आणि त्यांचे लक्ष विचलित व्हायला वेळ लागत नाही.

जी एक गोष्ट आमच्या दृष्टिकोनाला असामान्य बनविते ती म्हणजे आम्ही प्रॉडक्ट डिझायनर्स आहोत, ज्यांनी तंत्रजगात अनेक वर्षे घालवली आहेत आणि जीमेल, यू-ट्यूब आणि गुगल हँग आउट्स यांसारख्या सेवा प्रदान केल्या आहेत.

एक डिझायनर म्हणून आमचे काम हे होते की अमूर्त विचारांना (जसे जर ई-मेल स्वतःचेच वर्गीकरण करून घेईल) वास्तविक जीवनाच्या उत्तरामध्ये (जसे जीमेल प्राथमिकता इनबॉक्स (Priority Inbox) बदलणे. या अनुभवातून आम्हाला हे ज्ञान मिळते की इन्फिनिटी पूल आकर्षक का असतात आणि त्यांना कसे नियंत्रित केले जाऊ शकते!

काही वर्षांपूर्वी आम्हाला अशी जाणीव झाली की, आम्ही एखाद्या अदृश्य वस्तूला आमचे डिझाईन फिट बसेल का ते बघू शकतो का, आम्ही आमचा वेळ कसा घालवतो? पण तंत्रज्ञान किंवा व्यावसायिक संधींसह सुरुवात करण्याऐवजी, आम्ही जीवनातील सर्वांत अर्थपूर्ण प्रकल्प सर्वांत महत्त्वाच्या व्यक्तींसह सुरुवात केला.

आम्ही दररोज या स्वतःच्या प्राथमिकतेसाठी वेळ काढण्याचा प्रयत्न केला, आम्ही बिझी बँड वॅगनच्या डिफॉल्टवर प्रश्न उपस्थित करीत आपल्या टू डू लिस्ट आणि कॅलेंडरची आखणी केली. आमच्यापाशी असामान्य, भन्नाट संकल्पशक्ती नव्हती, म्हणून फेरआखणी अशी हवी की, तिला सहजपणे उपयोगात आणता यायला हवे, असे आम्ही ठरवले. आम्हाला प्रत्येक अडचण नष्ट करता येणार नव्हती, म्हणून काही बंधने पाळतच आम्हाला काम करायचे होते. आम्ही प्रयोग केला. असफल झालो, सफल झालो. आज वेळोवेळी आम्ही शिकत गेलो.

या पुस्तकात आम्ही स्वतः शोधलेले नियम व उपाय तुम्हालाही सांगू. याबरोबरच

---

[1] या पुस्तकात 'जेसी' जॉन झेरेंट्स्कीसाठी वापरले गेले आहे. याला तुम्ही संगीतकार आणि बिझनेस गुगल जेझीशी जोडू नका. अन्यथा निराशेशिवाय काहीच हाती लागणार नाही.

आमच्या मानवी चुका आणि बालिश उत्तरांचे किस्सेही असतील. आम्हाला वाटले की, इथूनच सुरुवात करणे चांगले होईल :

मागील कहाणी, भाग-१ : अडथळारहित आय-फोन

जॅक

वर्ष २०१२. माझी दोन्ही मुलं लाकडी रेल्वेशी खेळत होती. ल्यूक (आठ वर्षांचा) खूप काळजीपूर्वक रेल्वेरूळ जोडत होता आणि फ्लिनची (लहान) एका लोकोमोटिव्हवर लाळ गळत होती. ल्यूकने वर बघत विचारले,

हा प्रश्न मला वाईट वाटावे म्हणून त्याने विचारला नव्हता. त्याला तर फक्त माहिती करून घ्यायचे होते. पण माझ्यापाशी कुठले योग्य उत्तर नव्हते. मला म्हणायचेय की, माझ्यापाशी त्या वेळी निव्वळ बहाणा होता की, मी माझे ई-मेल बघत होतो, पण हे काही योग्य कारण नव्हते. मी पूर्ण दिवस मुलांसोबत घालवायचा विचार करीत होतो आणि जेव्हा मी शरीराने त्यांच्या जवळ होतो, तेव्हा खरे तर मनाने त्यांच्याजवळ नव्हतो.

त्या एका क्षणात काहीतरी क्लिक झाले. असे नाही की त्या क्षणी लक्ष विचलित झाले म्हणून मी घाबरून गेलो तर माझी अडचण त्याहीपेक्षा मोठी होती.

मला हे जाणवले की प्रत्येक दिवशी आपले कॅलेंडर, येणारे ई-मेल, इंटरनेटवर येणाऱ्या नवीन माहितीच्या भांडाराला मी प्रतिक्रिया देत होतो. परिवारासोबत घालवायचे क्षण हातातून निसटून जात होते आणि कशासाठी? एवढ्याचसाठी की मी आणखी एका मेसेजचे उत्तर देऊ शकेन किंवा टू-डू- लीस्टमध्ये एक अजून टिक करू शकेन.

ही जाणीव होऊन मनाला खूप खंत वाटली कारण मी आधीच संतुलन साधण्याच्या प्रयत्नात होतो. जेव्हा ल्यूक २००३मध्ये जन्माला आला, तेव्हा मी ठरविले होते की कामाप्रति जास्त उत्पादकता वाढवावी लागेल, जेणेकरून अधिक चांगल्या प्रकारे भरपूर वेळ घरात घालवायला मिळेल.

२०१२पर्यंत मी स्वतःला उत्पादकता आणि क्षमतेचा मास्टर समजायला लागलो. मी रोज जेवणाच्या वेळी घरी थांबत असे. यामुळे जीवन व कामात संतुलन साधल्यासारखे मला वाटत असे.

पण मग जर असे होते, तर माझ्या आठ वर्षांच्या मुलाने असे का म्हटले की, माझे लक्ष कुठेतरी दुसरीकडे होते म्हणून? जर मी कामात निष्णात होतो, तर माझा पूर्ण दिवस इतका व्यस्त आणि विस्कळित का होता? जर माझी सकाळ दोनशे ई-मेल्सनी सुरू होऊन, मध्यरात्रीला शून्य ई-मेलवर संपत असेल, तर खरोखरच अशा दिवसाला यशस्वी दिवस म्हणता येईल का?

मग एक गोष्ट लक्षात आली की अधिक उत्पादक होण्याचा अर्थ असा नव्हता की, मी इतरांपेक्षा अधिक महत्त्वाचे काम करीत होतो; याचा अर्थ केवळ इतकाच होता की, दुसऱ्यांच्या प्राथमिकतेला जास्त महत्त्व देऊन मी त्यांची कामे करीत होतो.

सातत्याने ऑनलाइन राहण्यामुळे मी माझ्या मुलांबरोबर पूर्णांशाने राहू शकत नव्हतो. आणि कुठल्या तरी दिवशी मी पुस्तक लिहायला घेणार आहे हे माझे लक्ष्य टाळत होतो. खरे तर ह्या टाळाटाळीला बरीच वर्षे उलटली होती आणि मी एक अक्षरही टाईप केले नव्हते. मी इतरांच्याच ई-मेल, स्टेटस अपडेट्स, त्यांच्या लंचचे फोटो बघण्यातच इतका मग्न होतो की, माझ्या कामासाठी मला वेळच नव्हता.

मी स्वतःवर फक्त निराशच झालो नव्हतो, तर नाराजही होतो. त्याच मनोवस्थेत मी आपला फोन उचलला आणि ट्विटर, फेसबुक आणि

इन्स्टाग्राम बंद करून टाकले. माझ्या होमस्क्रीनवरून प्रत्येक आयकॉन जसा हटू लागला, तसा माझ्या मनावरचा ताण हलका होऊ लागला.

मग मी जीमेल ॲपकडे बघितले आणि दातओठ खाल्ले. त्या वेळी मी गुगलमध्ये काम करीत होतो, आणि जीमेलबरोबर वर्षानुवर्षे काम केले होते, माझा जीमेलवर जीव होता. पण काय करायचे आहे हे मी जाणत होतो. माझ्या आजही तो दिवस स्मरणात आहे, जेव्हा माझ्या स्क्रीनवर तो मेसेज जणू मला अविश्वासाने विचारत होता, माझी खात्री आहे का, की मला या ॲपला हरवायचे आहे? मी एक आवंढा गिळला आणि डिलीट बटन दाबले.

मला असे वाटले होते की, या ॲपशिवाय मला खूप बेचैन वाटेल व एकटेपणा अनुभवाला येईल. त्यानंतरच्या दिवसांमध्ये मी एका बदलाची नोंद घेतली, पण मी तणावाखाली नव्हतो, मला मनातून हलकेपणा जाणवत होता. मला स्वतःला स्वतंत्र असल्यासारखे वाटू लागले.

अगदी थोडासा कंटाळा आला तरी आपला आयफोन पाहणे मी बंद करून टाकले. मुलांबरोबर माझा वेळ छान जाऊ लागला. माझ्या मनात

विचार आला, 'फोनमुळे मला आनंद मिळू शकत नाहीये, तर मग दुसऱ्या गोष्टी आजमावून का पाहू नये?'

मला माझ्या फोनबद्दल व त्यातून मिळणाऱ्या भविष्यातील तंत्राबद्दल प्रेम होते, पण याबरोबरच मी त्या बळांबरोबर मिळणाऱ्या डिफॉल्टचा पण स्वीकार केला होता, जे मला सतत खिशातून चमकणाऱ्या त्या उपकरणाशी बांधून ठेवत होते. मी विचार करू लागलो की, माझ्या जीवनातल्या अजून कोणत्या भागांची पुन्हा तपासणी करणे, त्यांना पुन:स्थापित करणे आणि नव्याने तयार करण्याची आवश्यकता आहे? मी दुसऱ्या डिफॉल्टसह सर्व काही डोळे मिटून स्वीकार करत होतो, तर मग मी याची जबाबदारी कशी घेऊ शकत होतो?

माझ्या या फोनच्या प्रयोगानंतर मी दुसरी नोकरी स्वीकारली. तीही गुगलमध्येच होती, पण आता मी गुगल व्हेंचर्समध्ये काम करीत होतो, जी एक व्हेंचर कॅपिटल फर्म होती, जी बाहेरच्या स्टार्ट-अप्समध्ये पैसे लावीत होती. पहिल्याच दिवशी माझी भेट जॉन झेरास्की या तरुणाशी झाली.

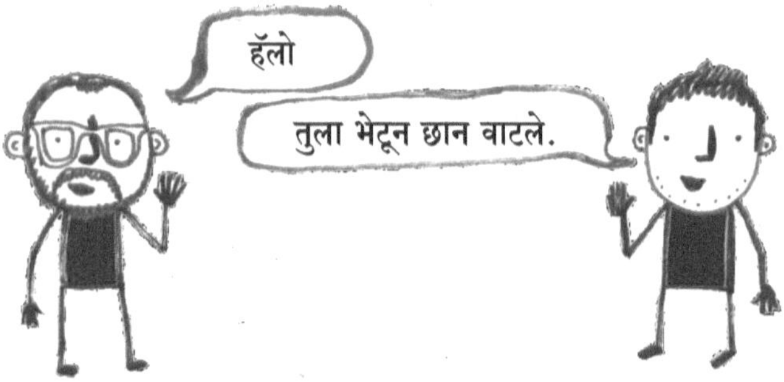

आधी तर मला तो आवडला नव्हता. जॉन माझ्यापेक्षा लहान होता आणि खरं सांगायचं तर दिसायला माझ्यापेक्षा देखणा. तरीही मला नवल वाटत असे की, तो इतका शांत कसा राहू शकतो? जॉन कधीच तणावग्रस्त दिसत नसे. सर्व महत्त्वाच्या परियोजनांवर वेळेपूर्वीच काम केल्यामुळे छोट्या परियोजनांवर काम करायला पण त्याच्याकडे वेळ असायचा. तो कामावर लवकर येत असे आणि काम लवकर संपवून घरी जात असे. तो नेहमी हसतमुख असे. त्याचा आदर्श होता तरी कोण बाबा?

असो, हळूहळू जॉनशी माझी गट्टी झाली. मी त्याला 'जेझी' म्हणत

असे. मग मला कळून चुकले की, तो तर माझ्या सख्ख्या भावंडासारखा होता, फक्त त्याला दुसऱ्या आईने जन्म दिला होता.

जेझी पण बिझी बँडवॅगनमुळे त्रस्त आहे. आम्हा दोघांनाही तंत्रज्ञानाबद्दल आस्था आहे आणि आम्ही टेक सर्व्हिस डिझाईनमध्ये वर्षानुवर्षे काम केले आहे (मी जीमेलमध्ये होतो तर तो यू-ट्यूबमध्ये काम करीत होता.) आणि आम्हा दोघांनाही हे समजून चुकले होते की, हा इन्फिनिटी पूल कशा तऱ्हेने आमचा वेळ आणि आमचे लक्ष आकर्षित करून घेतोय!

आणि माझ्यासारखाच जेझी पण याबाबतीत काहीतरी करण्याच्या विचारात होता. तो ओबी वान केनोबी (स्टार वॉर्समधील एक पात्र) सारखा होता; फक्त झूल पांघरायच्या ऐवजी तो शर्ट आणि जीन्स घालत होता आणि फोर्सऐवजी सिस्टिमवर विश्वास ठेवत होता. हे सर्व रहस्यमय होते. त्याला हे काय होते, याबद्दल फारसे कळले नव्हते पण ते अस्तित्वात आहे यावर मात्र त्याचा विश्वास होता: अडथळ्यांपासून दूर राहण्यासाठी त्या एक सरळ साधा आराखडा होता, ऊर्जा टिकवून कायम ठेवणे आणि जास्त वेळ काढणे.

मला माहिती आहे; मला पण ऐकायला जरा अजबच वाटले होते, पण तो आपल्या या सिस्टीमबद्दल जितके सांगत गेला, मी तेवढाच त्याच्याशी सहमत होत गेलो. जेझी प्राचीन मानवी इतिहास व विकासमूलक मनोविज्ञानाचा जाणकार होता आणि त्याला असे आढळले की, समस्येचे मूळ या गोष्टीत लपलेले होते की आम्ही आपल्या शिकारी - संग्रहक (-) मुळांशी आणि वेडेपणाने भरलेल्या आधुनिक जगामध्ये कुठेतरी वाईट तऱ्हेने विलग झालो होतो. त्याने एक प्रॉडक्ट डिझायनरच्या दृष्टीने बघताना शोध लावला होता की, ही सिस्टीम तेव्हाच काम करू शकेल, जेव्हा ती आमचे डिफॉल्ट बदलू शकेल, अडथळ्यांशी सतत झुंजण्यापेक्षा त्यांना पूर्ण तऱ्हेने समूळ नष्ट करू शकेल.

असो, मला पण असेच वाटले होते. जर आम्ही ही सिस्टिम तयार करू शकलो, तर मी ज्या सिस्टिमच्या शोधात होतो ती अगदी अशीच असू शकेल. म्हणून मग मी जेझीच्या टीममध्ये आलो. आमचा शोध सुरू झाला.

मागील कहाणी, भाग २ : मेक टाईम बनविण्यासाठी आमची डाँकी क्वेस्ट (पोरकट शोध)

जेझी

जॅकचा सर्व अडथळ्यांपासून दूर राहणारा आयफोन जरा जास्तच कडक झाला होता आणि मी मान्य करतो की, मी तेव्हा त्याला आजमावून पाहिले नाही. पण एकदा तसे करून पाहिले तेव्हा छान वाटू लागले. आम्ही दोघे मिळून दुसऱ्या डिझाईनवर काम करू लागलो, आम्ही आपल्या डिफॉल्ट सेटिंगला डिस्ट्रॅक्टेड होण्याकडून 'फोकस्ड'वर आणू बघत होतो.

मी आठवड्यातून एकदा बातम्या वाचायला सुरुवात केली आणि सकाळी लवकर उठण्यासाठी माझ्या झोपेच्या तासांचे थोडे पुनर्नियंत्रण केले. मी दिवसातून सहा वेळा थोडे-थोडे आणि दोन वेळा पूर्ण जेवण न जेवण्याचे उपाय अमलात आणू लागलो. मी दिवसाच्या शेड्यूलमध्ये अनेक प्रकारचे व्यायाम सामील केले, ज्यात पळण्यापासून योगाच्या वर्गापर्यंत व पुशअप्सचा समावेश होता. मी आपल्या प्रोग्रॅमर मित्रांचे मन वळविले की त्यांनी माझ्यासाठी कस्टमाईज्ड टू-डू लिस्ट ॲप तयार करून द्यावे. या दरम्यान जॅक संपूर्ण वर्षभर स्प्रेडशीटवर आपल्या दिवसभराचा हिशोब ठेवत होता व हे समजण्याचा प्रयत्न करत होता की त्याने कॉफी प्यायला हवी की ग्रीन टी, त्याने सकाळी व्यायाम करायला हवा की संध्याकाळी आणि त्याला लोकांमध्ये राहणे आवडत होते का? (उत्तर मिळाले : जास्तीकरून हो).

आम्ही त्याच्या वागण्यापासून खूप काही शिकलो, पण आमच्यासाठी जे काही कामाचे होते, त्यापेक्षा खूप जास्त आम्ही शिकण्यास उत्सुक होतो; आमची धारणा अशी होती की, सिस्टिम अशी हवी जी कुणालाही आपल्या जीवनात उतरवता येईल, त्यासाठी आम्हाला स्वतःशिवाय अजून काही लोकांना प्रयोगात सामील करायचे होते आणि आम्हाला एक आदर्श प्रयोगशाळा सापडली.

गुगलमध्ये काम करताना, जॅकने डिझाईन स्प्रिंट तयार केले होते. हे एका आठवड्यात रिडिझाईन करून बनविले होते. एक टीम पाच दिवस साऱ्या मीटिंग रद्द करून समस्येवर पूर्ण लक्ष केंद्रित करत असे. यानंतर विशेष प्रकारचे कामकाज पूर्ण केले जात असे. हे आमच्यासाठी प्रॉडक्ट किंवा उत्पादनांच्या ऐवजी वेळेचे डिझाईन करण्याची पहिली संधी होती, आणि ते यशस्वी झाले - डिझाईन स्प्रिंट लवकरच गुगलवर पसरला.

सन २०१२मध्ये आम्ही मिळून गुगल व्हेंचर्स पोर्टफोलियोमध्ये स्टार्ट-अप्सबरोबर डिझाईन स्प्रिंटवर काम करायला लागलो. पुढील काही वर्षांत आम्ही दीडशेहून अधिक डिझाईन स्प्रिंट चालवू शकलो होतो. यामध्ये हजारपेक्षा जास्त लोक सामील झाले: प्रोग्रामर्स, न्यूट्रिशनिस्ट, सीइओ, शेतकरी व बॅरिस्टर असे सगळे.

आम्हा दोघांसाठी ही संधी एका खजिन्यापेक्षा कमी नव्हती. आम्ही मिळून आठवड्यात डिझाईन केले. आम्हाला शेकडो उच्चस्तरीय प्रदर्शन करणाऱ्या संघांबरोबर काम करण्याची संधी मिळाली, ज्यात स्लॅक, उबर आणि २३ अँड मी सामील होते. मेक-टाईमच्या बऱ्याच नियमांना त्या स्प्रिंट्सपासूनच प्रेरणा मिळाली होती.

डिझाईन स्प्रिंट प्रयोगशाळेचे चार धडे

आम्ही पहिली गोष्ट ही शिकलो की **जेव्हा आम्ही एखाद्या उच्च प्राथमिकता असलेल्या लक्ष्याने दिवसाची सुरुवात करतो, तेव्हा एक जादू घडते.** प्रत्येक स्प्रिंट दिवशी, आम्ही एका मोठ्या फोकस बिंदूवर ध्यान केंद्रित केले: सोमवारी टीम समस्येचा एक नकाशा बनवायची, मंगळवारी प्रत्येक जण एक उत्तर शोधून काढायचा; बुधवारी ते ठरवायचे की, कोणती उत्तरे सर्वोत्तम आहेत; गुरुवारी ते एक प्रोटोटाइप बनवायचे आणि शुक्रवारी ते याची तपासणी करायचे. प्रत्येक दिवशीचे लक्ष्य महत्त्वाकांक्षी असायचे, आणि ही मोठी गोष्ट होती.

हा फोकल बिंदू स्पष्टता आणि प्रोत्साहन निर्माण करतो. जेव्हा तुमच्याकडे एक महत्त्वाकांक्षी पण करण्यायोग्य लक्ष्य असते, तेव्हा दिवसाच्या अखेरीस तुम्ही तुमच्या कामाने कृतकृत्य होता. तुम्ही ते काम पूर्ण करून समाधानाने घरी जाऊ शकता.

तुमच्या डिझाईन स्प्रिंटमध्ये अजून एक धडा होता की, **तुम्ही उपकरणांच्या वापरावर बंदी घालून जास्त कार्य करू शकता.** आम्ही काही नियम ठरवले. लॅपटॉप्स व

स्मार्टफोन्सला मनाई केली गेली आणि जो फरक दिसून आला तो अभूतपूर्व होता. ई-मेल आणि इतर इन्फिनिटी पूलच्या सततच्या प्रभावाशिवाय लोकांनी काम पूर्ण करण्यावर लक्ष्य केंद्रित केले आणि डिफॉल्ट फोकसवर परिवर्तित झाला.

हेही शिकलो आम्ही **लक्ष्यावर केंद्रित केलेले काम व स्पष्ट विचाराचे काय महत्त्व आहे!** जेव्हा आम्ही आधी डिझाईन स्प्रिंट्स चालवणे सुरू केले, तेव्हा टीम तासन्तास काम करीत असे-आणि त्यांच्यापुढे पार्ट्यांची लालूच असे. आठवड्याच्या शेवटापर्यंत ऊर्जा कमी होऊ लागत असे, म्हणून आम्ही काही सुधारणा केल्या आणि सकस जेवण, जलद चालून येणे, थोड्या थोड्या अवधीची विश्रांती आणि कामाची विभागणी यामुळे ऊर्जा टिकवून ठेवता येते. ज्यामुळे अधिक सरस व अधिक प्रभावी काम केले जाऊ शकते.

शेवटचे म्हणजे या प्रयोगांनी आम्हाला प्रयोगांचीच शक्ती काय असते, ते शिकविले. प्रयोग केल्यामुळे आम्हाला प्रक्रियेच्या सुधारणेत मदत मिळाली आणि आम्हाला असे आढळून आले की, या बदलांमुळे आमच्यात असा एक सखोल आत्मविश्वास आला, जो आम्ही दुसऱ्यांचे निष्कर्ष नुसते बघून किंवा वाचून प्राप्त करू शकलो नसतो.

आमच्या स्प्रिंटसाठी एक संपूर्ण टीम आणि एका आठवड्याची गरज होती, पण आम्हाला हे दिसून येत होते की, लोक व्यक्तिगत रूपातसुद्धा आपल्या कामाच्या दिवसांना याच तऱ्हेने रिडिझाईन (पुनर्रचित) करू शकत होते. आम्ही जे धडे शिकलो, तेच मेक टाईमची आधारशिला बनले.

अर्थात, ही काही कुठली सुकर वाट नव्हती. आम्ही अजूनही कधीकधी इन्फिनिटी पूल बिझी बँडवॅगनमध्ये गुंतत जाऊन भरकटत होतो. आमच्या काही जुन्या सवयी बदलल्या, काही बिघडल्या, अयशस्वी झाल्या, पण रोज मिळणाऱ्या निष्पन्नांच्या मूल्यांकनावरून हे कळून येत होते की, आमच्या अपयशाचे कारण काय होते. आणि प्रायोगिक दृष्टिकोनामुळे कामात झालेल्या चुकांना सहृदयतेने माफ करणे हे आम्हाला जमले. जे काही असेल ते असो, प्रत्येक चूक केवळ एक डाटा पॉइंट होता आणि दुसऱ्या दिवशी पुन्हा प्रयत्न करूच शकत होतो.

आमच्या धडपडीच्या व अडखळण्याच्या प्रवासात 'मेक टाईम' लवचीक राहिले. आम्ही त्या दिवसांमध्ये खूप जास्त ऊर्जा अनुभवली, जी त्याआधी कधीच अनुभवली नव्हती. आम्ही त्या काळात काही अशा परियोजनांवर काम केले, जे पूर्वी कधीच करू शकलो नव्हतो किंवा कधीतरी करायचे म्हणून बाजूला ठेवून दिले होते.

जॅक

मी संध्याकाळी लेखन करू इच्छित होतो, पण मला असे आढळून आले की टीव्हीची लालूच खूपच वाईट होती, तेव्हा मी आपल्या डिफॉल्टमध्ये एका मोठ्या बदलाचा प्रयोग केला. मी डीव्हीडी प्लेअर कपाटात ठेवून दिला आणि नेटफ्लिक्सचे सबस्क्रिप्शन बंद केले. माझ्या फावल्या वेळात मी एक साहसकथा लिहायला सुरुवात केली आणि लेखन - जोपर्यंत आमचे नवे पुस्तक 'स्प्रिंट' लिहायला सुरुवात करत नाही - तोपर्यंत सुरू ठेवले. मला लहानपणापासूनच लेखनाचा छंद होता आणि त्यासाठी वेळ काढणे खूप आनंददायक होते.

जेझी

अनेक वर्षांपासून मी आणि माझी पत्नी मिशेल लांब दर्यावर्दी सफरींवर जायचे स्वप्न बघत होतो. यासाठी आम्ही एक जुनी सेलबोट घेतली आणि प्रत्येक आठवड्याच्या शेवटी तिची डागडुजी करू लागलो. आम्ही एका दिवसात एक काम करण्याची योजना तयार केली आणि ती पूर्ण होण्याची तारीख कॅलेंडरवर पक्की करून टाकली. मग आम्ही इंजिनची देखभाल, वीज व समुद्री पर्यटनाबाबत शिकलो. आम्ही दोघांनी मिळून सॅन फ्रान्सिस्कोपासून ते दक्षिण कॅलिफोर्निया, मेक्सिको आणि त्याही पलीकडे जलपर्यटन केले.

आम्ही आम्हाला मिळालेल्या परिणामांमुळे इतके उत्तेजित झालो होतो की आपल्या यशस्वी मेक टाईम तंत्राबाबत लोकांना सांगण्यासाठी, सहभागी करून घेण्यासाठी ब्लॉगिंग पण सुरू केले. शेकडो हजारो लोकांनी ते वाचले आणि त्यांची उत्तरे, मेसेजेस आम्हाला येऊ लागले. काही लोक मात्र फक्त एवढेच सांगत होते की, आमच्यापेक्षा मोठा मूर्ख दुसरा कुणी नाही, पण अधिकतर प्रतिक्रिया प्रेरणादायक आणि आश्चर्यजनक होत्या. आपल्या स्मार्ट-फोनवरून ॲप काढून आणि एका दिवसात एक काम हे तंत्र आजमावल्यावर लोकांना नाट्यपूर्ण बदल दिसून येऊ लागले. त्यांना वाटले की गमावलेली ऊर्जा आणि समाधान पुन्हा आले आहे. ते प्रयोग आमच्यासाठीच नाही तर इतर लोकांसाठीसुद्धा यशस्वी झाले. आणि एका वाचकाने आम्हाला सांगितले की, हा बदल किती सोपा होता, हे बघतानासुद्धा खूप आश्चर्य वाटत होते.

आपल्या वेळेला आणि लक्ष्याला प्राप्त करणे हे इतके विलक्षण रीतीने सोपे असू शकते. जॅक आपल्या अडथळाविरहित आय-फोनच्या माध्यमातून हे शिकला की बदलासाठी कुठलेही लांब-रुंद, आत्म-अनुशासन असण्याची गरज नसते. डिफॉल्टला री-सेट करून, अवरोधक लावून आणि नव्या तऱ्हेने डिझाईन तयार करूनच काम सफल होऊ शकते. एकदा का त्यासाठी तुम्ही वेळ काढू लागला, की हे छोटे सकारात्मक बदल सहजपणे घडून येतील. तुम्ही जेवढा अधिक प्रयत्न कराल, यांच्याबाबतीत तेवढेच शिकत जाल आणि सिस्टिममध्ये सुधारणा घडून येईल.

मेक-टाईमला तुम्ही अँटी-टेक्नॉलॉजी समजू नका, आपण दोघेही तंत्रज्ञानाशी संबंधित आहोत. आम्ही तुम्हाला या गोष्टींपासून पूर्णपणे दूर जायला किंवा पुन्हा संन्यासी बनायला सांगत नाही. तुम्ही आपल्या मित्रांना इंस्टाग्रामवर फॉलो करू शकता, वर्तमानपत्र वाचू शकता आणि सामान्य लोकांसारखे ई-मेल पाठवू शकता, पण आमच्या क्षमता व ध्यानात अडथळा निर्माण करणाऱ्या या जगातल्या स्टँडर्ड व्यवहारांना आव्हान देत, तुम्ही अधिक चांगले तंत्रज्ञान प्राप्त करून परत परिस्थिती नियंत्रणाखाली आणू शकता. हे नियंत्रण तुमच्या हातात असेल, तेव्हा तुम्ही या खेळाची बाजी जिंकू शकाल.

मेक टाईम कसे कार्य करते

मेक टाईम केवळ अशा चार पायऱ्या आहेत, ज्यांना रोज पुनरावृत्त करायला लागेल.

मेक टाईमच्या चार दैनंदिन पायऱ्या, आमच्या डिझाईन स्प्रिंट, आमच्या स्वत:च्या अनुभवांनी व ज्या वाचकांच्या परिणामांनी प्रेरित आहेत, ज्यांनी आमच्या आराखड्याला स्वीकारल्यानंतर स्वत:चे निष्कर्ष सांगितले. इथे तुम्ही बघू शकता की प्रत्येक दिवस कसा वाटेल.

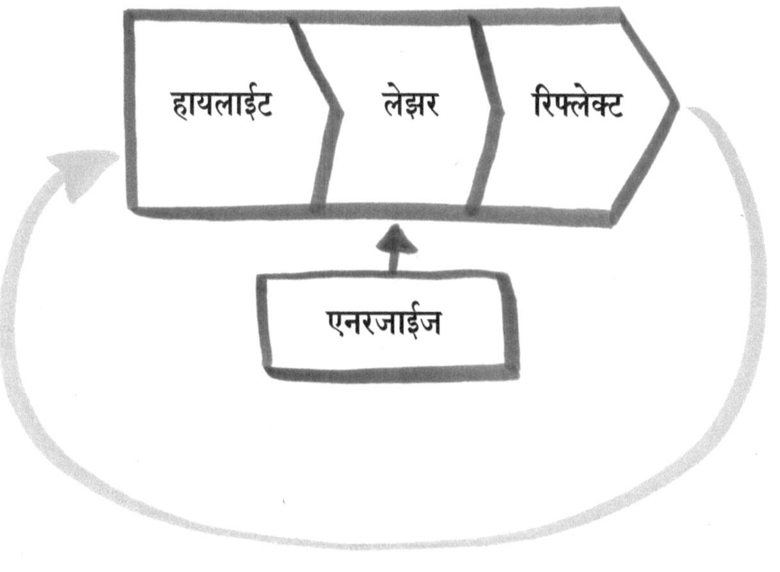

तुम्ही कुठल्यातरी एका **हायलाईटची** आपल्या प्राथमिकतेनुसार निवड करणे हेच पहिले पाऊल असेल. त्यानंतर तुम्हाला त्या हायलाईटवर **लेझर-फोकस** करावे लागेल. आम्ही तुम्हाला असे अनेक उपाय सांगत आहोत, ज्यामुळे तुम्ही सर्वांच्या संपर्कात राहूनसुद्धा अडथळ्यांना पार करू शकता. संपूर्ण दिवसात तुम्ही इतकी **ऊर्जा** निर्माण कराल की आपल्या वेळ व ध्यानाला ताब्यात ठेवू शकाल. शेवटी तुम्ही काही साध्या नोंदींसह या दिवसावर विचार कराल, म्हणजे मनन कराल, **रिफ्लेक्ट** कराल.

चला, या चित्राकडे पुन्हा एकदा बघू या :

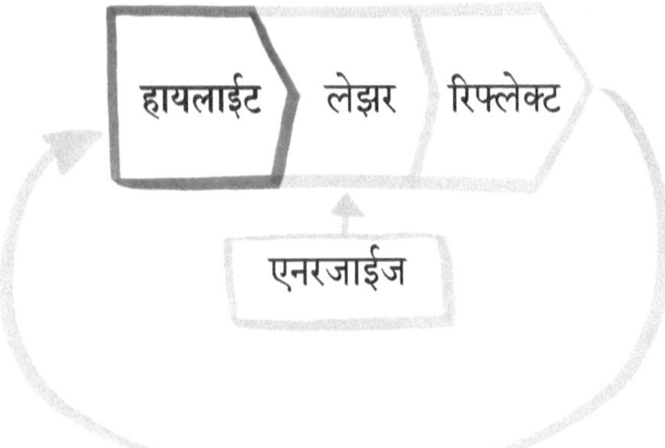

हायलाईट : प्रत्येक दिवसाची सुरुवात एका फोकल बिंदूपासून करा :

मेक-टाईममध्ये पहिले पाऊल हेच असेल की, तुम्ही हे ठरवाल की तुम्हाला कोणत्या कामासाठी वेळ काढायचा आहे. दररोज तुम्ही कुठल्यातरी एका कामाला प्राथमिकता देऊन त्याची आपल्या कॅलेंडरवर नोंद कराल. हे एखादे आवश्यक कार्य असू शकते, उदा. कार्ययोजना पूर्ण करणे किंवा तुम्ही घरातले एखादे काम निवडू शकता, उदाहरणार्थ स्वयंपाक करणे किंवा आपल्या बागेत झाडांना पाणी देणे. तुमचे हायलाईट हे असू शकते की जे तुम्हाला तातडीने करायचे नसते, पण जे तुम्ही करू इच्छिता, उदाहरणार्थ, मुलांबरोबर खेळणे किंवा पुस्तक वाचणे. तुमच्या हायलाईटमध्ये अनेक गोष्टी अंतर्भूत असू शकतात. उदाहरणार्थ, एखादे प्रेझेंटेशन पूर्ण काम करण्यासाठीच्या नोंदी तुम्हाला करायच्या आहेत, स्लाईड पूर्ण करायची आहे, आणि प्रॅक्टिस रन-थ्रो पण शिल्लक आहे. जेव्हा तुम्ही 'प्रेझेंटेशन पूर्ण' करण्याला आपला हायलाईट म्हणून निवडाल, तेव्हा तुम्ही त्याच्याशी संबंधित सारी कामे पूर्ण करण्याचे वचन देत आहात.

अर्थातच दररोज तुमचा हायलाईट असा नसेल, ज्यावर तुमचा पूर्ण दिवस खर्च होईल, पण ती तुमची प्राथमिकता असेल. जेव्हा तुम्ही आपल्या हायलाईटबद्दल विचारता, तेव्हा तुम्ही त्या गोष्टीसाठी वेळ देऊ शकता, ज्या तुमच्या दृष्टीने महत्त्वाच्या असतात, तेव्हा तुम्ही दुसऱ्यांची प्राथमिकता पूर्ण करण्यात आपला दिवस घालवत नाही. जेव्हा तुम्ही एक हायलाईट निवडता, तेव्हा तुम्ही स्वतःला एका सकारात्मक आणि मानसिक साच्यात बसवता आहात.

या कामात तुम्हाला मदत करण्यासाठी आमच्याकडून काही मनपसंत उपाय देऊ इच्छितो, ज्यामुळे तुम्ही दैनंदिन हायलाईट निवडू शकता व ते पूर्ण करण्यासाठी वेळ काढू शकता. पण फक्त एवढेच पुरेसे नाही. तुम्हाला ह्या बाबीचा पण पुन्हा विचार करावा लागेल की रस्त्यात येणाऱ्या अडथळ्यांचा तुम्ही कसा सामना कराल आणि हीच तुमची पुढची पायरी असणार आहे.

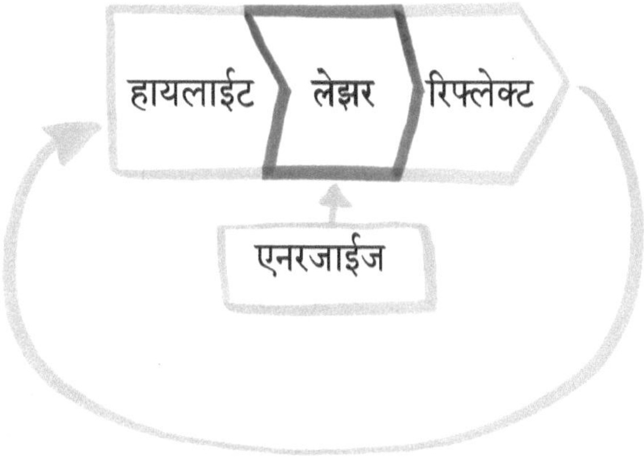

लेझर : आपल्या हायलाईटसाठी वेळ सुनिश्चित करण्यासाठी अडथळ्यांना दूर करा

ई-मेल, ब्रेकिंग न्यूज आणि सोशल मिडियासारखे अडथळे तुम्हाला सर्वत्र आढळतील आणि कुठे नाहीत असेही होणार नाहीत. तुम्ही एखाद्या गुहेत राहून आपली सगळी उपकरणे बाहेर फेकून देऊ शकत नाही आणि त्या तंत्रज्ञानापासून दूर पण जाऊ शकत नाही. हवे तर ते उपाय एका वेगळ्या प्रकारे वापरू शकता, ज्यामुळे तुम्ही प्रतिक्रिया-चक्रातून बाहेर येऊ शकाल.

आम्ही तुम्हाला दाखवू शकतो की तुम्ही आपल्या तंत्रज्ञानाला कशा तऱ्हेने समायोजित करू शकता, ज्यामुळे तुम्हाला लेसर मोड मिळू शकेल. सोशल मीडिया ॲप्सपासून दूर राहणे किंवा ई-मेल बघण्याच्या वेळा बदलणे, यासारख्या सामान्य

बदलांचा मोठा प्रभाव पडू शकतो. आम्ही तुम्हाला ध्यान केंद्रित करण्यात फायदेशीर ठरतील असे उपाय सुचवू शकतो.

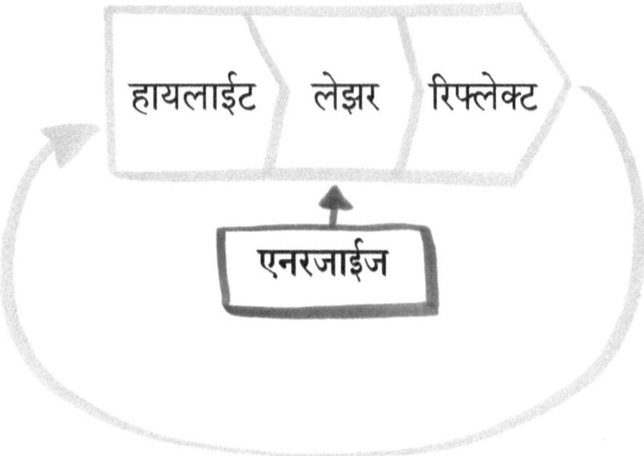

एनरजाइज : मेंदूला रिचार्ज करण्यासाठी शरीराचा उपयोग करा.

ध्यान केंद्रित करायला आणि महत्त्वपूर्ण कामांसाठी वेळ काढायला तुमच्या मेंदूला ऊर्जेची आवश्यकता असते. आणि ही ऊर्जा तुम्हाला शरीराची देखभाल करण्यातून मिळते.

या तऱ्हेने मेक टाइमचे पुढचे पाऊल असेल की तुम्ही व्यायाम, भोजन, झोप मन:शांती आणि प्रत्यक्ष भेट यांमुळे आपली बॅटरी चार्ज कराल. हे ऐकायला जेवढे कठीण वाटते तेवढे ते नाही. विसाव्या शतकाच्या आधुनिक राहणीमानामुळे आमच्या प्राकृतिक इतिहासाकडे दुर्लक्ष करीत आम्हाला आमच्या ऊर्जेपासून वंचित केले आहे. ही खरे तर चांगली गोष्ट आहे कारण याबाबतीत परिस्थिती इतकी विचित्र आहे की त्यामध्ये अनेक सुधारणा सहजपणे करता येतील.

तुम्ही या प्रकरणात दिले गेलेले उपाय निवडू शकता. जसे की डुलकी काढणे, स्वतःला व्यायामाचे थोडे श्रेय घेणे, आणि कॅफिनचा योग्य तऱ्हेने उपयोग करणे. आम्ही तुम्हाला फिटनेसच्या मागे लागणे किंवा कुठले तरी विचित्र डाएटचे पालन करायला सांगत नाही. आम्ही तुम्हाला असे काही बदल सुचवू इच्छितो की, ज्यामुळे तुमच्याकडे आपले मनासारखे काम करण्याची तत्काळ एनर्जी येईल.

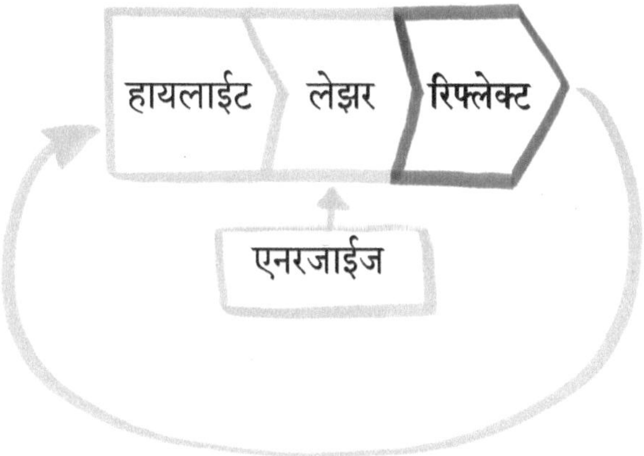

रिफ्लेक्ट : आपल्या सिस्टिममध्ये सुधार व समायोजन करा

अंततः झोपण्यापूर्वी तुम्हाला काही टिपण लिहावे लागेल. हे खूप सोपे आहे. तुम्हाला हे ठरवायचे आहे की तुम्ही कोणते उपाय सुरू ठेवणार आहात आणि कोणत्या उपायात बदल करणार आहात किंवा मग त्यांना सोडणार आहात. आणि मग तुम्ही पुन्हा आपल्या एनर्जी लेव्हलवर (ऊर्जा-स्तर) विचार कराल, की तुम्ही तुमच्या हायलाईटसाठी वेळ काढला आणि त्या दिवशी तुम्हाला कुठल्या गोष्टीने आनंद झाला.

काळानुसार, तुम्ही आपल्या विशिष्ट सवयी आणि दिनचर्या, आपला मेंदू आणि शरीर, आपले विशिष्ट लक्ष आणि प्राथमिकतेनुसार योग्य त्या कस्टमाइज्ड सिस्टिम तयार करणे शिकाल.

द मेक टाईम उपाय : निवडा, तपासा आणि पुरावृत्ती करा.

या पुस्तकात मेक टाईमला व्यावहारिक स्तरावर आणण्यासाठी अनेक उपाय दिले गेलेत. काही उपाययोजना उपयोगी ठरतील, तर काही ठरणार नाहीत आणि काही वेडगळ कल्पना वाटू शकतात. हे एका कुकबुकसारखे आहे. तुम्ही, एकाच वेळी सगळे काही आजमावून पाहू शकत नाही आणि तुम्हाला सगळे पदार्थ एकाच वेळी करायची आवश्यकतापण नाही.

त्याऐवजी, तुम्हाला निवड करणे, पारखून पाहणे व नाही तर रॉक बेस आणि डीजे इझी रॉकच्या शब्दात : टेक इट ऑफ द रॅक, इफ इट्स व्हॅक, पुट इट बॅक. पुनरावृत्ती करत राहावी लागेल. जसे तुम्ही वाचत जाल तसे ते उपाय, जे तुम्हाला आजमावायचे आहेत, ते कुठेतरी लिहून ठेवा किंवा ते पान दुमडून ठेवा म्हणजे ते नंतर तुम्ही शोधू शकाल. असे उपाय बघा जे थोडे तर सोपे जाईल, पण ते थोडे

आव्हानात्मक पण असतील आणि ऐकायला मजेदार वाटतील.

मेक टाईम वापरायच्या पहिल्या दिवशी प्रत्येक पायरीच्या एका उपायावर लक्ष द्या. या प्रकारे तुम्हाला तुमच्या हायलाईटवर काम करायला वेळ मिळेल, जो तुम्हाला अडथळ्यांना दूर करून लेझर फोकस करण्यात साहाय्यक होईल आणि मग अजून एक उपाय आवश्यक असेल, जो ऊर्जा बनवायच्या कामी येऊ शकेल. याप्रमाणे तुम्हाला तीन उपायांची गरज असेल.

हायलाईट	लेझर	एनरजाईज
बुलडोज़ कॅलेंडर	डिस्ट्रॅक्शन क्रिप्टोनाइटला ब्लॉक करा।	क्रॅशच्या आधी कॅफिन घ्या

तुम्हाला रोज, काहीतरी नवे करण्याची गरज नाही. जर तुमचा उपाय लागू पडला असेल तर तोच कायम ठेवा. पण जर तो तुमच्या हिशेबापेक्षा अधिक सरस असू शकत असेल तर तुमच्याकडे दररोज प्रयोग करण्याची संधी आहे. तुमचे मेक टाइमचे संस्करण पूर्णत: खाजगी असेल आणि तुम्ही स्वतःसाठीच हे तयार कराल, म्हणून तुमचा त्यावर विश्वास असेल आणि ते तुमच्या सद्य:स्थितीतील जीवनशैलीत चपखल बसेल.

कुठल्याही परिपूर्णतेची गरज नाही

आम्ही मेक टाईम विकसित करताना स्वतःला पुस्तके, ब्लॉग, नियतकालिके व वैज्ञानिक शोधपत्रिकेत बुडवून टाकले. आम्ही जे काही वाचले, त्यात बरेच काही भयप्रद होते; शेकडो चमकदार जीवनपट आमच्या समोर होते : कुठल्याही प्रयत्नांशिवाय व्यवस्थित राहाणारे एक्जिक्युटिव्ह, प्रबुद्ध, तल्लख योगी, उचित प्रक्रियेसह लिहिणारे लेखक, एका हाताने मशरूम भाजत आणि दुसऱ्या हाताने क्रीम बूलीला ब्लॉटॉर्च करणारे बेपर्वा, बिनधास्त यजमान.

ऐकायला हे विचित्र वाटते, नाही का? आमच्यापैकी कुणीही आदर्श भोजन बनवणारा असू शकत नाही, शंभर टक्के उत्पादक आणि तल्लख असू शकत नाही, किंवा मग नेहमीच योग्य तऱ्हेने विश्रांती घेऊ शकत नाही. ब्लॉगर्स आम्हाला सकाळी पाच वाजल्यापासून जी ५७ कामे करायला सांगतात, ती आम्ही पूर्णपणे करू शकत

नाही आणि आम्ही ती जरी करू शकलो तरी आम्ही ती करता कामा नयेत. पूर्णत्व हा एक अडथळा आहे. एक अशी चकचकीत गोष्ट जी मुख्य प्राथमिकतांवरून तुमचे लक्ष विचलित करते.

आमची आशा आहे की तुम्ही मेक टाईमच्या वेळी पूर्णत्वाचे विचार विसरून जावेत तुम्ही त्याला पूर्ण तऱ्हेने करण्याचा प्रयत्न पण करू नका. अशी कुठलीच गोष्ट नसते! पण तिला पूर्ण करण्याची पण कुठलीच रीत नाही आणि तुम्ही रुळावरून घसरला तर तुम्हाला पुन्हा पहिल्यापासून सुरुवात करण्याची गरज नाहीये कारण प्रत्येक दिवस नवा असतो, एखाद्या कोऱ्या पाटीसारखा असतो.

लक्षात ठेवा की, आम्ही या पुस्तकात दिल्या गेलेल्या सर्व उपायांचा प्रत्येक वेळी उपयोग करीत नाही. काही उपाय नेहमीच कामास येतात आणि काही उपायांवर कधी कधी काम करावे लागते, आणि काही उपाय तर असे असतात ज्यावर आम्ही कधीच काम करीत नाही. काही गोष्टी जॅकच्या उपयोगी पडतात तर काही जेझीला पसंत पडतात आणि याच्या उलट पण घडून येते. आमच्या सर्वांकडे एक असा फॉर्म्युला आहे, जो परिस्थितीनुसार बदलत राहतो. जेव्हा जॅक प्रवासात असतो तेव्हा काही वेळासाठी फोनमध्ये ईमेल ॲप घालून घेतो आणि जेझी त्या वेळेस नेटफ्लिक्स बघतो.

स्ट्रेजर थिंग्ज मोठे मजेदार आहे! तुम्हाला संन्याशांसारखा संकल्प करायचा आहे हे लक्ष्य नाही, तर तुमच्या सवयी परिणामकारक आणि लवचीक असायला हव्यात.

दररोजची मानसिकता

जर तुम्ही मेक टाईम पूर्ण वाचत असाल तर असे वाटू शकते की तुम्हाला खूप काही करायचे आहे, अगदी तुम्ही मधूनमधून ते वाचले, जे आम्ही वाचायला सांगतो तरी तुम्हाला असे वाटेल की खूप काम करायला हवे आहे, म्हणून या उपायांना 'आणखी जास्त काम करण्याचे उपाय मानण्यापेक्षा' आपल्या सामान्य जीवनाचा हिस्सा मानायचा प्रयत्न करा. आम्ही तुम्हाला सल्ला देतो की महागड्या जिममध्ये जाण्याऐवजी घरात व्यायाम करा किंवा कामावर जाताना पायी जा. रोज सकाळी एक तासाच्या फिटनेस क्लासपेक्षा हेच योग्य होईल.

सर्वांत चांगले उपाय तेच असतात, जे तुमच्या रोजच्या दिनक्रमात चपखल बसू शकतात. ते तुम्ही बळजबरीने करायचे नसतात, तर सहज करता येतील असे असतात. बऱ्याच गोष्टींमध्ये, ती अशी कामे असतील, जी तुम्हाला करायला आवडतील.

आम्हाला पूर्ण खात्री आहे की मेक टाईम तुम्हाला जीवनात त्या गोष्टींसाठी मदत करेल, ज्या तुमच्या कामी येऊ शकतात. आणि एकदा का तुम्ही सुरुवात केली की तुम्हाला आढळून येईल की मेक टाईमचे उपाय आपोआपच लागू पडत आहेत. तुम्हाला वाटल्यास एका लहानशा बदलापासून सुरुवात करू शकता. जेव्हा तुम्ही असे कराल, तेव्हा अनेक पटीने सकारात्मक परिणाम तुम्हाला दिसून येतील आणि तुम्ही मोठ्यात मोठ्या लक्ष्याकडे जाण्याच्या दृष्टीने सक्षम व्हाल. तुम्ही तुमच्या कामात कितीही पारंगत असाल तरी तुम्ही आपले काम अधिक चांगले बनविण्यासाठी मेक टाईमचा उपयोग करू शकता.

आम्ही आपल्याला कुठल्याही निरर्थक मीटिंग मधून बाहेर आणू शकत नाही, किंवा जादूने तुमच्या इनबॉक्सला शून्य (०) करू शकत नाही. आम्ही तुम्हाला झेन-मास्टरपण करू शकत नाही, पण आम्ही तुम्हाला थोडा वेग मंद करायला आणि आधुनिक जगाच्या कोलाहलापासून दूर, दररोज आणि अधिक आनंद प्राप्त करण्याच्या लायक तर नक्की बनवू शकतो!

हायलाईट

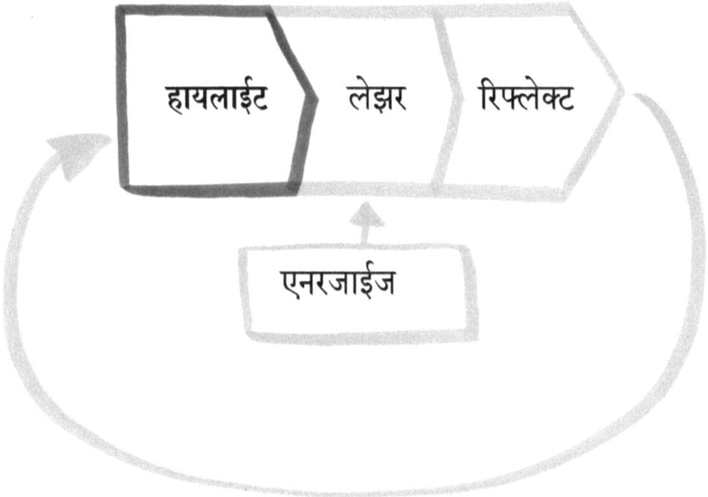
हायलाईट
लेझर
रिफ्लेक्ट
एनरजाईज

आम्ही दिवस लक्षात ठेवत नाही, आम्ही क्षण लक्षात ठेवतो.

-चेसारे पावेसे

तुमच्यासाठी जी कामे तुम्हाला महत्त्वाची वाटतात, त्यासाठी जर तुम्ही वेळ काढू इच्छिता, तर बिझी बँडवॅगन तुम्हाला सांगेल की, अजून जास्त काम करायला हवे. अजून जास्त काम करा, अजून अधिक सक्षम बना, अजून जास्त लक्ष्यांवर व योजनांवर मेहनत करा. हाच जीवनात त्या महत्त्वपूर्ण क्षणांना सामील करण्याचा उपाय असेल.

आम्ही याच्याशी सहमत नाही. अधिकाधिक काम करण्याने तुम्हाला ती कामे करण्यासाठी वेळ काढण्यात मदत मिळू शकत नाही, जी तुमच्यासाठी महत्त्वपूर्ण असतात. या तऱ्हेने तुम्ही अजून जास्त त्रस्त होता आणि भांबावून जाता. जेव्हा पूर्ण दिवस तुम्ही या तऱ्हेने व्यस्त राहाल तर, दिवसामागून दिवस हातातून निसटून जायला वेळ लागत नाही.

हे प्रकरण तुम्हाला हे शिकवते की तुम्ही तुमचा दिवस कसा संथ गतीने पूर्ण कराल, ज्यामुळे त्याच्या प्रत्येक क्षणाचा अनुभव घेऊ शकाल, त्याचा आनंद घेऊ शकाल. असे होऊ नये की, तुम्ही पूर्ण दिवसात करायच्या कामांच्या यादीवरच लक्ष केंद्रित करीत बसाल, हा विचार जरी साधा-सरळ असला तरी तो थोडा उशिरा आमच्या लक्षात आला, मात्र तोपर्यंत आम्ही आपल्या जीवनाला व्यस्ततेच्या चक्रावर स्वार होऊ दिले आणि खूप दूर येऊन पोहोचलो.

गहाळ झालेले महिने

जेझी

२००८चे आरंभाचे दिवस, शिकागोच्या इतिहासातील सर्वात जास्त बर्फाळ हिवाळ्याची सुरुवात. दिवस लहान होते. रस्त्यांची दुर्दशा झाली होती. कामावर जाणे म्हणजे युद्ध लढण्यासारखे अवघड वाटत होते. आणि एक दिवस मला धक्क्याने जाग आली. मला मागच्या दोन महिन्यांबद्दल काहीच आठवत नव्हते!

तुम्ही चमकून जाऊ नका. मला कुठला भयावह रोग झालेला नव्हता आणि मी जेस्टेन बॉर्नसारखा एखाद्या सीआयएच्या गुंतागुंतीच्या विळख्यात पण अडकलो नव्हतो, मात्र तरीही मामला गंभीर होता. महिने उलटून गेले होते आणि त्याचा कुठलाही (घडामोडींचा) सुगावा लागत नव्हता.

आणि मी तो काळ आठवायचा प्रयत्न करीत होतो. कारण सर्व काही नीटनेटके, ठीकठाक, व्यवस्थित चालले होते. माझ्यापाशी एक चांगली नोकरी होती, एक चांगली मैत्रीण होती आणि काही मित्र होते, जे तिथेच जवळपास राहत होते. कुणी वरवर पाहिले तर तो हेच म्हणाला असता की मी स्वप्नवत आयुष्य जगतो आहे, पण तरीही या स्वप्नवत जगापासून वेगळे झाल्याचा अनुभव का घेत होतो?

काय झाले काही समजत नव्हते; पण हे तर नक्की होते की, मला त्याचा मागमूस लागत नव्हता, म्हणून मग मी प्रयोग करायला सुरुवात केली.

मला वाटले की, एक दिवस जास्त काम करण्यासाठी मला अजून जास्त गोष्टी लक्षात ठेवाव्या लागतील. दोन वर्षे आधी, जेव्हा मी वेगाने काम संपविण्याच्या मोहिमेवर होतो, तेव्हा जणू काही एकेका तासाला उत्पादक बनविण्याच्या निर्धाराने काम करीत होतो. माझे प्रत्येक काम परिपूर्ण, व्यवस्थित आणि केलेल्या नियोजनाप्रमाणे होत होते, मी आपला इनबॉक्स रोज स्वच्छ करीत असे. माझ्या खिशात नोटकार्ड असे, जेणेकरून मनात येणारा कुठलाही विचार मी ताबडतोब लिहू

शकेन. विचार करण्याच्या वेळाचा अगदी एकही क्षण वाया जात नव्हता.

ऑफिसमध्ये चांगल्या तऱ्हेने काम चालू होते म्हणून मी विचार केला, घरातसुद्धा उत्पादकता वाढविण्यासाठी अशा उपायांवर काम केले जाऊ शकते का? मी आपल्या जीवनाकडे जणू एक समस्या म्हणून बघायला लागलो होतो की, जिला टू-डू-लिस्ट कॅलेंडर व फायलिंग सिस्टिमच्या मदतीने सोडविली जाऊ शकेल.

पण याचा काही उपयोग झाला नाही. मी लहानसहान कामांमध्ये इतका व्यग्र राहू लागलो की दिवस कधी मावळला याचा पत्ता पण लागत नसे. गडबड गोंधळ वाढत चालला होता आणि माझी वाट लागत होती.

मी माझी कार्यशैली बदलण्याचा विचार केला. प्रत्येक मिनिटावर सतत काम करण्याऐवजी मी माझे लक्ष दीर्घकालीन बाबींवर केंद्रित केले. मी एक वर्ष, तीन वर्ष, पाच, दहा वर्षांचे लक्ष्य तयार केले. आणि माझ्या मैत्रिणींसह त्यांचे परीक्षण केले. पुढील वर्षी आमचा विवाह झाला. म्हणून असे वाटते की, कमीतकमी एका लक्ष्यामध्ये आम्ही दोघे एकत्र होतो.

टू-डू-लिस्टवर सतत काम करण्याऐवजी लक्ष्य ठरविणे तितकेच अर्थपूर्ण वाटले, पण तरीसुद्धा काहीतरी कमी होती, ज्यामुळे या उद्देशाला प्रोत्साहन मिळत नव्हते. आणि इतरही काही समस्या होत्या : जर माझी प्राथमिकता बदलली तर? अचानकच असे जाणवले की, मी अशा एका लक्ष्यावर काम करत होतो, जे माझ्यासाठी तितकेसे अर्थपूर्ण नव्हते आणि असे जीवन मनोबल नष्ट करू शकते. लेखक जेम्स कियरच्या

शब्दात मी अनिवार्यपणे सांगत होतो, मी आत्ता खूप चांगले करू शकत नसलो तरी पण लक्ष्यावर पोचल्यापर्यंत यापेक्षा चांगले काम करू शकेन.

माझे प्रयोग सफल होत नव्हते, मी रोजच्या आणि अधिक दीर्घकालीन लक्ष्यांमध्ये कुठेतरी अडकून पडलो होतो. फेब्रुवारी अन् मार्चच्या हिवाळ्याच्या मोसमातसुद्धा काही करणे शक्य झाले नाही, पण हळूहळू हिवाळ्याचा ऋतू गेला आणि वसंताचा मोसम उन्हाळ्यात बदलला. पक्षी किलबिल करू लागले आणि अचानक मला ते उत्तर मिळाले, ज्याच्या मी न जाणो कधीपासून शोधात होतो.

मला असे जाणवले की मला स्वतःसाठी एक संपूर्ण कार्यसूची किंवा दीर्घ काळासाठी विचार केलेल्या लक्ष्याची गरज नव्हती. साधी सरळ पण मनाला समाधान देणारी कामे केल्यानेसुद्धा आपण हे अनुभवू शकतो. उदाहरणार्थ, मी आठवड्यातून एकदा मित्रांना भेटणे सुरू केले. आम्ही एकत्र मिळून दुपारचे जेवण घेऊ लागलो. मी कामानंतर तलावाकडे धावत जाऊ लगलो. जेव्हा मोसम चांगला असेल तेव्हा कामावरून लवकर निघून बंदराकडे जायचो आणि दिवस मावळायच्या आत नौकानयन करायचो. मोठे दिवस व ऊबदार रात्रींनी पण मला मदत केली आणि माझ्यासाठी तो वर्षभरातला सर्वांत सुंदर मोसम ठरला, मी प्रत्येक दिवसाचे सार्थक कसे करायचे शिकून घेतले होते. आणि तेच माझ्या समस्येचे उत्तरही पण होते.

केवळ ऑफिसच्या बाहेरच्या योजनांमुळेच मला मदत झाली असे नाही तर मी आपली कामे पण सार्थकतेने करायला सुरुवात केली. खूप सारे काम करण्याऐवजी किंवा घरी जायच्या आधी इनबॉक्स रिकामा करण्याऐवजी, मी संतोषदायक आणि महत्त्वपूर्ण क्रियाकल्पांवर ध्यान देऊ लगलो. एक दिवस एका मोठ्या प्रेझेंटेशनच्या वेळी मला असा अनुभव आला की यामुळेसुद्धा मला आनंद मिळणार होता, जो मला मित्रांसह जेवण्यात, पळण्यात आणि संध्याकाळी नौकानयन करण्यातून मिळत होता. मी स्वतःसाठी अशा परियोजनांवर काम करणे सुरू केले, ज्यामुळे आनंद मिळू शकेल, उदाहरणार्थ वर्क शॉपचे डिझाईन करणे आणि आपल्या इंजिनियर्ससह सॉफ्टवेअर बग्जवर काम करणे.

अर्थातच, माझे आयुष्य फक्त दुपारच्या सहभोजन व कामांचे

महत्त्वपूर्ण टप्पे यांसाठीच बनलेले नव्हते. माझ्यापाशी अजून खूप काम बाकी होते. उदाहरणार्थ मेलला उत्तरे देणे, घराची स्वच्छता करणे, लायब्ररीची पुस्तके वेळेवर परत करणे आणि मी ही सगळी कामे केलीच पण आता ते माझे एकमेव केंद्रित करण्याचे लक्ष्य राहिले नव्हते.

जेव्हा मी आपल्या गमावलेल्या महिन्यांबद्दल विचार केला, तेव्हा मला एक गोष्ट कळून चुकली : मला मोठे लक्ष्य आवडत होते. आणि मी त्यांच्यावर प्रत्येक मिनिटाला काम करणे पसंत करीत होतो. पण या यापैकी कशानेच संतोष मिळत नव्हता. मी वर्तमानकाळात एखाद्या छोट्या गोष्टीनेही प्रसन्न होत होतो, जे माझ्या केल्या जाणाऱ्या कामांची सूची व दीर्घ काळापर्यंत पूर्ण होणाऱ्या लक्ष्यांपेक्षा वेगळी असे. अशा क्रिया ज्यासाठी मी योजना बनवू शकत होतो, तिची वाट पाहू शकत होतो आणि ती पूर्ण झाल्यावर तिचे कौतुक करू शकत होतो.

दुसऱ्या शब्दात, मला फक्त यावरच ध्यान द्यायचे होते की, प्रत्येक दिवशी काहीतरी उद्दिष्ट असेल.

आपल्याला वाटते की, लक्ष्य व कामांमध्ये असणाऱ्या काही क्षणांमध्ये होणाऱ्या कामांवर ध्यान दिल्याने तुम्ही जीवनात चमकदार संतोषाची किरणे निर्माण करू शकता. दीर्घकालीन लक्ष्य तुम्हाला योग्य दिशेला घेऊन जरूर जाऊ शकतात, पण यादरम्यान काम करण्याचा आनंद निघून जातो. आणि कार्यसिद्धी होण्यासाठी नेमलेले काम करणे आवश्यक आहे, पण विशिष्ट ध्येयावर लक्ष केंद्रित न केल्यास ती कामे धुक्यात हरवून जातात.

अनेक स्वउद्धारक गुरू लक्ष्य ठरविण्याचे सल्ले देत असले आणि अनेक उत्पादकता विशेषज्ञांनी काम करण्याची पद्धती बनवली असली, तरी त्यांच्यामधले अंतर दुर्लक्षित केले गेले. आम्ही याच गहाळ झालेल्या अंतराळास (क्षणांना) 'हायलाईट' म्हणतो.

तुमच्या दिवसाचे हायलाईट काय असेल?

आमची ही इच्छा आहे की, तुमच्या प्रत्येक दिवसाची सुरुवात याच विचाराने व्हायला हवी की तुमच्यासाठी सर्वात चमकदार क्षण कुठला असेल. जर दिवसाअखेरीस कुणी तुम्हाला विचारले की तुमच्या दिवसाचे हायलाईट काय होते, तर तुम्हाला काय उत्तर द्यायला आवडेल? जर तुम्ही आपल्या दिवसाकडे वळून पाहाल, तर तुम्हाला कोणत्या कामाचा किंवा उपलब्धीचा आनंद घेणे आवडेल? तो क्षणच तुमचा हायलाईट आहे.

तुमचा हायलाईट एकमेव अशी गोष्ट नाही की, जी तुम्हाला रोज करायला आवडेल. तुम्ही तुमच्या इन-बॉक्सला किंवा बॉसला तर नकार देऊ शकत नाही, पण एक हायलाईट निवडण्याने तुम्हाला तुमचे काम, तंत्रज्ञान, ऑफिस आणि आसपासच्या लोकांच्या उपस्थितीतही तुमचा वेळ कसा घालवायचा याची निवड करण्याची संधी देईल. जरी बिझी बँडवॅगन म्हणत असले की तुम्ही प्रत्येक दिवशी जितके शक्य असेल तेवढे उत्पादक बनण्याचा प्रयत्न करा, तरी आम्हाला ठाऊक आहे की तुमच्यासाठी रोजची सगळी छोटी कामे पूर्ण करण्याऐवजी आपल्या प्राथमिकतेवर लक्ष केंद्रित करणे योग्य राहील.

तुमचा विशिष्ट आनंददायी / निवडलेला क्षण दिवसाला विशिष्ट दिशा देतो, संशोधन असे सांगते की तुम्ही दिवसाचा कसा अनुभव घ्याल? तुमच्यासोबत आज काय घडेल यावर अवलंबून नाही.[1] वास्तवात तुम्ही ज्या गोष्टींकडे लक्ष देता, त्याच गोष्टी तुम्ही तुमचा यथार्थ निवडता, पर्यायाची निवड करता? वरवर बघता हे स्पष्ट दिसू शकले, पण आम्हाला ही मोठी गोष्ट वाटते आहे : तुमचे लक्ष कोणत्या दिशेला

[1] हा शोध काय आहे आणि काम व जीवनावर कसा लागू होतो, हे जाणण्यासाठी विनिप्रेड म्यलाघर याचे रेप्ट बघा हे जेझी चे आवडते पुस्तक आहे.

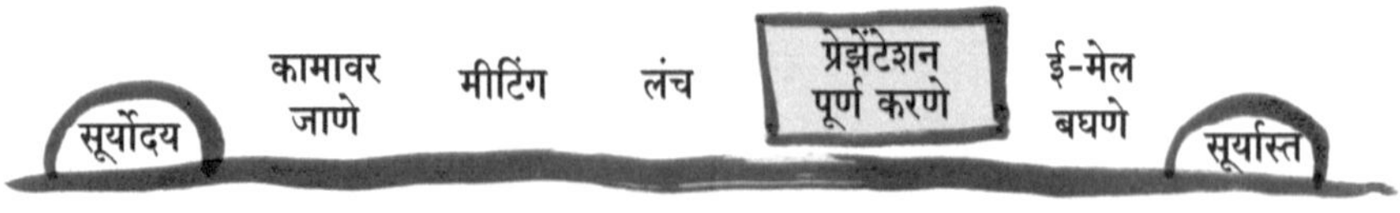

असेल, या निवडीसह हे ठरवू शकता की, तुमचा वेळ कुठे कामाला येईल आणि तुमचे दैनंदिन हायलाईटच त्या ध्यानाचे लक्ष असेल.

दैनंदिन हायलाईटवर ध्यान केंद्रित झाल्याने इन्फिनिटी पूल आणि बिझी बँडवॅगनमधली रस्सीखेच संपते. यामुळे एक तिसरा मार्ग समोर येतो : तुम्ही तुमचा वेळ कसा घालवता आहात या गोष्टीवर लक्ष केंद्रित करता.

तुमचे हायलाईट निवडण्याचे तीन उपाय

स्वतःचे दैनिक हायलाईट निवडण्यापूर्वी स्वतःला एक प्रश्न विचारा :

मी आपल्या दिवसाचा हायलाईट कुणाला बनवू इच्छितो?

याचे उत्तर नेहमीच सोपे असेल असे नाही, विशेषतः जेव्हा तुम्ही मेक टाईमचा उपयोग करणे शिकत असाल, तेव्हा तर नाहीच. अनेकदा तुम्हाला अनेक आवश्यक कामे करायची असतात, उदाहरणार्थ, एखादे असे काम जे करण्यासाठी तुम्ही उत्तेजित असाल (बर्थ-डे केक बेक करणे), एखादे स्लाईड डेस्कचे काम पूर्ण करणे, किंवा एखादे कंटाळवाणे काम, जे तुमच्या डोक्यावर थोपलेले आहे, (गॅरेजमध्ये उंदरांसाठी सापळे लावणे).

तर मग तुम्ही काय निर्णय घ्याल? आम्ही हायलाईटची निवड करण्यासाठी तीन मापदंड वापरू.

निकड

पहिली रणनीती तातडी किंवा निकडीबद्दल आहे : **असे कोणते आवश्यक काम आहे, जे आजच करायचे आहे?**

तासन्तास ई-मेल पाहिल्यावर किंवा मीटिंगमध्ये भाग घेतल्यावर तुम्हाला हे जाणवले असेल, त्या कामासाठी तुम्ही सवड काढू शकला नाहीत, जे करणे आवश्यक होते? आमच्याबाबत अनेकदा असे घडले आहे. जेव्हा कधी असे होते, तेव्हा आम्ही दुःखी होतो. आम्हाला पश्चात्ताप होतो.

जर तुमच्यापाशी असे कुठले काम असेल, जे आजच करणे आवश्यक आहे, तर त्याला तुम्ही आपला हायलाईट बनवा, टाका. तुम्हाला हवे तर आपली कामाची यादी, ई-मेल किंवा कॅलेंडरमध्ये निकडीचे हायलाईट काढू शकता - असे प्रकल्प बघू शकता जे संवेदनशील, आवश्यक आणि मध्यम आकाराचे असतील. (दुसऱ्या शब्दात दहा मिनिटांत होणार नाहीत, पण ते त्यांना करायला दहा तासही लागणार नाही. तुमचे निकडीचे हायलाईट यांपैकी कुठलेही असू शकतात :

- त्या ग्राहकासाठी कोटेशन तयार करा, जे आठवड्याच्या शेवटी तो प्राप्त करू इच्छितो.
- तुम्ही ज्या इव्हेंटचे काम संभाळत आहात, त्यासाठी केटरिंग आणि जागेच्या प्रस्तावावर काम करा.
- मित्र यायच्या आधी रात्रीचे जेवण तयार करून ठेवा.
- तुमच्या मुलीला तिच्या शाळेचा प्रोजेक्ट पूर्ण करण्यास मदत करा.
- कुटुंबाचे ते फोटो एडिट करून शेयर करा, जे तुमच्या संपूर्ण कुटुंबाला पाहायला आवडतील.

संतोष

दुसरी हायलाईटची रणनीती ही असेल की **तुम्ही आपल्या संतोष-समाधान याबद्दल विचार कराल. दिवसाच्या अखेरीस मला कोणत्या हायलाईटने जास्तीत जास्त समाधान मिळेल?**

पहिल्या रणनीतीमध्ये हे बघायचे आहे की काय करायचे आहे, आणि ही रणनीती तुम्हाला कुठले काम करायचे आहे, यावर फोकस करते.

यानंतर तुम्ही करायच्या कामांची यादी करणे सुरू करू शकता, पण डेडलाईन्स आणि परियोजनांबाबत विचार करण्याऐवजी एक वेगळीच पद्धत स्वीकारावी लागेल: प्रत्येक संभाव्य हायलाईटमध्ये लपलेल्या उपलब्धीच्या भावाबद्दल विचार करा.

अशा कामांबाबत विचार करा जी निकडीची (अर्जंट) नाहीत. अशा परियोजनांबद्दल विचार करा, ज्यांच्याबाबत तुम्ही काम करू इच्छिता, पण त्यासाठी कधी पुरेसा वेळ मिळू शकला नाही. असे होऊ शकते की तुम्ही आपल्या विशेष कौशल्यावर काम करू इच्छिता, किंवा मग असे कुठले तरी काम आहे ज्याला तुम्ही जगापुढे मांडायच्याआधी अधिक चांगले बनवू इच्छिता. यांना टाळले तर तुमचे नुकसान होऊ शकते, कारण त्यांच्यासाठी डेडलाईन्स नसतात. अन् तुम्ही त्यांना सहजपणे टाळत जाऊ शकता. तुमचे हायलाईट 'कुठल्या तरी दिवसाचे' वर्तुळ भंग करण्यासाठी वापरा.

इथे तुम्हाला संतोषदायक हायलाईटची उदाहरणे दिली आहेत:

- त्या परियोजनेच्या प्रस्तावावर काम करा, ज्यासाठी तुम्ही उत्साहित आहात. मग काही विश्वासू सहकाऱ्यांना ते दाखवून त्यांचे मत घ्या.

- पुढील कौटुंबिक सुट्टीसाठी स्थळाचा शोध घ्या.
- आपल्या कादंबरीसाठी पुढील पंधराशे शब्दांचा कच्चा मसूदा तयार करा.

आनंद

तिसरी रणनीती आनंदावर केंद्रित होते. : **जेव्हा मी 'आज'वर लक्ष केंद्रित करतो तर कुठल्या कामाने मला सर्वात जास्त आनंद मिळेल?**

प्रत्येक तास सर्वात जास्त आदर्श आणि अधिकतम क्षमतेसाठी बनवायची गरज नसते. मेक टाईम बरोबर तुमचे एक लक्ष्य हे पण असायला हवे की स्वतःला पूर्ण तऱ्हेने नियोजित, संपूर्ण म्हणवणाऱ्या दिवसांच्या कल्पनांना बाजूला ठेवा आणि असे जीवन जगा, जे आनंद आणि समाधानाने भरलेले असेल. याचा अर्थ असा होतो की तुम्ही काही काम केवळ यासाठी कराल कारण ते तुम्हाला आवडते.

दुसऱ्या लोकांना आपले आनंद देणारे हायलाईट, वेळेचा अपव्यय वाटू शकतो, जसे घरात बसून पुस्तक वाचणे, मित्रांबरोबर खेळणे किंवा अगदी शब्दकोडे सोडवणे. आम्हाला असे वाटत नाही. जर तुम्ही वेळ व्यतीत करण्याबद्दल आधीपासूनच ठरवत नाही, तर तुम्ही तुमचा वेळ वाया घालवत आहात.

या तऱ्हेचे हायलाईट तुमच्यासाठी आनंदाचे कारण होऊ शकते. याची ही उदाहरणे आहेत:

- मित्राकडे घराच्या वास्तुशांतीसाठी भोजनास जाणे.
- गिटारवर एखादे नवीन गाणे बसवणे.
- आपल्या सहकाऱ्यासह लंचला जाणे.
- मुलांना खेळाच्या मैदानावर घेऊन जाणे.

सर्वोत्तम हायलाईट (उद्दिष्ट) निवडण्यासाठी आपल्या अंतर्मनावर विश्वास ठेवा

तुम्हाला एखाद्या खास दिवसासाठी कोणती रणनीती निवडायला पाहिजे? आम्हाला वाटते की तुम्ही या कामासाठी आपल्या अंतर्मनावर भरवसा करायला हवा, म्हणजे तुम्ही हे ठरवू शकाल की आज तुमच्यासाठी, तत्काळ आनंददायी किंवा समाधान देणाऱ्या रणनीतीमध्ये कुठली रणनीती निवडायला हवी.[2]

---

[2] अर्थात, जर यापैकी काहीही या तीन श्रेणींमध्ये येत असेल तर तुम्हाला यालाच तुमचे हायलाईट बनवायला हवे.

तसे तर हेच चांगले होईल की तुम्ही असा हायलाईट निवडा, जो पूर्ण व्हायला साठ ते नव्वद मिनिटांचा वेळ लागेल. जर तुम्ही साठ मिनिटांपेक्षा कमी वेळ द्याल तर असे होऊ शकेल की त्यात तुम्ही पूर्णपणे तद्रुप होऊ शकणार नाही. याचा पूर्ण आनंद घेऊ शकणार नाही. तुम्हाला नव्वद मिनिटांचा अवधी हवा, पण अनेकांना नव्वद मिनिटांनंतर लक्ष केंद्रित करायला जड जाते. साठ ते नव्वद मिनिटे हा योग्य मध्यम मार्ग आहे. हा अवधी काहीतरी अर्थपूर्ण करण्यासाठी पुरेसा आहे आणि तुमचे वेळापत्रक निर्माण करण्यासाठी योग्य वेळ तुम्हाला मिळतो. या प्रकरणात आणि पूर्ण पुस्तकात दिलेल्या युक्त्या तुम्हाला साठ ते नव्वद मिनिटांसाठी आपले हायलाईट निवडायला सहाय्यक ठरतील.

जेव्हा तुम्ही सुरुवात कराल, तेव्हा ही निवड करणे थोडे अजब आणि कठीण वाटेल. जर तुमच्यासोबत असे झाले तर चिंता करू नका. हे अगदी साधारण आहे. जसा काळ जाईल, तशी ही निवड करणे सुलभ होत जाईल. लक्षात ठेवा, यामुळे कधीच नुकसान होणार नाही. आणि मेक टाईम तुमच्या दिनचर्येचा भाग असल्याने काहीही झाले तरी तुम्ही दुसऱ्या दिवशी नवीन कार्यपद्धती अवलंबू शकता.

अर्थात, तुमचा हायलाईट काही कुठली जादू नव्हे. आज तुम्ही आपली ऊर्जा कोणत्या कामासाठी देणार आहात हे ठरवल्यानेच केवळ ते आपोआप घडून येणार आहे. पण जेव्हा तुम्ही निवड कराल तेव्हा त्या कामासाठी जीवनात वेळ काढणे तुम्हाला अनिवार्य वाटेल. हायलाईटची निवड करून तुम्ही आपल्या प्राथमिकतांवर ध्यान द्यायला लागाल. याप्रमाणे आवश्यक गोष्टींवर वेळ व ऊर्जा देणे सुलभ जाईल आणि तेव्हा तुम्ही आधुनिक जीवनाच्या मागण्या तुम्हाला विचलित करू शकणार नाहीत.

जॅक

आपले हायलाईट पूर्ण दिवसात निवडण्यासाठी किंवा बदलण्यासाठी कधीच विलंब होत नाही. एवढ्यातच, माझा एक दिवस आळसाने भरला होता. सकाळी मी ठरवले की आज माझे हायलाईट हेच असेच की मी मेक टाईमची शंभर पाने संपादित करेन, पण संपूर्ण दिवस इकडे तिकडे करण्यात गेला. नळाला पाणी येत नव्हते, डोके भयंकर दुखत होते आणि रात्री जेवायला पाहुणे यायचे होते. दुपारी मला असे जाणवले की मी आपला हायलाईट आणि मनाचा रोख बदलू शकतो. मी त्या दिवसासाठी आपले लक्ष्य बदलण्याचा निर्णय घेतला. आणि ठरवले की मित्रांबरोबर जेवणाचा आनंद घ्यायचा. जेव्हा मी ही निवड केली तेव्हा संपूर्ण दिवसच बदलून गेला आणि मी पूर्ण तऱ्हेने त्याचा आनंद घेऊ शकणार होतो.

२००८मध्ये हिवाळ्याचे महिने गेल्यावर जेसीजवळ अशी कोणतीच प्रेरणा नव्हती, जी त्याला हायलाईटच्या विचारापाशी घेऊन जाईल, पण मात्र त्याला दिसून आले की रोजची दैनंदिन छोटी छोटी कामे किंवा मोठ्या दीर्घकालीन लक्ष्यांऐवजी, मध्यम आकाराच्या हायलाईटमुळे दैनंदिन समाधान मिळू शकत होते आणि तिथूनच मग या तत्त्वज्ञानाला विकसित करण्याचे बीज रुजले.

आता आम्ही दोघे रोज ३ हायलाईट तयार करतो आणि आम्ही आमची इच्छा साकार करण्याच्या अनेक पद्धती पण शोधून काढल्या आहेत. यापैकी काही तर दैनंदिन कामेच आहेत आणि अनेकदा काही एकत्र मिसळून पण आपल्यासाठी एक व्यक्तिगत प्रिंट तयार केला जातो.

यानंतर तुम्हाला ते उपाय सांगण्यात आले आहेत, ज्यांच्या मदतीने तुम्ही स्वत:साठी हायलाईट निवडून दिवसातून त्यासाठी वेळ काढू शकता. जेव्हा तुम्ही पुढे येणारी पाने वाचत असाल तर 'निवडा, पारखा आणि पुनरावृत्ती करा' या मंत्राला विसरू नका. या गोष्टींची कुठेतरी नोंद करून ठेवा, जी तुमच्यासाठी साहाय्यक, मजेदार व आव्हानात्मक असेल. जर तुम्ही मेक टाईमने सुरुवात करणार असाल तर एका वेळी एकाच हायलाईटवर ध्यान केंद्रित करा. जर तो यशस्वी झाला तर त्याला दिनचर्येचा भाग बनवून टाका, जर तुम्हाला हायलाईटच्या निवडीसाठी मदतीची आवश्यकता असेल तर पुन्हा आमच्याकडे येऊन अजून कुठलातरी हायलाईट निवडा. चला, परियोजना व कामांचे हायलाईट करण्यापासून सुरुवात करू या, जे तुमच्यासाठी सर्वात जास्त महत्त्वाचे आहे.

हायलाईट युक्ती

ठळक वैशिष्ट्ये निवडायच्या युक्त्या

1. हे कुठेतरी लिहून ठेवा.
2. उद्या याची पुनरावृत्ती करा.
3. जीवनाची / आयुष्याची घडी नीट बसवा.
4. छोट्या सामानांची जुडी बनवा.
5. केल्या जाणाऱ्या कामांची सूची.
6. बर्नर लिस्ट.
7. व्यक्तिगत स्प्रिंट (आराखडा) तयार करा.

1. हे कुठेतरी लिहून ठेवा.

होय, ही अगदी स्पष्ट व सरळ गोष्ट आहे, पण तुम्हाला हे माहीत नाही की योजना लिहून काढण्याने त्यांच्यामध्ये जादूची शक्ती येते. तुम्ही ज्या गोष्टी लिहून काढता, त्या निश्चितपणे घडून येतात. जर हायलाईटसाठी वेळ काढू बघताय, तर ते लिहून ठेवा.

हायलाईट लेखनाला आपल्या रोजच्या दिनचर्येत सामील करा. तुम्ही हे कुठल्याही वेळी करू शकता, पण रात्री झोपायच्या आधी किंवा मग सकाळी झोपून उठल्यावरच करणे उत्तम राहील. जेझीला साधारणतः संध्याकाळी पुढच्या दिवसाच्या हायलाईटबद्दल विचार करणे आवडते. जेक हे काम सकाळी करणे पसंत करतो आणि हा वेळ नाश्ता आणि काम सुरू करायच्या मधला असतो.

तुम्हाला तुमचे हायलाईट कोणत्या जागी रेकॉर्ड करायचे आहेत? तुमच्यापाशी बरेच विकल्प आहेत. तुम्ही आमच्या वेबसाईटवर ॲप बघू शकता, जेणेकरून तुम्हाला रोज लिहिणे लक्षात राहील. तुम्हाला हवे असेल तर तुम्ही हे रोजच्या आराखड्यात सामील करू शकता. तुम्ही हे एखाद्या नोटबुकमध्ये लिहून ठेवू शकता, पण जर आम्हाला हायलाईट लिहून ठेवण्याची एखादी पद्धत शोधायची असेल, तर आम्ही चिकटपट्ट्या वापरू, त्या सहज उपलब्ध असतात आणि सहजपणे वापरता येतात आणि त्यासाठी बॅटरी किंवा सॉफ्टवेअर अपडेट्स असण्याची गरज नाही.

तुम्ही हायलाईटची नोंद केल्यावर पुन्हा त्याकडे तुम्ही बघणार पण नाही, तुमचे लक्षही जाणार नाही किंवा मग तुम्ही या चिकटपट्ट्या फ्रिज, टेबल, डेस्क किंवा लॅपटॉप यावर चिकटवू शकता, म्हणजे आपोआप त्यावर नजर पडत जाईल, याप्रमाणे तुमच्या आठवणीत राहील की, तुम्हाला आजच्या दिवसात कुठले तरी मोठे काम करायचे आहे.

2. उद्या याची पुनरावृत्ती करा.

कोणते हायलाईट निवडायचे, याबद्दल तुमचा निर्णय होत नाही का? तर तुम्ही पण 'ग्राउंडहॉग' मूव्हीमधील बिल मरेसारखे आपल्या जुन्या कामांची पुन्हा निवड करू शकता. तुमच्यापाशी आपले हायलाईट पुनश्च निवडण्याची अनेक कारणे असतील :

- जर तुम्हाला तुमचे हायलाईट सापडले नाही तर असे होऊ शकते की, ते अजूनही महत्त्वाचे असेल. **दुसरी संधी मिळण्यासाठी या हायलाईटची पुनरावृत्ती करा.**
- जर तुम्ही हायलाईट सुरू केले आणि ते पूर्ण करू शकला नाहीत किंवा ते एखाद्या मोठ्या योजनेचा हिस्सा होता, तर आज तुम्ही ते पुन्हा सुरू करा किंवा मागचे काम पुढे आणा. **गती राखण्यासाठी त्याची पुनरावृत्ती करावी लागेल.**
- जर तुम्ही एखादे नवीन कौशल्य पक्के करीत आहात किंवा रुटीन बसवत आहात, तर ते पक्के करण्यासाठी पुनरावृत्ती आवश्यक आहे. **त्याची सवय लावून घ्यायला पुनरावृत्ती आवश्यक आहे.**
- जर मागील उद्दिष्टाने तुम्हाला आनंद व समाधान मिळाले असेल, तर त्याची पुनरावृत्ती करण्यास हरकत नाही. **चांगल्या गोष्टींची वारंवार उजळणी करायला हवी.**

तुम्हाला रोज स्वतः नव्याने शोध घेण्याची गरज नाही. एकदा तुम्ही समजून घेतलेत की तुमच्यासाठी काय आवश्यक आहे, तर त्यावरच रोज ध्यान केंद्रित करण्याने ती गोष्ट तुमच्या जीवनात मूळ धरायला लागेल, मग अंकुरित होईल, फळेल-फुलेल. हे थोडे अजब वाटेल, पण हेच सत्य आहे.

3. जीवनाची/आयुष्याची घडी नीट बसवा.

जर तुम्हाला उद्दिष्टाची निवड करणे जड जात असेल किंवा तुम्हाला वाटत असेल की तुमच्या जीवनाच्या प्राथमिकता निवडण्यामध्ये द्वंद्व होत आहे, द्विधा मन:स्थिती आहे, तर मोठ्या परियोजना व्यवस्थित करण्याच्या उपायांवर लक्ष द्या :

सामग्री

- 1 पेन
- एक कागदाचा तुकडा (किंवा मग तुमच्या फोनचे नेट अप)

- *प्रवास*
- *काम*
- *परिवार*
- *पोहणे*

→ *सेक्सोफोन*
- *चित्रपट*
- *बागकाम*

1. **मोठ्या कामांची अशी यादी तयार करा, जी तुमच्या जीवनात अत्यंत आवश्यक आहेत.**

आमचे म्हणणे फक्त कामाशी संबंधित नाही. यात तुम्ही मित्र, परिवार, पालकत्व, डेटिंग यांचाही समावेश करू शकता. तुम्हाला वाटले तर कामाव्यतिरिक्त आपल्या आवडी, जसे सॉकर किंवा पेंटिंग हेही सामील करू शकता. तुमच्या मोठ्या गोष्टी जसे काम, प्रमोशन, अपोलो परियोजना काहीही असू शकतात, याशिवाय - स्वास्थ्य, वित्त आणि वैयक्तिक विकास ही दुसरी क्षेत्रे पण असू शकतात,

- फक्त मोठ्या गोष्टींना सामील करा आणि एक किंवा दोन शब्दांमध्ये शीर्षक द्या.
- आता सूचीची प्राथमिकता ठरवू नका, केवळ लिहून काढा.
- तीनपासून दहा गोष्टी लिहा आणि मग...

2. **सर्वात महत्त्वाची गोष्ट निवडा**

हे म्हणायला सोपे आहे पण करायला कठिण आहे, पण तुम्ही हे करू शकता! यासाठीच्या काही टिप्स अशा:

- तुमच्यासाठी महत्त्वपूर्ण काय आहे, यावर लक्ष द्या. कुठली गोष्ट तत्काळ करणे गरजेचे आहे. इकडे फार लक्ष देऊ नका.
- कोणत्या कामासाठी जास्त प्रयत्न करायला हवे आणि काम करायला हवे, याचा विचार करा. उदाहरणार्थ, व्यायाम करणे आवश्यक असू शकते, पण तुम्हाला याची आधीपासूनच सवय असेल तर तुम्ही अजून दुसऱ्या गोष्टीवर ध्यान केंद्रित करू शकता.

- तुमच्या अंतर्मनाचे ऐका. उदाहरणार्थ, तुम्हाला असे वाटू शकते की, वाद्यवादनापेक्षा काम महत्त्वाचे आहे, पण तुम्हाला अंतर्मनातून असे जाणवले की, वाद्यवादनालाच प्राथमिकता द्यायला हवी, तर मग तसेच करा.
- खूप नेट लावून धरू नका. ही काही कुठली दगडावरची रेघ नव्हे. तुम्हाला जेव्हा वाटेल तेव्हा तुम्ही स्वतःसाठी नवीन यादी बनवू शकता. उद्या, पुढच्या आठवड्यात, पुढच्या महिन्यात किंवा मग आज दुपारीही...

एकदा का तुम्ही सर्वांत महत्त्वाचे काम निवडले की...

3. **यानंतर दुसरे, तिसरे, चौथे आणि पाचवे सर्वांत महत्त्वाचे काम निवडा.**

4. **कामाची यादी प्राथमिकतेनुसार पुन्हा लिहून काढा.**

1. *सेक्सोफोन*
2. *परिवार*
3. *काम*
4. *प्रवास*
5. *बागकाम*

5. **क्रमांक एक भोवती एक वर्तुळ करा.**

जर तुम्ही पहिल्या क्रमांकावरील कामाला आपल्या प्राथमिकतेनुसार निवडले असेल, तर जेव्हा शक्य असेल तेव्हा त्यावर लक्ष केंद्रित करा. असे वर्तुळ केल्याने तुम्ही त्याला प्राथमिकता देत आहात. आपल्या निर्णयांना कुठेतरी लिहून ठेवल्याने त्यामध्ये एक प्रतीकात्मक शक्ती येते.

6. **या यादीच्या मदतीने स्वतःसाठी उद्दिष्ट निवडा**

तुम्ही या यादीच्या मदतीने स्वतःसाठी सर्वांत मोठ्या प्राथामिकतेची निवड करू शकता - याप्रमाणे, जेव्हा तुम्ही कुठल्या कामाची प्राथमिकता ठरवू शकणार नाही, तेव्हा वेळेला दोन भागांमध्ये विभागले जाऊ शकते.

जॅक

मी तुम्हाला माझ्या दोन सूचीचे नमूने देतो, जे ऑगस्ट २०१७ चे आहेत:

1. परिवार
2. मेक टाईम लिहिणे
3. कादंबरी लिहिणे
4. जाहिरात आणि वर्कशॉप

एका महिन्यानंतर मी सप्टेंबरची सूची परत लिहून काढली.

1. मेक टाईम लिहिणे
2. परिवार
3. जाहिरात आणि वर्कशॉप
4. कादंबरी लिहिणे

हो, मी सूचीत परिवाराला दुसऱ्या क्रमांकावर टाकले, कारण मला माहीत होते की, कादंबरीचे काम ऑक्टोबरमध्ये जेझीच्या सेलिंग अभियानाला सुरुवात व्हायच्या आधी करणे जरुरी होते आणि माझा परिवार मजेत होता. माझी मुले उन्हाळ्याच्या सुट्टीनंतर शाळेत जाऊ लागली होती, त्याआधी आम्ही एकत्र हिंडलो फिरलो आणि त्यांच्या प्रोजेक्ट्सवर काम केले आणि छान वेळ घालवला. परिवाराला दुसरा क्रमांक देण्याचा अर्थ हा नव्हता की मी त्यांची उपेक्षा करीत होतो; त्याचा अर्थ असा होता की मी आपल्या त्या कामाप्रति प्रामाणिकता दाखवत होतो, ज्यावर त्या वेळी मी पूर्ण लक्ष केंद्रित करणे आवश्यक होते.

4. छोट्या सामानांची जुडी बनवा.

जेव्हा तुम्हाला माहिती असते की, अशी अनेक कामे करायची बाकी आहेत, जी मुख्य उद्दिष्टे नाहीत, अशा स्थितीत आपल्या मुख्य रूपरेखेवर काम करणे कठीण जाते. आमच्यासमोर पण हाच प्रश्न होता, जेझीला या कामासाठी मसूदा तयार करायचा होता. पण याच आठवड्यात ई-मेलपण बघायचे होते जे मागच्या प्रवासामुळे राहून गेले होते. काही फोन कॉल्सपण करायचे होते.

नशिबाने आम्हाला एक उत्तर मिळाले. आम्ही छोट्या छोट्या कामांचे एक बंडल बनवले आणि त्यांना एका रूपरेखेत सेशन पूर्ण करणे सुरू केले. दुसऱ्या शब्दात, तुम्हाला छोट्या कामांचे बंडल बनवून त्यांना मोठे करायचे आहे. उदाहरणार्थ, या आठवड्यात एका दिवसाचे जेझीचे उद्दिष्ट असेल की ''त्याला फोन करायचे की ई- मेल बघायच्या आहेत.''

असे होऊ शकते की छोटी कामे तुम्हाला महत्त्व द्यावीत अशी वाटणार नाही पण ती पूर्ण केल्यावर खूप समाधान मिळते आणि जेव्हा तुम्ही आपल्या ईन-बॉक्समधील 'टू डू' लिस्ट पूर्ण करण्याऐवजी या गोष्टींवर काम करता, तेव्हा खूप समाधान मिळते.

हे रोज करू नका. असे कधी-कधीच करायला हवे, म्हणजे आवश्यक कामे पूर्ण होऊ शकतील, नाहीतर ते तुमच्या दिवसांवर आक्रमण करू शकतात. तुम्हाला या उपायाची खरी ताकद तेव्हा जाणवेल, जेव्हा तुम्ही त्याचा रोज रोज प्रयोग करणार नाही- तुम्हाला माहीतच असेल की तुम्ही तुमची छोटी, अनावश्यक कामे एकत्रितपणे गोळा करू शकता आणि या दरम्यान उद्दिष्टावर लक्ष केंद्रित करू शकता. जर छोट्या कामांचे बंडल बांधून घेतले तर तुमच्यापाशी ती पूर्ण करण्याची एक योजना असेल.

युक्तीची लढाई : टू–डू लिस्ट

लक्षात ठेवा, प्रत्येक युक्ती प्रत्येक व्यक्तीसाठी असत नाही आणि हेच वास्तव आहे. अनेकदा आमचे एखाद्या गोष्टीवर एकमत होत नाही की ती युक्ती काम करेल की नाही? (माझ्यापाशी जास्त ऊर्जा यासाठी आहे की मी कॅफिन घेतले आहे की मग असे एक डुलकी काढल्याने झाले आहे.) अनेकदा आम्हाला वेगवेगळे परिणाम पण मिळतात, पण आमची असहमती झाली तरी तुमच्यासाठी आमच्या प्रयोगांचे सारे परिणाम आम्ही ठेवू, म्हणजे तुम्ही स्वतः हे ठरवू शकाल की तुमच्यासाठी काय फायद्याचे होईल.

आम्ही दोघे एका गोष्टीवर पूर्ण सहमत आहोत : आम्हाला 'टू डू लिस्ट'चा तिरस्कार वाटतो. केलेल्या कामांवर 'टिक'ची खूण पाहणे आनंददायी आणि छान वाटते. पण यशस्वी झालेल्या कामांच्या मागे एक कडवे सत्य पण लपले आहे. यापैकी अधिकतर केली गेलेली कामे तुमची प्राथमिकता नव्हे तर दुसऱ्यांच्या काम ांची प्रतिक्रिया आहे. मग अशी तुम्ही कितीही कामे पूर्ण केलीत तरी, तुमची कामे कधीही पूर्ण होणार नाही – तितकीच कामे तुमच्या समोर वाट बघत असतात. या लिस्टमुळे तुमच्या मनात हीच गोष्ट येत राहते की जीवनात काहीतरी अपूर्ण आहे.

ही सूची तुमच्या आवश्यक कामांमध्ये अडसर पण बनू शकते. आपण सगळेच स्वाभाविकतः अशीच कामे निवडणे पसंत करतो, ज्याच्यामध्ये कमीतकमी प्रतिरोध असेल. जेव्हा आपण थकलेले, तणावग्रस्त, किंवा व्यग्र असू, तेव्हा असे होण्याची शक्यता जास्त असते. करायच्या कामांची यादी याला अजूनच बिघडवून टाकते, कारण ती सुलभ आणि कठीण तरीही आवश्यक कामे एकमेकांत मिसळवून टाकते. जेव्हा तुम्ही अशा यादीचा प्रयोग करता, तेव्हा तुम्ही स्वतःला लोभात पाडत आहात की आधी सोपे सुलभ काम करून टाका, कठीण व आवश्यक कामे नंतर होत राहतील.

परंतु, हे इतकेही वाईट नाही. त्यांच्यामुळे तुमच्या मेंदूवर कामाचा भार राहत नाही. तुम्ही सर्व काही एकाच जागी बघू शकता. हे एखाद्या अनिवार्य असणाऱ्या वाइटासारखे आहे.

आपल्याला हे जरी आवडत नसेल, तरीही आपल्याला त्याचा प्रयोग करायलाच लागेल. गेल्या अनेक वर्षांत आम्ही आपले खास 'टू डू लिस्ट'चे तंत्र विकसित करून घेतले आहे. स्वाभाविकपणे आमच्यापैकी प्रत्येकाला हेच वाटते की त्याचे उत्तर अधिक सरस आहे, म्हणून आम्ही तुमच्यावरच हा निर्णय सोडत आहोत.

5. केल्या जाणाऱ्या कामांची सूची.

जेझी

माझ्याकडून टू-डू लिस्टच्या समस्येचे हेच उत्तर आहे की काय करायचे आहे? या निर्णयापासून ही गोष्ट अलग करून टाका की काय करायचे आहे? मी त्याला 'माईट-डू लिस्ट'चे नाव देतो. अशा कामांची सूची जी कामे केली जाऊ शकतात. हे प्रकल्प तुमच्या सूचीमध्ये तोपर्यंत राहतील, जोपर्यंत तुम्ही त्यांना आपले उद्दिष्ट म्हणून निवडत नाही किंवा आपल्या कॅलेंडरचा हिस्सा बनवत नाही. तुमच्यासमोर उदाहरण दिले आहे ते बघा :

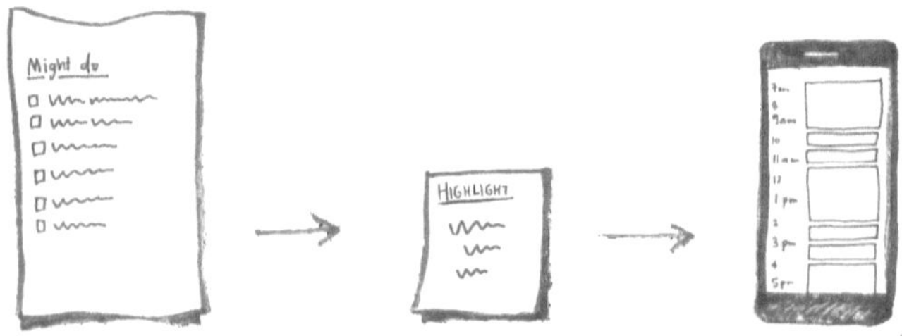

माइट-डू लिस्ट
तुम्ही काय करू शकत होता?

हायलाईट
तुमच्यासाठी सर्वांत जास्त काय महत्वाचे आहे?

कॅलेंडर
तुमची योजना काय आहे?

जोवर तुम्ही योजना बनवत नाही, तेव्हा तुम्हाला असेच वाटते की कुठल्याच प्रतिरोधाची गरज नाही. पण जेव्हा तुम्ही या लिस्टमधून कुठले आवश्यक काम निवडता, तेव्हा ते दैनिक हायलाईट किंवा कॅलेंडरमध्ये घालता, त्या वेळी तुम्हाला कळून येते की तुम्ही याबाबत जाणून उमजून निर्णय घेतला आहे, की तुम्हाला तुमचा वेळ कसा घालवायचा आहे? मग तुम्ही हातात घेतलेल्या कामाला आपली ऊर्जा देऊ शकता.

ही लिस्ट तुम्हाला ऑफिस आणि घरामध्ये बनवली जाणारी टू डू लिस्ट नुसतीच जीवापाड धावपळ करण्यापासून वाचवू शकते. २०१२मध्ये मी आणि माझ्या पत्नीने एक सेल-बोट खरेदी केली. २०१६मध्ये ही बोट विकून एक नवीन बोट खरेदी केली. प्रत्येक वेळी आम्ही नवीन बोट न खरेदी करता एक नवीन परियोजनाच खरेदी करीत होतो. यात शेकडो कामे बाकी होती ज्यामध्ये छोट्यापासून (टॉवेल अडकवायचे हुक्स लावणे) मोठी कामे (प्लम्बिंगला स्टरलाईझ करणे, म्हणजे ते प्यायचे पाणी सुरक्षित करू शकतील) सामील होती, जर आम्ही सरळ टू-डूप्रमाणे कामे केली असती तर हे सगळे नक्कीच अतिशय त्रासदायक ठरले असते, त्याऐवजी आम्ही माइट-डू लिस्टचा प्रयोग केला आणि त्याने आम्हाला व्यवस्थित राहण्यात मदत केली आणि त्याबरोबरच हे पण सुनिश्चित केले की आम्ही रोज लहानसहान कामांवर ध्यान द्यायच्याऐवजी आवश्यक कामे पूर्ण करीत राहू.

हे सर्व या तऱ्हेने काम करीत होते: आम्ही दोघे बोटीवर काम करण्याच्या एक दिवस आधी आपली माईट-डू लिस्ट घेऊन बसत असू आणि काय करू शकतो हे बघत असू. आम्ही आपल्यासाठी तीन उद्दिष्ट तयार करायचो - तत्काळ, संतोष आणि आनंद- या तऱ्हेने आम्ही आज करण्याच्या आवश्यक कामांची निवड करत असू. मग त्यांना आपल्या तऱ्हेने कॅलेंडरमध्ये सामील करायचो. जेव्हा दिला गेलेला समय यायचा, तेव्हा आम्ही आपल्या बोटीवर हातात कॉफी आणि काम करण्याची साधने घेऊन हजर होत असू. या तऱ्हेने आम्हाला आपल्या मर्जीने कामावर लक्ष केंद्रित राहण्यात मदत मिळत असे आणि प्रत्येक दिवस आनंद व समाधानाने भरून जात असे.

6. बर्नर लिस्ट.

जॅक

मला जेझीची माईट–डू वाली कल्पना आवडली, पण मला आपल्या दिवसाचा सर्वांत आवश्यक हायलाईट (उद्दिष्ट) निवडण्यासाठी काही अजून खोल तपशील मिळवायची गरज होती. माझ्या उपायाला 'बर्नर–लिस्ट' म्हटले जाते. यामध्ये तुमच्या प्रत्येक परियोजनेचे विस्तृत विवरण दिलेले नसेल आणि ती तुम्हाला खूप सारी कामे करण्यात मदत पण करणार नाहीत. पण हाच तर खरा मुद्दा आहे. बर्नर– लिस्टला मुद्दामहून सीमित ठेवले जाते. ही तुम्हाला हे मान्य करायला भाग पाडते की तुम्ही प्रत्येक काम किंवा परियोजना समोर येताच पूर्ण करू शकत नाही. काळ आणि मानसिक ऊर्जेसारखीच बर्नर लिस्ट पण सीमित आहे, ती तुम्हाला हे करायला भाग पाडते की जेव्हा तुम्ही एखाद्या कामाचा अस्वीकार करू पाहता, तर त्याचा अस्वीकार करू शकता आणि आपल्या सर्वांत मोठ्या प्राथमिकतेवर केंद्रित राहू शकाल. याला पूर्ण करण्याचा उपाय :

1. **कागदावर उभे दोन रकाने तयार करा.**

एक कोरा कागद घेऊन त्याला मध्यभागी उभी रेघ घालत दोन रकाने तयार करा डाव्या बाजूचा रकाना तुमचा फ्रंट बर्नर आहे आणि उजवीकडचा रकाना बॅक बर्नर असेल.

2. **सर्वांत आवश्यक योजनेला फ्रंट बर्नरवर ठेवा.**

तुम्हाला एका वेळी एक काम, परियोजना वा क्रार्यक्रमाला फ्रंट बर्नरवर ठेवण्याची परवानगी मिळेल. दोन किंवा तीन नाही, केवळ एक!

डावीकडे, सर्वांत वरती, आपले आवश्यक काम वा परियोजना लिहा आणि त्या खाली रेघ ओढा. मग त्या परियोजनेशी संबंधित कामांची सूची तयार करा. यामध्ये ती सर्व कामे सामील व्हायला हवीत, जी तुम्हाला त्या परियोजनेला पूर्ण करण्यासाठी गरजेची आहेत.

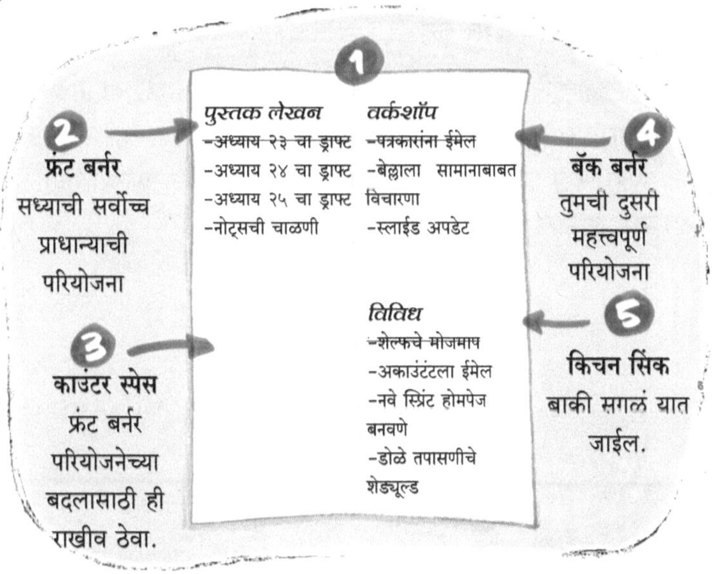

3. **थोडी काउंटर स्पेस सोडा**

पहिल्या रकान्यात मार्जिन सोडा. असे होऊ शकते की तुमच्या मनात या रकान्यात रोज होणाऱ्या कामांची यादी करण्याची इच्छा निर्माण होईल. बर्नर लिस्ट यासाठी नसते की तुम्ही पूर्ण कागद भरून टाकावे. ही मुद्दाम रिकामी ठेवली जाते म्हणजे तुमचा वेळ व ऊर्जेचा भरपूर व चांगला वापर होऊ शकेल. जर टॉप प्रोजेक्टबरोबर दुसरा एखादा आवश्यक प्रोजेक्ट आला, तर तुम्हाला आपल्या आवश्यक कामावर ध्यान केंद्रित करणे सोपे जाईल.

4. **दुसऱ्या आवश्यक प्रकल्पांना बॅक बर्नरवर ठेवा**

उजव्या हाताच्या रकान्यात आपले दुसरे आवश्यक काम लिहून त्याखाली रेघ ओढा, मग त्याच्याशी संबंधित केली जाणारी कामे लिहा.

तुम्हाला आपल्या वेळ व ध्यानाला या तऱ्हेने निर्देशित करायचे आहे, जसे तुम्ही जेवण तयार करताना गॅसकडे लक्ष ठेवता, तुमचे लक्ष समोरच्या बर्नरकडेच जास्त असेल. अर्थात तुम्ही मधूनमधून मागच्या बर्नरवर ठेवलेल्या पातेल्यातील पदार्थ पण ढवळाल वा पॅनकेक उलटवाल, पण समोरच्या बर्नरवरच तुमचे ध्यान प्रामुख्याने केंद्रित राहील.

5. एक किचन सिंक तयार करा

यानंतर तुम्हाला त्या कामांची सूची तयार करायची आहे, जी पहिल्या व दुसऱ्या परियोजनेत येत नाही. ती कोणत्या प्रकल्पाचा हिस्सा आहे याने काही फरक पडत नाही, ती बाकीच्या कामांबरोबर तुमच्या किचन सिंकमध्ये सामील होऊ शकतात.

बर्नर लिस्टमध्ये प्रत्येक कामाची जागा दिलेली नसते आणि याचा अर्थ आहे की अशी अनेक कामे सोडावी लागतील, जी आवश्यक नाहीत आणि हीच सर्वांत मोठी गोष्ट आहे. मी एक मोठी परियोजना, एक छोटी परियोजना आणि करायच्या कामांची एक छोटी सूची तयार करून घेतली आहे आणि हे सर्व एकाच वेळी होऊन गेले. जर हे कागदात बसत नसेल तर माझ्या जीवनात पण बसू शकणार नाही.

बर्नर लिस्टला तुम्ही आपल्या सोयीनुसार बदलवू शकता. मी दर काही दिवसांनंतर लिस्ट पुन्हा एकदा बनवतो, लिस्टवर पुन्हा पुन्हा काम करणे खूप आवश्यक असते. या तऱ्हेने त्या अर्धवट राहिलेल्या कामांना हटवू शकता, ज्यांचे आता काही मोल राहिले नाही. मला असा विचार करायला पण वेळ मिळतो की, कुठल्या परियोजनांना बर्नर लिस्टच्या कोणत्या भागात आता सामील करायचे आहे. अनेकदा ही कार्य- परियोजना प्राथमिकता घेणारी असू शकते. आणि काही वेळा तो

एक व्यक्तिगत प्रकल्प असू शकतो. फेरबदल करणे हे नैसर्गिक आहे व बस, तुम्हाला एवढे लक्षात ठेवायचे आहे की, फ्रंट बर्नरवर एका वेळी एकच मोठे काम व्हायला हवे.

चला तर मग, जेवण तयार करायला घेऊ.

7. व्यक्तिगत स्प्रिंट (आराखडा) तयार करा.

जेव्हा कधी तुम्ही एखादी परियोजना सुरू करता, तेव्हा तुमचा मेंदू एका कंप्युटरसारखा कार्य करायला लागतो, तो आवश्यक सूचना गोळा करतो, नियम बघतो आणि तुमच्या वर्किंग मेमरीमध्ये त्याला प्रोसेस करतो. या 'बूट'ला वेळ लागतो आणि जेव्हा कधी तुम्ही परियोजना हातात घेता, तेव्हा तुम्हाला काही कामे दोन वेळा करावी लागतात.

हेच कारण आहे की आमच्या डिझाईन प्रिंटमध्ये टीम एकाच प्रकल्पावर पाच दिवस लागोपाठ काम करते. लोकांच्या वर्किंग मेमरीमध्ये सूचना दुसऱ्या दिवसापर्यंत राहते, ज्यामुळे ते आव्हान अधिकाधिक सखोलतेने पूर्ण करू शकतात. परिणामतः आम्ही साधारणपणे कामाच्या तासांपेक्षा बरेच जास्त परिणाम मिळवू शकतो.

पण या तऱ्हेने प्रिंट केवळ टीमवर्कसाठी नसतात, तुम्ही याला व्यक्तिगत पातळीवर स्वतःसाठी बनवू शकता. तुम्ही जरी आपल्या लिव्हिंग रूमला पेंट करीत असाल, जगलिंग शिकत असाल किंवा मग एखाद्या नवीन ग्राहकासाठी रिपोर्ट तयार करीत असाल, तुम्ही चांगले काम करण्याबरोबरच अधिक प्रगती तेव्हाच करू शकाल, जेव्हा तुम्ही सातत्त्याने काही दिवस ते कराल. एकंदरीत तुम्हाला सतत काही

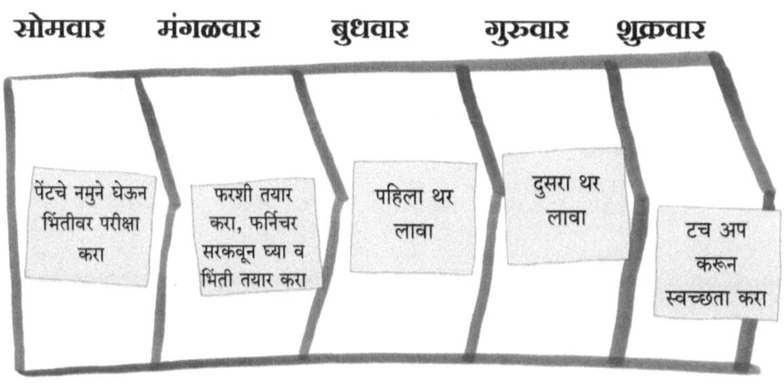

दिवसांपर्यंत एकच हायलाईट निवडावा लागेल. ते रोज पूर्ण होणाऱ्या पायऱ्यांमध्ये विभाजित करा आणि आपल्या मानसिक कम्प्युटरला सुरू ठेवा.

जॅक

मी याचा परिणाम स्वतःच्या लिखाणावर झालेला पहिला आहे. दीर्घ विरामानंतर पहिला दिवस कठीण जातो. असे होऊ शकते की खूप लिखाण होणार नाही, पण असे वाटू लागते की मी बूट-अप करतोय. तिसऱ्या व चौथ्या दिवशी मी पूर्णपणे कामाशी समरस होतो आणि मी ते सर्व काही करतो, जे गती साधायला करावे लागते.

हायलाईट युक्ती

आपल्या हायलाईट (उद्दिष्टां)साठी वेळ काढा

8. आपल्या उद्दिष्टांना दिनचर्येत सामील करा.
9. तुमचे कॅलेंडर ब्लॉक करा.
10. आपल्या कॅलेंडरला बुलडोझ करा.
11. याचे छोटे छोटे तुकडे करा.
12. नाही म्हणायला शिका.
13. आपल्या दिवसाची आखणी करा.
14. एक मॉर्निंग पर्सन बना.
15. रात्रीचा वेळच हायलाईट वेळ आहे.
16. काम झाल्यावर ते सोडून द्या.

8. आपल्या उद्दिष्टाला दिनचर्येत सामील करा.

जर तुम्हाला उद्दिष्टांसाठी वेळ काढायचा असेल तर कॅलेंडरपासून सुरू करा. आपली उद्दिष्टे लिहा. हे अगदी सोपे पण असू शकते. उदाहरणार्थ :

1. विचार करा की तुम्हाला तुमच्या उद्दिष्टांसाठी किती वेळ हवा?
2. विचार करू की तुम्ही तुमच्या उद्दिष्टावर केव्हा काम करू शकता?
3. आपली उद्दिष्टे कॅलेंडरवर ठेवा.

जेव्हा तुम्ही एखाद्या गोष्टीला दिनचर्येत सामील करता, तेव्हा तुम्ही स्वतःला वचन देत आहात व स्वतःला संदेश देत आहात की मी हे काम करणार आहे, पण याबरोबरच तुम्हाला अजून एक फायदा पण होता. हे आपल्याला तुमच्या स्वतःच्या पद्धतीने वेळ घालवायची संधी देते. विचार करा की आज तुम्हाला रेशन आणायला जायचे आहे आणि घरातल्यांसाठी जेवण बनवायचे आहे. तुम्ही विचार करता की जेवण सात वाजेपर्यंत तयार व्हायला पाहिजे, नाहीतर मुले वेळेवर झोपायला जाऊ शकणार नाही आणि मला सहा वाजताच स्वैपाकघरात जावे लागेल. याचा अर्थ आहे की ऑफिसमधून पाच वाजता निघायला लागेल. म्हणून माझ्यापाशी रस्त्यात दुकानात थांबायला वेळ आहे. तुम्ही कॅलेंडरवर पाच वाजताच ही गोष्ट नोंद करू शकता, 'काम बंद करा.'

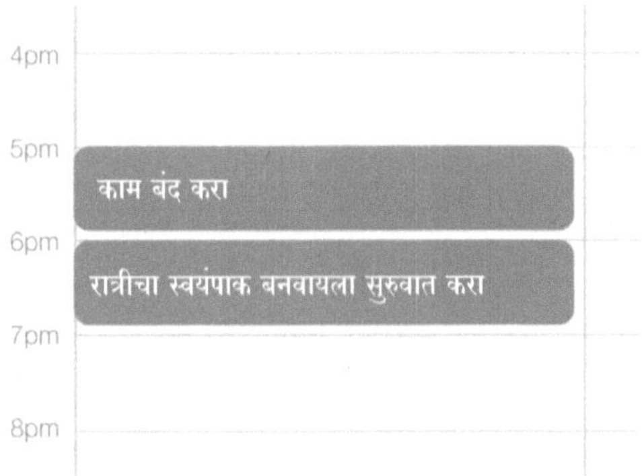

जेव्हा तुम्ही तुमचे उद्दिष्ट निश्चित करता, तेव्हा तो वेळ त्यासाठीच लागतो, तुम्ही या वेळेत अजून दुसरे कुठले काम करू शकत नाही. जेव्हा दुसरी कामे समोर असतील तर तुम्हाला हे पाहावे लागेल की तुम्ही ती उरलेल्या वेळात कशी पूर्ण करू शकता किंवा ती नंतर केली तर चालू शकते. तुम्हाला हे आढळून येईल की तुमच्या कॅलेंडरवरच प्राथमिकता निश्चित व्हायला लागेल.

जेझी

माझ्या करीयरच्या सुरुवातीला इतक्या मीटिंग होत नसत म्हणून कधी कॅलेंडरचा प्रयोग केला नाही, पण माझ्याकडे टू-डू लिस्ट असायची. मी रोज ऑफिसला जाऊन आपली लिस्ट बघून विचार करायचो, आज काय करायला हवे? अरेच्चा! मग मी लवकर पूर्ण होणारे सोप्पेसे काम हातात घेऊन पूर्ण करून टाकत असे. पण दिवसाअखेर निराशेशिवाय काही हाती लागत नसे. आवश्यक कामे करायची राहून जात आणि लिस्ट अर्धी शिल्लक राहत असे.

यानंतर मी गुगलमध्ये काम करू लागलो. तुम्ही गुगलमध्ये शेअर कॅलेंडरशिवाय काम करू शकत नाही ज्यामुळे तुम्हाला तुमच्या मीटिंगबद्दल लक्षात राहते (ज्या खूप जास्त असतात) आणि मित्र पण तुमचे कॅलेंडर पाहून तुम्हाला तुमच्या मीटिंगमध्ये सामावून घेतात.

हे गुगलचे मीटिंग खचाखच भरलेल्या बैठकांचे सत्र असे होते आणि कॅलेंडरच्या वापराशिवाय काम होत नसे. कॅलेंडरच्या मदतीने मला ठरवता येत असे की आपला वेळ कसा घालवायचाय आणि माझ्या सहकाऱ्यांनाही ते कळत असे. जसजसे माझे वेळापत्रक व्यस्त होत गेले, तसेतसे मला कळून आले की मला उद्दिष्टपूर्तीसाठी वेळ काढायचा असेल तर वेळापत्रक करावे लागेल.

9. तुमचे कॅलेंडर ब्लॉक करा.

जर तुम्ही रिकाम्या कॅलेंडरपासून सुरुवात कराल तेव्हा आदर्श वेळेसाठी हायलायटरच्या जागी ठेवू शकता, जेव्हा तुमची ऊर्जा भरपूर असते आणि तुमचे लक्ष पण पूर्णपणे त्यावर केंद्रित असते, पण आमच्यापैकी अधिकतर लोकांसाठी रिकाम्या कॅलेंडरपासून करण्याचा हाच अर्थ आहे, की जणू काही रस्त्याच्या कडेला एक हजार डॉलरची नोट सापडली आहे. हे असे नक्की होऊ शकते पण अशी काही आशा न ठेवणे हेच योग्य राहील. तुम्ही जर अशा एखाद्या ऑफिसमध्ये काम करीत असाल, जिथे बरोबर काम करणारे सहकारी तुम्हाला त्यांच्या मीटिंग्जमध्ये सामील करून घेऊ शकतात, तेव्हा तुम्ही बाकीचे सगळे विसरून जा. तुम्हाला वेगळी सुरुवात

करावी लागेल. **आपल्या उद्दिष्टांसाठी जागा बनविण्यासाठी रोज 'डू नॉट शेडयूल'चा ब्लॉक वापरा.**

जेझी हे तंत्र आपला मित्र ग्राहम जेनाकेनकडून शिकला. २००७-२००८मध्ये ग्राहम जेझीचा बॉस होता आणि जेझीला वाटायचे की ग्राहम काहीही करू शकतो, तो वीस लोकांना सांभाळून त्यांच्याकडे पूर्ण लक्ष आणि सहयोग द्यायचा. त्याच्यापाशी एडवर्ड्स गुगल फ्लॅगशिप ॲडव्हर्टायझिंग प्रोडक्ट्स जे रिडिझाईन पण होते. याचा अर्थ असा होता की, तो एकाच वेळी अनेक कामे करत असे. उदाहरणार्थ, यूजर इंटरफेस डिझाईन करणे, ग्राहकांबरोबर टेस्टिंग व स्पेसीफिकेशन तपासणे आणि इंजिनियर्ससह संवाद साधणे... सर्व लोक हा विचार करून हैराण होत की, त्याला इतका वेळ कसा मिळतो? आणि सर्वांना असे वाटत असे की तो तासन्‌तास काम करत असेल. पण ही समजूत चुकीची होती.

ग्राहमचे वेळापत्रक एका कॉर्पोरेट मॅनेजरचे होते. तो रोज खूप मीटिंगमध्ये भाग घेत असे, पण त्याच्या कॅलेंडरमध्ये एका विशेष गोष्टीचा समावेश होता. त्याने सकाळी सहा ते अकराचा वेळ स्वतःसाठी राखून ठेवला होता.

'हा माझा स्वत:चा वेळ आहे. मी सकाळी लवकर उठतो. लवकर ऑफिसला येतो, जिम करतो, नाश्ता करतो, आणि मीटिंग सुरू व्हायच्या आधी दोन तास काम पण करून टाकतो,' ग्राहम म्हणाला.

'लोक असे वेळापत्रक का करीत नाही?' जेझीने विचारले.

'अनेकदा ते प्रयत्न करतात पण मी त्यांना सांगून टाकतो की, माझे काही स्वतःचे बेत असतात.'

दहा वर्षांनंतर, आम्ही आजही आपल्या उद्दिष्टांसाठी याच तंत्राचा वापर करतो आहोत. आणि त्याबरोबरच आम्ही अजून काही खास तंत्र पण त्यात सामील केली आहेत.

प्ले ऑफेंस, नॉट डिफेंस : आपल्या डू नॉट शेड्यूल ब्लॉकचा प्रयोग आपल्या सहकाऱ्यांपासून बचाव करायला किंवा मीटिंगपासून वाचायला करू नका. जो काही वेळ बाजूला काढाल, आपल्यासाठी सर्वांत जास्त ऊर्जा देणाऱ्या वेळात बदलून टाका.

लालची बनू नका : आम्ही असे म्हटले की, तुम्ही तुमचे कॅलेंडर ब्लॉक करायला हवे पण तुम्ही ते ठासून भरता कामा नये, काही प्रसंगांसाठी तर त्यात जागा रिकामी ठेवायला हवी. त्यामुळे तुमचे सहकारी खूश होतील की त्यांच्यासाठी तुमच्याकडे वेळ आहे. जेव्हा तुम्ही या तऱ्हेने काम करणे सुरू कराल, तेव्हा रोज एक किंवा दोन तास राखून ठेवून त्यातच तुमची कामे करू शकता.

हे गंभीरतेने घ्या: जर तुम्ही आपल्या वचनांना गंभीर्याने घेतले नाही, तर लोकही घेणार नाही. या राखीव वेळेला महत्त्वाच्या मीटिंगप्रमाणे समजा, म्हणजे लोक त्याचवेळी तुमच्यासाठी दुसरे काम आखणार नाहीत, उदाहरणार्थ, ग्राहम सरळ आणि परिणामकारक प्रकारे सांगायचा, माझे स्वत:चे या वेळात काही बेत आहेत.

10. आपल्या कॅलेंडरला बुलडोझ करा.

जर तुम्ही आपल्या कॅलेंडरला ब्लॉक करू शकत नाही तर तुमच्यासाठी अजून एक उपाय पण आहे. आपल्या कॅलेंडरला बुलडोझ करा.

कल्पना करा की एक छोटा बुलडोझर तुमच्या कॅलेंडरमधून चालतोय आणि त्यावरच्या घटनांना ढकलत आहे, असे होऊ शकते की हा बुलडोझर एका मीटिंगला १५ मिनिटांनी आणि दुसरीला तीस मिनिटांनी कमी करून टाकेल हा बुलडोझर तुमच्या सर्व मीटिंग आठवड्याच्या दोन दिवसात गुंडाळू शकतो म्हणजे तुम्ही उरलेल्या दिवसांमध्ये एकट्याने काम करू शकाल.

जर तुम्ही कुणाच्या हाताखाली काम करण्याऐवजी स्वतः आपले बॉस बनाल, तर बुलडोझ करणे अजून सुलभ होईल.[1] याप्रमाणे कॅलेंडरपेक्षा आपले नियंत्रण

---

[1] जर तुम्ही डुलकी घेण्यासाठी सीईओबरोबर करायचे काम रीशेड्यूल करू शकत असाल, तर फारच छान!

खूप जास्त होईल. लोकांना हे सांगण्यात हरकत नाही आहे की तुम्हाला एखाद्या आवश्यक कामाला जायचे आहे किंवा ते तुमच्या बरोबर एक तास बोलण्याऐवजी दहा मिनिटात काम आटोपते घेतील.

आपण बरेचदा सर्व मीटिंग्सना होकार देतो, कारण प्रत्येक ऑफिस कल्चरची हीच नैसर्गिक घडण आहे, पण हे मानून चालू नका की प्रत्येक मीटिंगपाठी एक योग्य कारण असेल किंवा तुम्हाला मिळालेले आमंत्रण खूपच महत्त्वपूर्ण असेल. ऑफिसचे रोजचे कामकाज विचारपूर्वक ठरवले जात नाही, आपोआपच तयार होत असते. जसे तलावात कचरा जमा होत जातो. गोष्टी ठीक करण्यात काहीच हरकत नाही.

11. याचे छोटे छोटे तुकडे करा.

अनेकदा असे दिवस किंवा आठवडे पण असतील, जेव्हा तुम्ही इतके व्यस्त व कामाच्या ओझ्याखाली दबलेले असाल की, तुम्ही आपल्या उद्दिष्टासाठी वेळ काढण्याचा विचारही करू शकणार नाही.

जेव्हा तुमच्याबाबतीत असे होईल, तेव्हा स्वतःला विचारा की असे आहे का, जे रद्द करू शकतो. एखादी मीटिंग सोडू शकतो वा एखादी डेडलाईन पुढे सरकवू शकतो, वा कुणा मित्राबरोबरच्या बनवलेल्या योजनेत फेरबदल करू शकतो.

आम्हाला माहीत आहे की, हा विचार ऐकायला चांगला वाटत नाही इथपर्यंत की, 'न्यूयॉर्क टाइम्स'ने पण अखेरच्या मिनिटांत या अशा रद्द करण्याच्या विचारावर खेद प्रकट केला आहे आणि याला 'गोल्डन एज ऑफ बेलिंग' असे म्हटले आहे. अर्थात सर्व काही एका वेळी पण सोडू शकत नाही, पण आपली कॅलेंडरवरच्या प्रचंड व्यस्त अशा रोजच्या कामकाजातली काही कामे विचार न करता रद्द करण्यामधला हा एक मार्ग आहे.

पूर्ण प्रामाणिकपणाने असा विचार करा की, तुम्ही काम का सोडत आहात आणि मग ते सोडून द्या. तरीपण ही दीर्घ काळपर्यंत चालणारी कार्यपद्धत नाही. वेळेनुसार तुम्हाला हे कळून येईल की तुम्ही आपल्या कामावर लक्ष देताना अजून किती कामे त्याच्यासह पूर्ण करू शकता. या दरम्यान हे योग्य होईल की, आपल्या प्राथमिकतेकडे यापेक्षा जास्त दुर्लक्ष करू नका, याचे छोटे भाग करून काही कामे सोडून द्या. त्याचे वाईट वाटून घेऊ नका. जर काही लोक तक्रार करत असतील तर त्यांना सांगा की, असे करण्यात काही वाईटपणा नाही.

12. नाही म्हणायला शिका.

ब्लॉकिंग, बुल्डोझिंग व फ्लेकिंग तुमच्या हायलाईटसाठी (उद्दिष्टे) वेळ काढण्याचे तीन उत्तम उपाय आहेत. दुय्यम प्राथामिकता असलेली कामे टाळण्यापेक्षा मुळात ती स्वीकारूच नका.

आमच्या दोघांनाही नकार देणे हे स्वाभाविकतः येत नाही. आम्ही असे लोक आहोत, ज्यांची हो म्हणणे हीच स्वाभाविक वृत्ती आहे. हे बऱ्याच अंशी चांगले आहे. आम्हाला सर्व काही करण्याची इच्छा आहे आणि आम्हाला सर्वांना मदत करायची आहे आणि प्रामाणिकपणे सांगायचे तर नाही म्हणण्याचे धारिष्ट्य आम च्यात नाही. कारण हो म्हणणे जास्त सोपे असते. एखाद्या निमंत्रणाला किंवा नव्या प्रकल्पाला नाही म्हणणे अवघड जात असेल पण आम्ही बरेच तास, दिवस व उद्दिष्ट याच प्रकारे घालवली आहेत. कारण आमच्यापाशी समोर येणाऱ्या काम ाला नाकारण्याचे धैर्य नव्हते. आम्ही यावर काम करत आहोत व आम्हाला असे आढळले आहे की, जेव्हा आम्ही नाही म्हणायला शिकलो, तेव्हा आमच्यासाठी बरेच काही सोपे सरळ होऊन गेले. आमच्यासाठी हे काम करण्याचा सोपा उपाय म्हणजे आमच्यापाशी अनेक परिस्थितीच्या हिशेबाने काही सबबी तयार असतात आणि आम्ही नेहमी तयारीत असतो की नकार कसा द्यायचा आहे!

तुम्ही तुमच्या उद्दिष्टाच्या पूर्ततेत पूर्णत: व्यस्त आहात का? आणि खरोखरीच तुमच्यापाशी वेळ नाही? तर मग सांगा, 'सॉरी, काही मोठ्या परियोजनांवर काम चालू आहे आणि माझ्यापाशी नवीन कामासाठी वेळ नाही.'

तुम्हाला असे वाटते का की एखादी नवीन परियोजना हाती घेतल्यावर तुम्ही त्यावर पूर्ण लक्ष केंद्रित करू शकत नाही? तेव्हा तुम्ही म्हणू शकता की, दुर्भाग्याने माझ्यापाशी या परियोजनेवर अजून चांगल्या तऱ्हेने काम करायला वेळ नाही!

तुम्हाला एखाद्या अशा प्रसंगाला किंवा निमंत्रणाला जायचे आहे, ज्यात तुम्हाला अजिबात आनंद मिळणार नाही? त्या वेळी तुम्ही असे म्हणू शकता, 'तुमच्या निमंत्रणाबद्दल धन्यवाद. पण मला यात इतका रस नाही![2]

एकंदरीत चांगले व इमानदार व्हा. आम्ही नकार देण्याचे, उदासीनता दाखविण्याचे आणि बहाणे बनवण्याचे बरेच प्रकार बघितले आणि काही आजमावूनही पाहिले,

---

[2] एखाद्या मित्राला निमंत्रणासाठी किंवा कामासाठी नकार द्यायचा असेल तर चेष्टामस्करीच्या रूपात संवाद साधा. या तऱ्हेने नकार देणे सोपे जाईल.

पण ते योग्य व प्रामाणिक नव्हते. त्यामुळे हा मनाविरुद्ध घेतलेला कठीण निर्णय शेवटपर्यंत रेंगाळत राहिला. निवडीचे खांद्यांवर ओझे होत राहिले असते, त्यामुळे तुम्हाला त्या उपायांना, निवडींना बाजूला ठेवून सत्य काय ते सांगितले पाहिजे.

तुम्ही आज एखाद्या आग्रहाला नकार देत आहात, याचा अर्थ हा नाही की तुम्ही भविष्यातही हो म्हणणार नाही. त्या निमंत्रणाचा मनापासून स्वीकार करा. 'तुमच्या बोलावण्यामुळे छान वाटले. पुन्हा कधी तरी यायचा प्रयत्न करेन. तुम्हाला तुमच्या कामात माझी मदत हवी होती, ही माझ्यासाठी खूप महत्त्वाची गोष्ट आहे. मला आशा आहे की, भविष्यात आपण हे काम अधिक चांगल्या तऱ्हेने मिळून करू शकू.' असेही आपण म्हणू शकतो.

आमची मैत्रीण क्रिस्टिन ब्रिलियंट्स नकार देताना 'सोअर पॅच किड मेथड'चा उपयोग करते. कॅण्डीसारखी तिची पहिली उत्तरे आंबट असतात. मग ती त्यांना गोड शेवटात संपवते. उदाहरणार्थ, 'अरे, माझी टीम तर तुमच्याबरोबर काम नाही करू शकणार, पण तुम्ही टीम 'एक्स'ला विचारा, ते लोक हे काम अधिक चांगल्या तऱ्हेने करू शकतात.'

तिचे म्हणणे असे आहे की, तुमच्या वाक्याचा अंत नकली गोड बोलण्याने व्हायला नको आणि त्यात खोटेपणाही नको. जर शक्य असेल तर ती अशा लोकांची गाठ घालून देते, जे त्यांच्या कामात साहाय्यभूत ठरतील. आणि जर असे शक्य नसेल तर आपल्याकडून उत्तेजन देऊन त्यांचा उत्साह वाढवण्याचा प्रयत्न करते. बस, ती फक्त एवढेच म्हणते की, 'तुम्ही माझी आठवण काढलीत त्याबद्दल धन्यवाद. तरीसुद्धा तुमचे काम होऊ शकते.'

13. आपल्या दिवसाची आखणी करा. (डिझाईन करा)

आम्ही जेव्हा आपल्या गुगलच्या कामांसाठी स्प्रिंट तयार करत होतो, तेव्हा पूर्ण दिवसाचा अगदी मिनिट - सेकंदाचा हिशोब होत असे. पूर्ण दिवस प्रत्येक स्प्रिंटही आमच्या फॉर्म्यूल्याला सुधारण्याची एक संधी होती. आम्ही पूर्ण दिवस त्या कामाच्या उतार-चढावावर लक्ष ठेवत असू. लोकांना केव्हा थकवा जाणवू लागला, केव्हा काम वेगाने झाले किंवा केव्हा काम मंद गतीने झाले, आणि यानुसारच सर्व काही ठरवत असू.

आपल्या कॅलेंडरवर उद्दिष्टासाठी वेळ निश्चित करण्याने तुम्ही वेळेची बचत करू शकता; पण जर तुम्ही आमच्या स्प्रिंट डिझाईनला दिवसाला लागू करणे शिकून

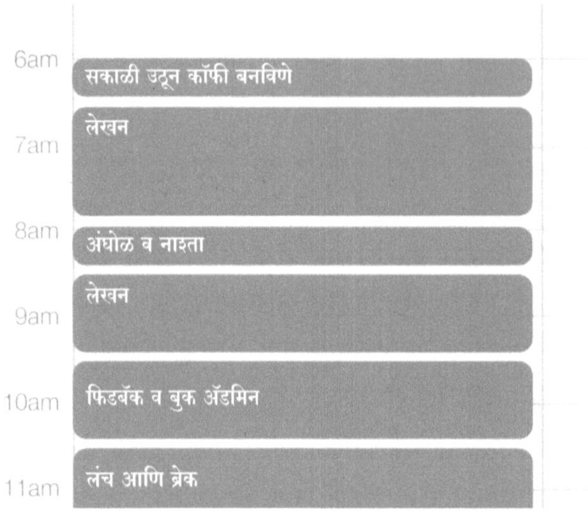

घ्याल तर तुमचा हा विचार एका नवीन व विलक्षण स्तरावर तुम्हाला घेऊन जाईल. जेझी हे गेली अनेक वर्षं करत आला आहे. त्याची दिनचर्या काहीशी अशी असते.

यात प्रत्येक बारीकसारीक गोष्टीचा समावेश केला आहे. त्याने अंघोळ व कॉफी बनविण्यासाठी पण वेळ राखून ठेवला आहे. तो जवळपास रोज आपल्या दिवसाची दिनचर्या याच तऱ्हेने आखतो. संध्याकाळी तो आपल्या कामांची उजळणी करीत एका नजरेत जाणून घेतो की त्याची दिनचर्या सफल झाली की नाही; आणि मग तो त्याचे भविष्यातील शेड्यूल अॅडजस्ट करून तो काय शिकला, याचा हिशोब करतो.

हे सगळे ऐकायला खूपच त्रासदायक वाटू शकते : ''अशा दिनचर्येत स्वातंत्र्य आणि समाधान कुठे आहे?'' पण खरे तर एक ठरावीक दिवस तुम्हाला स्वातंत्र्य बहाल करतो. जेव्हा तुमच्यापाशी कुठलीच योजना नसते, तेव्हा तुम्हाला सारखे ठरवावे लागते की आता काय करायचे आहे आणि असेही होऊ शकते की, तुम्ही काय काय होऊ शकते आणि काय करायला हवे, या विचारानेच त्रस्त व्हाल. यानंतर काय करायचे आहे याचा विचार करण्याऐवजी, तुम्ही याच गोष्टीवर लक्ष केंद्रित करू शकता की ते तुम्ही कसे कराल. तुम्ही पूर्ण तऱ्हेने आपल्यासाठी ठरवलेल्या योजनेवर विश्वास ठेवू शकता. दिवसामध्ये ई-मेल चेक करण्याची वेळ कुठली असायला हवी? त्याला किती वेळ द्यायला हवा? तुम्ही वास्तवात प्रतिक्रिया द्यायच्या ऐवजी स्वतःच उत्तर ठरवू शकता.

जॅक

सारा कूपर माझ्यासाठी एक आदर्श व्यक्ती आहे. काही वर्षांपूर्वी तिने आपली नोकरी सोडली, जेणेकरून ती पूर्ण वेळ लेखक व स्टँड-अप कॉमेडियन बनू शकेल. मग ती लगेच आपली वेबसाईट 'द कूपर रिव्ह्यू'वर मजेदार पोस्ट लिहू लागली; ज्याला अनेक वाचक मिळाले. तिने तीन पुस्तकांच्या करारांवर स्वाक्षरी केली. जेव्हा मी नोकरीचा राजीनामा दिला, तेव्हा मी साराचा सल्ला घ्यायला गेलो होतो की, नोकरी सोडल्यावर स्वतःची दिनचर्या कशी असावी?

साराच्या यशाचे रहस्य हेच होते की, आपल्या दिवसाच्या प्रत्येक तासाचा हिशेब बघून, तो ठोस अनुमान लावण्याच्या योग्य दिनचर्येत बांधला जाईल. ती आपल्या दिनचर्येच्या योजनेसाठी नोटबुकचा वापर करीत असे आणि मग मूल्यांकन करीत असे की आज झालेल्या कुठल्या गोष्टी तिच्यासाठी अनुकूल होत्या आणि कुठल्या नाही. हे बघितल्यावरच मला जाणीव झाली की, सर्व कामे करण्यासाठी दिवसभरात पुरेसा वेळ असतो. टू-डू लिस्ट बनवण्याऐवजी मी दिवसाचा वेळ अर्ध्या अर्ध्या तासाच्या भागांमध्ये विभाजित करणे चालू केले.

मला ही पद्धत आवडली आणि मला माहीत होते की जेझीपण आपले कॅलेंडरवर लिहिलेले वेळापत्रक खूप कसोशीने पाळत असे, म्हणून मी पण हे करून पाहायचे ठरवले. मी आपल्या कॅलेंडर किंवा डायरीचा प्रयोग करण्याऐवजी या युक्तीचा स्वीकार केला जिचा कॅल न्यूपोर्टने डीप वर्कमध्ये सल्ला दिला आहे : मी आपली दिनचर्या रिकाम्या कागदावर लिहू लागलो, मग पूर्ण दिवस कामे आणि परिस्थितीनुसार त्यामध्ये बदल करीत असे, जसे:

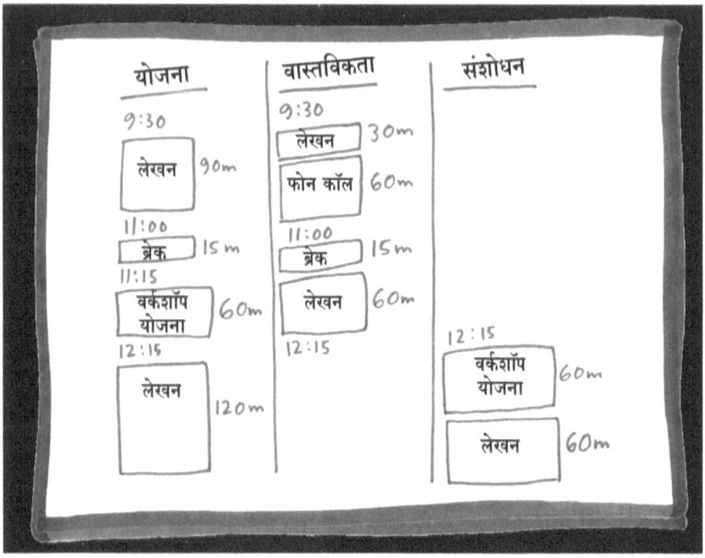

हा उपाय बरोबर लागू पडला. लागोपाठच्या कामांना नवीन तऱ्हेने डिझाईन करण्याने मला एक साधन मिळाले, ज्यामुळे मला हे माहिती होत होते की माझा वेळ कसा जात होता, याने मला दाखवले की माझ्यासाठी लेखनाचा उत्तम समय कोणता होता आणि मला अशा तऱ्हेने आपले दिनचर्या ठरविण्यात मदत मिळाली. आता जेव्हा कधी काम हातातून निसटायला लागते, तेव्हा मला कळून येते की आपल्या दिवसाची पुनर्रचना (रिडिझाईन) करण्याची वेळ आली आहे.

विरुद्ध

युक्तीचा संघर्ष – दिवस विरुद्ध रात्र

तुम्हाला जर दिवसाच्या मध्यामध्ये आपल्या प्राधान्यासाठी वेळ काढता येत नसेल, तर तुम्हाला सकाळी लवकर किंवा उशिरा रात्री आपला वेळ काढण्याचा प्रयत्न करायला हवा. जेझी रात्री काम करीत असे आणि त्याने स्वतःला मॉर्निंग पर्सनमध्ये बदलून टाकले, जेकला असे करता आले नाही, म्हणून त्याने रात्रीच्या वेळेलाच अनुकूल बनवून टाकले. यासाठी काही कार्यपद्धती देत आहोत.

14. एक मॉर्निंग पर्सन बना.

जेझी

२०१२मध्ये मी ठरवले की मी एक मॉर्निंग पर्सन बनेन.

असे करणे इतकेही सोपे नव्हते. माझे पूर्ण जीवन याच तऱ्हेने गेले होते की, जेव्हा कधी मला सकाळचा क्लास, मीटिंग किंवा इव्हेंटसाठी लवकर उठायचे असायचे, तेव्हा मला खूप प्रयत्न करायला लागायचे. नेहमी धांदल, गडबड होत असल्याने मला पोहोचायला उशीर व्हायचा आणि मग पूर्ण दिवस थकवा आणि अपुऱ्या झोपेमुळे येणारी मरगळ राहत असे.

पण मला सकाळी उपलब्ध होऊ शकणाऱ्या शक्यतांचा मोह पडला होता. सकाळी लवकर मिळणारे ते दोन तास एखाद्या बक्षिसाप्रमाणे

वाटत असत, ज्यात मी आपल्या उद्दिष्टांवर काम करत असे. जेव्हा मी आपल्या दिवसाच्या कामांची तयारी करू शकत होतो. या तऱ्हेने आपल्या पत्नीबरोबर अधिक वेळ घालवू शकत होतो, जी अशा कंपनीत काम करीत होती, जिथे सहसा सकाळी मीटिंग असायची. मला मिशेलपेक्षा वेगळी दिनचर्या आखणे योग्य वाटत नव्हते, कारण त्यामुळे आम्ही एकत्र वेळ घालवू शकत नव्हतो.

रात्री जागून काम करण्याची सवय असल्याने मला माहीत होते की, जर मला सकाळी लवकर उठायचे आहे आणि पूर्ण दिवस थकवा व अपुऱ्या झोपेने येणारी मरगळ टाळायची असेल, तर हे बघावे लागेल की दुसऱ्या लोकांसाठी कुठला उपाय सोपा असेल. मग मी काही सुलभ साधे प्रयोग केले.

ते सगळे सफल झाले. एक-दोन सोप्या उपायांच्या मदतीने, मी रात्री किंवा त्यानंतरसुद्धा जागून काम करण्याऐवजी सकाळी लवकर उठू लागलो. आधी मी उशिरापर्यंत स्क्रीन बघत असे, डिझाईनचे काम करत असे, लेखन किंवा कोडिंग करत असे आणि मग रात्री-बेरात्री झोपायला जात असे. त्यानंतर मात्र मी योग्य वेळी झोपणे सुरू केले आणि सकाळी लवकर उठून आपला वेळ दैनिक प्राथमिकता पुऱ्या करण्यात घालवू लागलो.

मी त्या लोकांबरोबर माझे हे उपाय शेअर करू इच्छितो, जी बहुतेक रात्री उशिरा काम करणारी व जागणारी घुबडे आहेत.

उजेड, कॉफी आणि काही करण्याच्या काही कामांपासून सुरू करा :

सकाळी उठण्याच्या वेळी प्रकाशाच्या महत्त्वाकडे दुर्लक्ष करू नका. मानवाचे जैविक घड्याळच अशा तऱ्हेने निर्माण केले गेले आहे की, तो उजेड झाल्यावर जागा होईल आणि अंधार झाल्यावर झोपेल. तुम्ही सकाळचा वेळ आपल्या उद्दिष्टांसाठी देऊ इच्छिता, तर तुम्ही सूर्य उगवायची वाट बघू शकत नाही, कारण बहुतांशी जगात बरीच वर्षे तुम्हाला उजाडायच्या आत उठावे लागेल. जेव्हा मी उठायचो तेव्हा खोलीतील सगळे दिवे लावायचो. (बोटीवर असताना पण असेच करीत असे आणि माझ्या जागे होण्यानंतर जर एक-दोन तासांनंतर सूर्य उगवला तर मी सूर्योदय अवश्य पाहत असे. आकाशातील अंधार जाऊन उजेड

होताना बघून माझ्या मेंदूला जाणीव होत असे की, रात्रीनंतरचा दिवस सुरू होतोय.

माझ्यासाठी कॉफी पण खूप आवश्यक आहे. अर्थात कॅफिन चांगलेच असते, पण सकाळी ती बनवून पिणे हे माझे रोजचे काम आहे. मला साध्या तंत्राने कॉफी तयार करायला पंधरा मिनिटे लागतात : पाणी उकळणे, बियांची पूड करणे, फिल्टर तयार करून दळलेली कॉफी आणि पाणी मिसळणे. ही पद्धत कॉफी बनवण्यापेक्षा जास्त मेहनतीची आहे, पण मी तसेच करतो. कॉफी बनवण्याची ही संथ पद्धत मला कार्यमग्न ठेवते, नाहीतर या वेळी मी आपला ट्विटर बघायचो किंवा ई-मेल बघायला लागत असे. ही दोन्ही कामे नंतर मला निरुपयोगी असल्याची जाणीव करून देत असत. मी किचनमध्ये उभ्या उभ्या, हळूहळू जागा होत आपल्या दिवसाबद्दल विचार करतो, आणि उद्दिष्टांवर काम करताना ताज्या कॉफीचा आस्वाद घेतो.

जर तुम्ही सकाळी स्वतः करण्याचे एखादे काम राखून ठेवाल, तर तुम्हाला लवकर जागे होण्यात मदत मिळेल, पण माझ्यासाठी हेही आवश्यक होते की, कुठल्याही कामाशिवाय मी पण सकाळी लवकर उठू शकेन. जे मला रोज सकाळी उठून करण्याचे काही विशिष्ट काम नसे, तेव्हाही मी लवकरच उठत असे. व्यायाम ही एक चांगली क्रिया आहे. तुम्ही सकाळी भांडी घासून ठेवा, कपड्यांना इस्त्री करा किंवा घरात सामानाची आवराआवर करा. या तऱ्हेने तुमची झोप उडेल आणि दिवस सुरू व्हायच्या आधीच काही काम केल्याचा अनुभव यायला लागेल.

तरीही प्रकाश, कॉफी व काही करण्याची कामे यांच्यासहित सकाळी लवकर उठणे कठीण होऊ शकते, यासाठी तुम्हाला स्वतःसाठी संध्याकाळचे रुटीन बनवावेच लागेल.

रात्रीचे नियोजन आधीच करा.

प्रामाणिकपणे ह्या गोष्टीचे मूल्यांकन करा की, तुम्हाला किती झोप हवीय आणि ती किती मिळते? मला वाटते की, माझ्यासाठी सात ते आठ तासांची झोप आणि हिवाळ्यात तर कधी कधी नऊ तास झोप पुरेशी होते. बऱ्याच वेळा मी पहाटे ५.३०च्या आसपास जागा

होतो. याचा अर्थ आहे की, रात्री मला ९.३०च्या सुमाराला झोपायला हवे. जर तुम्ही पण रात्री जागणारे घुबड असाल, निशाचर असाल, तर तुम्हाला रात्री लवकर झोपणे जवळजवळ अशक्य आहे. मलाही असेच वाटत होते. पण आमच्यापैकी बहुतांश लोकांसाठी आमच्या शरीरापेक्षा आमचा समाजच आमच्यासाठी डिफॉल्ट बेडटाईम (झोपेची वेळ) ठरवतो. जर तुम्ही त्या डिफॉल्टना रीसेट (वेळेत बदल) करू इच्छित असाल, तर काही युक्त्या तुम्हाला उपयोगी पडतील.

लक्षात घ्या की, खाण्यापिण्याच्या वस्तूंनी तुमच्या झोपेवर काय परिणाम होतो. असे काही प्रमाण मिळाले आहेत का, जे तुम्हाला सांगतात – मद्याने तुमच्या झोपेच्या गुणवत्तेत सुधारणा होत नाही. मग तुम्हाला तसे वाटत नसेल तरीही खरे तर हे तुमच्या रॅम निद्रेत अडथळा आणते. मला रात्रीच्या जेवणानंतर डार्क चॉकलेट खायला आवडते, पण मला त्यात जास्त कॅफीन असते, हे कळायला बरीच किंमत चुकवावी लागली.

शेवटी आपल्या आसपासच्या वातावरणात असा बदल करा की शरीराला वाटेल की झोपायची वेळ झाली आहे. मी किचन व गॅलरीचे दिवे बंद करून टाकतो. मग बैठकीतले व शयनगृहात जरा मंद दिवे लावतो. मी संध्याकाळी सात वाजता आपल्या शयनगृहात पडदे लावून, पलंगावरचे सजावटीचे कुशन्स हटवून रजई घालून घेतो.

रोज पहाटे ५.३० वाजता उठणे इतके सोपे जात नाही, पण मी सकाळच्या प्रेमात पडण्याचे शिकून घेतले आहे, आणि मी उत्कृष्ट परिणाम अनुभवले. मी सकाळी ९.३० वाजेपर्यंत दोन तास उत्पादक कार्य करून घेतो. अंघोळ, तयार होणे, दोन मैल रपेट करणे, नाश्ता करणे आणि दोन कप कॉफी पिणे ही सारी कामे पूर्ण झालेली असतात.

प्रत्येकाला मॉर्निंग पर्सन बनणे शक्य नसते. अनेक लोक रात्री आपल्याला अनुकूल बनवून घेतात. तरीपण त्यांनासुद्धा मॉर्निंग पर्सन बनण्याचा प्रयत्न अवश्य करायला हवा. जोपर्यंत मी हा प्रयत्न केला नव्हता, तेव्हा मला याबाबत माहिती नव्हती. जोपर्यंत आम्ही काही काम करीत नाही, काही साध्या सोप्या कार्यपद्धतींचा स्वीकार करीत नाही आणि आपल्या जीवनात त्यांचा उपयोग करीत नाही, तोपर्यंत आम्हाला आमच्या क्षमतेचा पत्ता लागत नाही.

15. रात्रीचा वेळच हायलाईट वेळ आहे.

जॅक

आम्ही आनुवंशिक तऱ्हेने एक तर सूर्यवंशी लोक असतो किंवा निशाचर असतो. मी हे कुठल्या विज्ञानाच्या आधारे म्हणत नाही, तर मागील हजारो दिवसांमध्ये मी माझ्या मुलांचे निरीक्षण करून असे म्हणत आहे.

माझा मोठा मुलगा ल्यूक सूर्यवंशी आहे. तो सकाळी सहजपणे उठतो आणि डायनिंग टेबलवर कॉफी न पिताही प्रत्येक मिनिटाला २,६०० शब्द घडाघडा बोलू शकतो. याउलट माझा छोटा मुलगा फ्लीन निशाचर (रात्री जागणारा) आहे. सकाळी तो भांबावलेला असतो. सकाळ त्याला राग आणते आणि जर त्याच्याशी सात वाजायच्या आधी बोलायचा प्रयत्न केला, तर तो उलटा वार करायला मागेपुढे पाहत नाही.

मला हे समजू शकते कारण मीदेखील निशाचर आहे. मी जेझीचे उपाय अमलात आणले, म्हणजे लवकर उठू शकेन, पण मुलांकडून अडचणी येत राहिल्या. हे सर्व खूप त्रासदायक होते. एक परिवार आणि पूर्ण वेळ नोकरीसह, माझ्याकडे दिवसातून असा वेळ उरत नसे, ज्यात मी आपल्या उद्दिष्टांवर काम करू शकेन. जर मला सकाळी वेळ मिळत नव्हता, तर मला माझ्या कामासाठी कुठून तरी वेळ काढणे गरजेचेच होते.

मला वाटले की, मी रात्री जास्त चांगले काम करू शकेन. माझ्या लक्षात आले की, मी रात्री ९.३० वाजल्यापासून ११.३० पर्यंत कामावर चांगले लक्ष केंद्रित करू शकतो. कारण या दरम्यान मुले झोपी जातात आणि ११.३० वाजता माझ्या झोपेची वेळ होत असे. याआधी मी ही वेळ कधी गंभीरपणे घेतली नव्हती. पण जर मी त्या दोन तासांचा योग्य उपयोग करू शकलो, तर ते माझ्यासाठी बोनस तासांपेक्षा कमी नव्हते.

परंतु माझ्यासमोर मोठे आव्हान हे होते की, मी जरी रात्री ११.३० पर्यंत जागा राहत असलो तरी माझ्यातली ऊर्जा पूर्णपणे संपत आलेली असे, त्यामुळे मी एखाद्या महत्त्वाच्या व आवश्यक कामावर लक्ष

केंद्रित करू शकत नसे. मग मी तो वेळ अशा कामांसाठी वापरत असे, ज्यासाठी फार ऊर्जेची गरज नव्हती, जसे ई-मेल किंवा सिॲटल सी शॉक्सबद्दल वाचणे इत्यादी.

मला या आव्हानाला योग्य रीतीने सामोरे जाताना थोडा वेळ लागला, पण शेवटी मी रात्रीच्या वेळाला आपल्या उद्दिष्टपूर्तीसाठी तीन भागांची रणनीती तयार केली.

आधी रिचार्ज करा

जर एखाद्या महत्त्वाच्या परियोजनेकडे मला लक्ष द्यायचे असेल तर मी आधी स्वत:ला रिचार्ज करायला सुरू करीत असे. जेव्हा लहान मुलगा झोपून जाई, तेव्हा मी पत्नी व मोठ्या मुलासह थोडा वेळ बसून सिनेमा पाहत असे अथवा कादंबरीची काही पाने वाचत असे किंवा मग स्वयंपाकघरात सामानाची आवराआवर करून मुलांची खेळणी त्यांच्या खोलीत ठेवून देई. ही कामे माझ्या मेंदूला 'व्यस्त स्थिती'पासून दूर नेऊन मानसिक बॅटरी चार्ज करीत असत, जी सातत्याने मेल पाहणे, क्लिक बेट वर्तमानपत्रातील आलेख वाचणे, टीव्ही शोपेक्षा खूप अधिक चांगली असत, ज्यांना पाहिल्यावर मी स्वतःला बिंज वॉचिंगच्या (अधाश्यासारखे सतत टीव्ही शो बघणे) ब्लॅक होलमध्ये पडलो असतो.[3]

ऑफ लाईन होणे

९.३०च्या आसपास मी उद्दिष्टपूर्ती मोड ऑन करून काही लेखन, प्रेझेंटेशन तयार करणे वा वर्कशॉपची सामग्री तयार करण्याच्या मानसिक स्थितीत जात असे. पण रीचार्ज झाल्यावर ही मानसिक बॅटरी शंभर टक्के चार्ज होत नसे, म्हणून मी इंटरनेटवर व्हेकेशन टायमर लावू लागलो. ज्यामुळे संकल्पशक्ती कमी झाल्यावरही मी लिखाणासाठी वेळ देऊ शकत होतो.

मेंदूला शांत करणे विसरू नका

मला हे शिकायला वेळ लागला की, जर रात्री उशिरापर्यंत काम केल्यानंतर आपल्या मेंदूला शांत केले नसेल, तर माझे झोपेचे तंत्र पूर्णतः

[3] बिंज वॉचिंग आणि क्लिफहँगर्सच्या गहिऱ्या विज्ञानाला समजून घेण्यासाठी ॲडम ऑल्टर्स यांचे पुस्तक 'इर्रेझीस्टेबल' वाचून काढा.

बिघडून जाऊ शकते. दिवे मंद केल्याने मदत होत असे, पण माझी एखाद्या भोपळ्यापारखी अवस्था होण्याआधी अंथरुणात जाऊन झोपणे आवश्यक होते. आणि ती वेळ होती ११.३० वाजताची. जर मी त्या वेळेपर्यंत झोपायला जाऊ शकलो नाही, तर दुसऱ्या दिवशीच्या ऊर्जेवर परिणाम झाल्याचे दिसून यायचे.

16. काम झाल्यावर ते सोडून द्या.

दिवसा अखेरीस काम बंद करणे कठीण होऊन जाते, कारण बिझी बँडवॅगनची समज तुम्हाला नेहमी सांगत असते की बस, एक काम अजून, 'अजून एक ई-मेल, लिस्टमधले अजून एक काम.' अनेक लोक खूप जास्त थकल्यावरच काम करणे सोडतात आणि बहुधा हाच तो बिंदू असतो, ज्यानंतर ते पूर्णत: थकून गेलेले असतात.

आम्ही स्वतःच या जाळ्यात अडकतो. बिझी बँडवॅगन आम्हाला हा विश्वास देतो की, 'फक्त एक काम' आमच्यासाठी एकमेव आवश्यक काम आहे, ज्याच्याशिवाय गत्यंतर नाही आणि तेच आम्हाला पुढे नेऊ शकते.

पण असे होत नाही. जर आम्ही आवश्यकतेपेक्षा जास्त काम करून थकून जात असू, तर दुसऱ्या दिवशीच्या उत्साहावर, ऊर्जेवर परिणाम होतो आणि आम्ही आपले काम चांगल्या तऱ्हेने करू शकत नाही. अजून एक काम करण्याचा हट्ट असाच आहे, तुम्ही अशी एखादी कार चालवण्याचा प्रयत्न करत आहात, ज्यातले पेट्रोल संपलेले आहे. मग तुम्ही ॲक्सिलेटरवर कितीही पाय दाबला तरी जर पेट्रोलची टाकी रिकामी असेल तर तुम्ही कुठेही जाऊ शकत नाही. तुम्हाला थांबून कारमध्ये पेट्रोल घालावेच लागेल.

आम्हाला आमच्या डिझाईन स्प्रिंटमध्ये असे आढळून आले की, थकून जाण्याच्या आधीच्या दिवशी लोकांनी काम करणे थांबवले असते तर आठवड्याच्या उत्पादकतेवर नाट्यमय परिणाम दिसून आला असता. दिवसाच्या कामाच्या तासांमध्ये तीस मिनिटे जरी कमी केली, तरी खूप मोठा परिणाम दिसून येतो.

तुम्हाला काम कधी सोडायला हवे? प्रत्येक ई-मेलला उत्तर देणे (जे शक्य नाही) किंवा प्रत्येक काम पूर्ण करण्याऐवजी (हे तर स्वप्नवत आहे), तुम्हाला तुमची स्वत:ची फिनिश लाइन बनवून घ्यायला हवी. कदाचित तुम्ही दिवसातला एखादा उपयुक्त वेळ / बिंदू शोधू शकाल, जेव्हा तुम्ही काम सोडाल. आमच्या स्प्रिंट

डिझाईनमध्ये आम्ही संध्याकाळी पाच वाजता काम बंद करण्याची कट ऑफ वेळ निश्चित केली आहे.

किंवा मग तुम्ही तुमचा उच्चबिंदू वेळ उपयोगात आणू शकता. जेव्हा कधी काम बंद करण्याची वेळ येईल, तेव्हा विचार करा की तुम्ही आपले उद्दिष्ट पूर्ण केले आहे की नाही. जर असे असेल तर तुम्हाला अढळून येईल की, तुम्ही तुमच्यासाठी दिवसाचे सर्वांत आवश्यक काम करून टाकले आहे. तुम्ही किती काम केले, केले नाही किंवा किती तास काम केले वा केले नाही, याने काही फरक पडत नाही. तुम्ही त्या दिवस अखेरीस आनंद, समाधान वा यश समोर बघू शकता किंवा तिन्हीही एकाच वेळी बघू शकता!

आणि जर तुम्ही उद्दिष्ट पूर्ण केले नाही, कारण तुम्हाला दुसऱ्या एखाद्या कामात गुंतून पडायला झाले, तरी तुम्हाला समाधान मिळेल, की तुम्ही एक तत्काळ पूर्ण होणारे काम तर पूर्ण केले. भले शाब्बास! आता तुम्हाला इन-बॉक्सकडे लक्ष न देता स्वतःला 'शुभ रात्री' म्हणायला हवे.

जेझी

२००५मध्ये मी शिकागोच्या टेक्स स्टार्टअपमध्ये काम करू लागलो. ही माझी पूर्ण वेळेची पहिली नोकरी होती. मला पहिल्यांदा हे जाणून घ्यायचे होते की, इतक्या मोठ्या दिवसाच्या ऊर्जेचा ताळमेळ कसा साधला जाऊ शकतो, मी लवकरच शिकून घेतले की माझ्यासाठी लंचच्या आधीच्या तासांमध्ये कामावर लक्ष केंद्रित करणे सोपे जाते. म्हणून जेव्हा मला स्वतःला संध्याकाळी उशिरा एखाद्या कठीण कामामध्ये अडकून पडेन असे वाटायचे, तेव्हा ते काम तिथेच सोडून देई म्हणजे दुसऱ्या दिवशी भरपूर ऊर्जेसह ते पूर्ण केले जाई. हा उपाय नेहमीच यशस्वी होत असे, कारण आदल्या रात्रीची झोप मला पुन्हा ताजेतवाने करायची. आतून हिम्मत आणि शक्ती संपल्याचा अनुभव आल्यावर आराम केला की, पुन्हा ते काम पूर्ण व्हायला वेळ पण लागायचा नाही.

लेझर

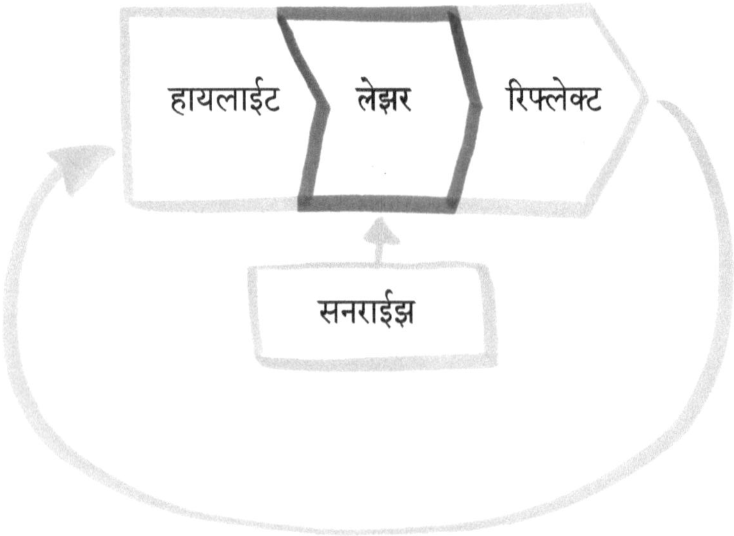
हायलाईट
लेझर
रिफ्लेक्ट
सनराईझ

पूर्ण लक्ष देणे, हेच आमचे निरंतर आणि योग्य कार्य आहे.

- मेरी ऑलिव्हर

बरे आहे, तर मग तुम्ही दिवसाचे उद्दिष्ट (हायलाईट) निवडले आहे आणि तुम्ही आपल्या व्यस्त दिनचर्येतून वेळही काढला आहे. आता लक्ष केंद्रित करण्याची वेळ आली आहे. आणि अर्थात्, हेच सर्वांत कठीण काम आहे.

हे प्रकरण तुम्हाला एका मानसिक अवस्थेची माहिती देते. ज्याला लेझर असे म्हणतात. जेव्हा तुम्ही लेझर अवस्थेत असता, तेव्हा तुमचे लक्ष वर्तमान काळावर अशा तऱ्हेने केंद्रित होते, जसे एखाद्या निशाणावर लेझर किरण केंद्रित होतात. तुम्ही पूर्णत्वाने प्रवाहाबरोबर वाहत जाता आणि त्या क्षणी बुडलेले असता, जेव्हा तुम्ही आपल्या उद्दिष्टावर लेझर-केंद्रित होता, तेव्हा खूप छान वाटते. जेव्हा तुम्ही आपल्याला महत्त्वाच्या गोष्टींची निवड करता, तेव्हा तुम्हाला ही अवस्था जणू बक्षीस म्हणून मिळते.

लेझर शब्द ऐकायला तीव्र वाटतो, पण तुम्ही जर आपले एक उद्दिष्ट आणि स्पष्ट वेळ निवडली आहे, तर यात काहीच तीव्रता आणि जटिलता नसावी. जेव्हा तुम्ही असे काही करता, ज्याचे तुम्हाला महत्त्व वाटते आणि तुमच्यापाशी लक्ष केंद्रित करण्याची ऊर्जा आहे, तर लेझर-मोड (अवस्था) आपोआपच समोर येते. जोपर्यंत... तुमचे चित्त विचलित होणार नाही. चित्त विचलित होणे लेझर मोडचा शत्रू

आहे. असे समजा की, तुमच्या लेझर किरणासमोर एक मोठा डिस्कोबॉल आला, जो तुमचा निशाणा सोडून बाकीच्या दिशांकडे जातो आहे. जेव्हा असे होते तेव्हा तुम्ही सहजपणे आपले उद्दिष्टावरचे लक्ष गमावू शकता.

आम्ही तुमच्याबाबत तर जाणत नाही पण आपल्या दोघांचे ध्यान सहजपणे विचलित होते. खूपच जास्त विचलित होते. ई-मेलने, ट्विटरने, फेसबुकने लक्ष विचलित होते. खेळ किंवा राजकारणाच्या बातम्या, तंत्रज्ञानाच्या बातम्या किंवा एका उपयुक्त जीआयएफच्या शोधात आम्ही आमची कामे विसरून जातो. हे प्रकरण लिहीत असताना आम्ही पण असेच भरकटले होतो. शेवटी आम्ही आमचे लक्ष पुन्हा केंद्रित केले.

आम्हाला आशा आहे की, तुम्ही आमची खूप कडकपणे परीक्षा करणार नाही. सगळे जगच आमचे ध्यान विचलित करण्यासाठी बनले आहे. आमच्या इन-बॉक्स, वेब किंवा मग खिशात चमकणाऱ्या सेलफोनमध्ये सतत काहीतरी नवीन घडत असते आणि आम्ही स्वतःला ताब्यात ठेवू शकत नाही. ॲपलचा असा दावा आहे की, लोक सरासरी दिवसात ऐंशी वेळा आपला फोन उघडतात आणि २०१६मध्ये ग्राहक अनुसंधान कंपनी डिस्काउंटला आढळले की, लोक दिवसातून २,६१७ वेळा आपल्या फोनला स्पर्श करतात. लक्ष भरकटणे हेच नवीन डिफॉल्ट झालेले आहे.

या दुनियेत, तुमचे उद्दिष्टावरून लक्ष विचलित न होण्यासाठी संकल्पशक्ती असणेच पुरेसे नाही आहे. आम्ही असे म्हणत नाही कारण की, आमचा तुमच्यावर विश्वास नाही असे नाही किंवा आम्ही आपल्याच कमजोरीला वाजवी मानू पाहतोय. आम्ही असे यासाठी म्हणतोय कारण आम्ही जाणतो की, तुम्हाला कोणत्या गोष्टी मान्य नाहीत. लक्षात ठेवा, आम्हीच दोन उत्कृष्ट इन्फिनिटी पूल बनवले आहेत. आम्ही उद्दिष्टापासून भरकटण्याच्या या उद्योगाला बारकाईने बघितले आहे आणि आम्हाला चांगलेच माहीत आहे की, यापासून वाचणे कठीण का आहे आणि तुम्ही तंत्रज्ञानाच्या मदतीने आपले गमावलेले नियंत्रण कसे प्राप्त करू शकता! आमच्या कहाण्या तुमच्यासमोर आहेत :

ई-मेलसोबत प्रेम-प्रकरण

जॅक

हायस्कूलमध्ये असताना, १९९२मध्ये मी ई-मेल प्रथम पाहिली आणि मला वाटले की, संपूर्ण जगातील सर्वांत जास्त कूल गोष्टींपैकी ती एक आहे. एक मेसेज टाईप करा, सेंड बटन दाबा आणि तुमचे शब्द प्रकाशापेक्षाही अधिक वेगाने तत्काळ दुसऱ्या कॉम्प्युटरवर जाऊन पोचतात, मग तो कॉम्प्युटर रस्त्याच्या पलीकडे असेल नाहीतर दुनियेच्या कुठल्या तरी दुसऱ्याच कोपऱ्यात ठेवला असेल. आहे ना कमाल!

त्या काळी जरी अनेक लोक याबाबत अज्ञानी, अनभिज्ञ होते, तरी मी मात्र याच्या मदतीने मुलींना प्रभावित करण्याचा प्रयत्न करीत असे. मी म्हणत असे, 'हे लेडीज! हे गप्पागोष्टी करण्याचे एक विलक्षण साधन आहे. तुम्ही ई-मेल मला पाठवा आणि मी तुम्हाला उत्तर पाठवेन!' आश्चर्याची गोष्ट म्हणजे ही पद्धत अयशस्वी ठरली आणि दीर्घ काळापर्यंत मी मुली आणि ई-मेलबाबत फक्त शक्यतांबाबत विचार करण्याशिवाय काहीच करू शकलो नाही.

अर्थात, हळूहळू ई-मेल लोकप्रिय होऊ लागले. सन २०००पर्यंत जेव्हा मला माझी पूर्णवेळची नोकरी मिळाली, तेव्हा हे एक संपर्काचे प्रमुख साधन बनले होते. जरी मी ऑफिसच्या कंटाळवाण्या कामासाठी याचा उपयोग करीत होतो, तरी यात काहीतरी जादूई होते, जे क्षणभरात जगप्रवास करू शकत होते.

जेव्हा मी २००७मध्ये गुगलमध्ये सामील झालो, तेव्हा मला जी-मेल टीममध्ये काम करण्याची संधी मिळाली आणि माझा माझ्या नशिबावर विश्वास बसेना. जर एखाद्या अंतराळवीराची नोकरी मिळाली असती, तरी मला इतके रोमांचक वाटले नसते.

मी खूप मन लावून जी-मेलला अधिक चांगले व सोपे बनविण्याचे उपाय केले. मी ऑटोमॅटिक रूपाने मेलला व्यवस्थित करण्यावर काम केले. पण याखेरीज मेसेजमध्ये ईमोजी टाकणे आणि व्हिज्युअल थीम्सला

सामील करण्याचे मजेदार काम पण करत राहिलो, जेणेकरून वापरकर्ता इन-बॉक्सला पर्सन्लाईज करू शकले.

जी-मेलला सर्वांत चांगली ई-मेल सेवा बनविण्याची आमची इच्छा होती आणि प्रगतीची परीक्षा घेण्याची तऱ्हा हीच होती की, किती लोक जी-मेलचा किती आणि कसा उपयोग करतात हे बघणे. जेव्हा लोक नवीन अकाउंट बनवायचे, तेव्हा ते आमच्यासोबत थोडा वेळ राहायचे की आम्हाला सोडून जात होते? ते वारंवार परतून येत होते का, म्हणजे त्यांना आम्ही पसंत आहोत यावर विश्वास ठेवू शकू? आमच्यापाशी सरासरी आकड्यांचे व माहितीचे भांडार होते, ज्यामुळे या गोष्टींचा पत्ता लावता आला असता.

काळाबरोबर आम्ही हे बघू शकत होतो की जी-मेल पुढे जात होते आणि आमचे प्रयोग अशी उत्पादने बनवत होते, जे लोकांना आकर्षित करू शकत होते. प्रत्येक दिवस रोमांचक होता. प्रत्येक सुधारणा लाखो लोकांच्या जीवनाला अजून थोडे चांगले बनवीत होते. तुम्हाला ऐकायला थोडे अजब वाटेल, पण मला तर असेच वाटत होते की मी या जगाला अधिक सरस जागा बनवण्यात मदन करीत होतो.

यू-ट्यूबला रिडिझाईन करणे

जेझी

२००९मध्ये यु-ट्यूबला मी असे माध्यम म्हणून जाणत होतो, जे मांजरीचे मजेदार व्हिडियो आणि स्केटबोर्डिंग करणाऱ्या कुत्र्यांचे व्हिडियो दाखवत असे आणि खरे सांगतो; जेव्हा मी पहिल्यांदा याच्या डिझायनर टीमपाशी गेलो तेव्हा माझा त्यात तेवढा रस नव्हता. मला माहीत होते की, हे लोकप्रिय होते, पण हे एखाद्या विचित्र वेबसाईटपेक्षा जास्त लोकप्रिय असेल असे वाटत नव्हते.

पण याबाबतीत मी जितके जाणत गेलो तेवढा उत्साह वाढत गेला, यातल्या संबंधित लोकांनी आपली भविष्यवाणी सांगितली की, एक

असा टीव्ही त्यांना बनवायचा आहे, जो प्रत्येक संभाव्य विषयावर लाखो-करोडो व्हिडिओ दाखवणारे चॅनेल असेल. यु-ट्यूब त्या वेळी जे दाखवत होते, केवळ त्यानेच संतुष्ट होण्याऐवजी तुम्हाला असे चॅनेल देऊ इच्छित होते, जो तुमच्या आवडी-निवडीसोबत मेळ खात होता. याशिवाय एक खास गोष्ट ही होती की, यावर कुणीही व्हिडिओ पोस्ट करू शकत होता. म्हणजे हा फिल्म बनवणाऱ्यांसाठी, संगीतकारांसाठी आणि अन्य कलाकारांसाठी असा एक मंच तयार होणार होता, ज्यावर ते आपल्या परियोजना दाखवू शकत होते. यावर कुठलाही विषय पाहिला जाऊ शकत होता आणि शोधलाही जाऊ शकत होता.

हे एका मोठ्या संधीसारखे वाटले म्हणून मी तिथे रुजू होण्याचा निर्णय घेतला होता. २०१० जानेवारीत मी व माझी पत्नी सॅन फ्रान्सिस्कोला आलो आणि यु-ट्यूबचा हिस्सा बनलो.

सर्व काही सुरू केल्यानंतर मी हे शिकलो की यु-ट्यूब कुठल्या तऱ्हेने एका अशा व्हिजनमध्ये बदलून गेले, ज्याने आम्ही आपल्या कामाचे मोजमाप करीत होतो. स्केटबोर्डिंग करणाऱ्या कुत्र्यांच्या जमान्यात ही एक मोठी गोष्ट होती की, ते व्हिडिओ किती लोक पाहत होते? ते साईडबारमध्ये दिसणाऱ्या व्हिडिओवर किती वेळा आणि केव्हा केव्हा क्लिक करीत होते? पण जेव्हा आम्ही चॅनेल्सवर लक्ष केंद्रित केले, तर आम्ही प्रत्येक मिनिटांकडे लक्ष देऊ लागलो. लोक यु-ट्यूबवर किती वेळ घालवत होते? ते चॅनलच्या पुढील व्हिडिओपर्यंत थांबत होते का? हा एक पूर्णपणे नवीन विचार होता.

मी आपल्या नवीन नोकरीत असताना हे शिकलो की कंपनीसाठी हे काम किती महत्त्वाचे होते. एक मोठे कार्यालय, शेकडो गुणी सहकारी आणि खोलवर रुजलेले एक्झिक्युटिव्ह फोकस, हे सर्व यु-ट्यूबबद्दल जी छबी बनवून ठेवली होती, त्यापेक्षा खूपच वेगळे होते : जेव्हा माझ्या नव्या टीमने मिळून यु-ट्यूबला रिडिझाईन केले आणि त्याला चॅनलकेंद्रित बनवले, तेव्हा ही माझ्यासाठी एक मोठी गोष्ट होती. आम्हाला आमच्या सीईओ कार्यालयाला वॉररूमसारखी प्रयुक्त करण्याचा अनुमती मिळाली. सीईओ! त्याला यु-ट्यूबला उत्तम बनविण्याची इतकी काळजी होती की, तो स्वत:चे ऑफिससुद्धा आमच्यासाठी सोडायला तयार झाला होता.

आमचे प्रयत्न यशस्वी झाले. आम्ही २०११च्या अखेरीस आपले मोठे रिडिझाईन सादर केले आणि लोक आमच्या चॅनेल्सना सबस्क्राईब करू लागले. ते आमचा व्हिडिओ बघायला जास्त वेळ देऊ लागले. २०१२च्या सुरुवातीला प्रेसमध्ये आमचे परिणाम समोर येऊ लागले. उदाहरणार्थ, लंडनच्या 'डेली मेल'ने लिहिले 'यु-ट्यूब सफलतापूर्वक एका पूर्ण वेळ टीव्ही सिरीजमध्ये बदलले आहे'. त्यांनी आकडे दाखवत म्हटले की, मागच्या वर्षीच्या तुलनेत व्हिडिओ पाहणारे आधीपेक्षा अधिक व्हिडिओ बघू लागले आहेत. 'डेली मेल'चे विश्लेषण बघून आमचे मन आनंदाने विभोर झाले. या बदलाचे श्रेय यु-ट्यूबच्या नुकत्याच झालेल्या री-लॉन्चला होते. ज्याने टीव्हीसारख्या चॅनेल्सवर फोकस केले आणि दीर्घ शो दाखवू लागले.

आम्ही आनंदाने बागड़त होतो. यू-ट्यूबचे व्हिजन स्वतःच एक दुर्लभ परियोजना होती, ज्यामध्ये व्हिजन, रणनीती आणि क्रिया एकत्रितपणे समोर आले. जेकसारखेच मला व माझ्या सहकाऱ्यांना कामाबद्दल प्रेम होते. मिनिटा-दर-मिनिटाला आम्ही लोकांच्या दिवसांना आनंददायक बनवत होतो.

इन्फिनिटी पूलच्या लोभापासून बचावणे इतके कठीण का आहे?

तर, ह्या आमच्या कहाण्या आहेत. तुम्ही यात काय बघितले? अर्थात, हे स्टिरियोटाइप सिलिकॉन व्हॅलीचे ठरावीक किस्से आहेत : काही आदर्शवादी अभ्यासू लोक मिळून कुल तंत्रावर काम करतात आणि जग बदलून टाकतात. पण जर तुम्ही या किश्श्यांच्या खोलात उतराल, तर तुम्हाला हे दिसेल की, यामध्ये गुप्त सामग्री आहे, जी इन्फिनिटी पूलचे अदम्य आकर्षण स्पष्ट करते.

यामध्ये तंत्रज्ञानाबद्दल जे गाढ प्रेम असते, ते नकली नव्हते. आम्हाला तर तेव्हाही जाणवले होते व आजही जाणवतेच. तुम्ही हजारो तंत्रज्ञानाच्या, कर्मचाऱ्यांच्या उत्कट आवडीचा गुणाकार करा, म्हणजे तुम्हाला कळून येईल की, हा उद्योग किती वेगाने विकसित होतोय आणि अत्याधुनिक उपकरणे व तंत्रज्ञानांना समोर आणतोय. हे बनवणाऱ्या लोकांना आपल्या कामाबद्दल प्रेम आहे आणि ते येणाऱ्या उद्याचे तंत्रज्ञान समोर आणण्यासाठी बेचैन आहेत. त्यांना वास्तविकपणे असे वाटते की त्यांचे तंत्रज्ञान जगाला सुधारते आहे. जेव्हा लोकांना आपल्या कामाबद्दल उत्कटता

वाटते, तेव्हा त्यांचे काम सरस होते. ई-मेलसारखे इन्फिनिटी पूल उत्पादक किंवा ऑनलाइन व्हिडिओच्या लालचीपणापासून वाचणे इतके कठीण का आहे? यांना काळजीपूर्वक तयार केले जाते.

याशिवाय, यामध्ये सतत सुधारणेसाठी परिष्कृत माप व क्षमता असते. गुगलमध्ये, आम्हाला याबाबतीत लोकांच्या अनुमानांवर भरवसा करावा लागत नव्हता की त्यांना काय हवे आहे; आम्ही आपल्या मर्जीने प्रयोग करीत गुणात्मक उत्तरे मिळवत होतो. लोक या तऱ्हेचे व्हिडियो पाहण्यासाठी जास्त वेळ देत होते की दुसऱ्या तऱ्हेचे व्हिडिओ बघण्यासाठी जास्त वेळ देत होते? ते रोज जी-मेलवर परतून येत होते का? जर आकडे वाढत होते तर त्याचा अर्थ असा होता की सुधारणा यशस्वी होत होत्या आणि आमचे ग्राहक खूश होते. आणि ते जर खूश नसते तर आम्ही अजून काहीतरी करून पाहू शकत होतो. खरे तर सॉफ्टवेअर रिडिझाईन किंवा रिलाँच करणे सोपे नसते, पण हे कारचे नवीन मॉडेल बनवण्यापेक्षा जास्त सोपे होते. म्हणून दुसरी गुप्त सामग्री आहे विकास. तंत्रज्ञानाचे उत्पादन नाट्यमय रूपाने दुसऱ्या वर्षात सुधारू शकते.

आम्ही दोघे पुढे गेलो, पण आमची आसपासच्या वातावरणावर पूर्ण नजर होती. काळानुरूप स्पर्धा वाढत गेली. आधी जी-मेल, हॉट-मेल किंवा याहू यांसारखे वेब बेस्ड ई-मेल सेवांच्या विरोधात होत्या. हळूहळू, 'जेव्हा लोक सोशल नेटवर्कच्या माध्यमातून संदेश द्यायला लागले, तेव्हा जी-मेलने पण फेसबुकबरोबर स्पर्धा सुरू केली. जेव्हा आय-फोन व अँड्रॉइड फोन समोर आले, तेव्हा जी-मेलला स्मार्ट फोनच्या ॲप्सबरोबर पण स्पर्धा करावी लागली.

यु-ट्यूबसाठी तर हा मुकाबला खूप जास्त कठीण होता. यु-ट्यूब केवळ दुसऱ्या व्हिडिओ वेबसाईट्स बरोबरच स्पर्धा करत नाही. तुमचे संगीत, मूव्ही, व्हिडिओ गेम, ट्विटर, फेसबुक आणि इन्स्टाग्रामबरोबरही मुकाबला करावा लागतो. अर्थात यु-ट्यूब टीव्हीबरोबर पण स्पर्धा करते. एक सर्वसाधारण अमेरिकन माणूस आजही साडेचार तास टीव्ही बघतो, टीव्ही आधीपेक्षा अधिक चांगला होत चालला आहे. आणि हा सर्वांत उत्तम बिंज सिरीज पाहण्याच्या शर्यतीचा परिणाम आहे.

जी-मेल व यु-ट्यूब स्पर्धा तर जिंकले नाहीत, पण याचबाबतीत त्यांनी खूप प्रगती केली. २०१६मध्ये जी-मेलचे एक अब्ज ग्राहक होते. २०१७मध्ये यु-ट्यूबने जाहीर केले की तिचे दीड अब्ज ग्राहक झाले आहेत आणि ते व्हिडिओ पाहण्यात सरासरी एक तासाचा वेळ देत आहेत.

या काळात, लोकांची वेळ मिळवण्याची ही स्पर्धा अजून मोठी होत गेली. २०१६मध्ये फेसबुकने म्हटले की त्यांचे १.६५ अब्ज ग्राहक रोज ५५ मिनिटे त्यांच्या सर्विसेसमध्ये घालवत होते. त्याच वर्षी, अजून एक नवा गडी स्नपचॅटने म्हटले की १०० अब्ज ग्राहक रोज त्याच्या ॲपवर २५ ते ३० मिनिटांचा वेळ घालवत होते. दुसऱ्या ॲप्स आणि वेबसाईटबद्दल काहीच सांगता येत नव्हते. एकंदरीत २०१७मध्ये अभ्यासाद्वारे पत्ता लागला की, अमेरिकन दिवसातून चार तासांपेक्षा जास्त स्मार्टफोनवर वेळ देत होते.

हीच स्पर्धा तिसरी गुप्त सामग्री होती, जिने आधुनिक तंत्रज्ञानाला अधिकच बलशाली बनवले. ज्या क्षणी एखादी सर्विस आपले एक नवीन फीचर बाजारात आणते किंवा त्यात सुधारणा करते, तेव्हा त्याचा स्पर्धक पण कंबर कसून कामाला लागतो. जर तुम्ही एका ॲपने किंवा गेमने संतुष्ट होत नसाल, तर दुसऱ्या वेळी बटन दाबताच तुम्हाला अनेक सारे विकल्प उपलब्ध होतात. दर वेळी प्रत्येक गोष्ट एक-दुसऱ्याच्याविरुद्ध असते. हाच उत्तरजीवित्वाचा (survivors) सिद्धांत आहे आणि हे उत्तरजीवी काही कमी वस्ताद नाहीत.

चौथे कारण - इन्फिनिटी पूल व्यसनासारखे आहे का, हे आहे. हे सगळे तंत्रज्ञान तुमच्या मेंदूच्या नैसर्गिक वायरिंगचा फायदा उठवते. ते या जगात मायक्रोचिपशिवाय विकसित झाले आहे. आमचे लक्ष सहजपणे भरकटते, जेणेकरून आम्ही आपल्या आसपास असणाऱ्या धोक्यांपासून अनभिज्ञ राहायला नको. आम्हाला रहस्य आणि किस्से आवडतात. कारण ते आम्हाला काही शिकण्यात व संवाद करण्यात मदत करतात. आम्हाला गप्पा मारायला आणि सामाजिक स्तर राखायला आवडते, कारण ज्यामुळे आम्हाला आपल्यासाठी सुरक्षात्मक गट बनवायला मदत मिळाली आणि आम्हाला अनपेक्षित पुरस्कार आवडतात. मग ते ब्लॅकबेरी बुश किंवा स्मार्टफोनचे नोटीफिकेशनच का होईना, कारण याच पुरस्कारांच्या संभावनेतच आम्ही शिकार व संग्रहाची आशा बाळगून असतो, मग आम्ही रिकाम्या हातानी का परतेना! चौथी गुप्त सामग्री म्हणजे आमचा आदिमानवाचा मेंदू आहे. अर्थात आम्हाला ई-मेल, व्हिडियो गेम, फेसबुक, ट्विटर, इंस्टाग्राम आणि स्नॅपचॅट आवडतात. हे सगळे काही आमच्या डी.एन.ए.चा हिस्सा आहेत.

तंत्रज्ञान तुमचा वेळ परत करेल, याची वाट बघू नका

असे पाहा, आम्हाला तंत्रज्ञान आवडते, पण याच्या बरोबर एक गंभीर समस्या पण उभी आहे. जर एका सर्वसाधारण व्यक्तीच्या फोनवर घालवत असलेल्या चार

तासांमध्ये टीव्ही पाहण्याचे तास पण जोडले, तर खरोखरीच हे लक्ष भरकटण्याचे साधन त्यांचा जवळपास पूर्ण दिवस बरबाद करतो. इथूनच आम्हाला पाचव्या गुप्त सामग्रीचा सुगावा लागतो. जेव्हा तुम्ही या उत्पादनाचा प्रयोग करता, तेव्हा तंत्रज्ञान कंपन्यांची कमाई होते. ते तुम्हाला आपल्या मर्जीने छोटा खुराक देणार नाहीत, ते तुम्हाला भारी खुराक देण्यावर विश्वास ठेवतात. जर तुम्ही आज इन्फिनिटी पूलच्या व्यसनापासून वाचू शकला नाहीत, तर येणारा काळ अधिकच भयकारक होईल.

तरी पण आम्ही हे स्पष्ट शब्दांत सांगू इच्छितो की, यामागे कुठलीही वाईट इच्छा नाही. आम्ही असे मानत नाही की, हा 'आपण विरुद्ध ते'चा मामला आहे. ज्यामध्ये तांत्रिक कंपन्या आपल्या असहाय ग्राहकांना आपल्या जाळ्यात फसवून दुष्टांसारख्या दात काढून हसताहेत असे अजिबात नाही. आम्ही स्वतः या कंपन्यांचा भाग राहिलो आहोत आणि त्यांना आपल्यासाठी असे पढतमूर्ख कर्मचारी हवे आहेत, जे तुमच्या जीवनाला आणि दिवसांना अधिक चांगले बनवू शकतील. आम्ही लोक आधुनिक तंत्राच्या मदतीने आपले सर्वोत्कृष्ट देण्यात मग्न आहोत. हे खूपच अत्याधुनिक आहेत आणि आमच्या जीवनाला रोचक आणि मजेदार बनवते. जेव्हा आम्ही फोनवर एखाद्या अनोळखी शहराचा नकाशा पाहतो, किंवा एखाद्या मित्राला व्हिडिओ कॉल करतो किंवा काही सेकंदांतच पूर्ण पुस्तक डाऊनलोड करुन घेतो, तेव्हा असे वाटते की आपल्या हातात सुपर पॉवर आली आहे.

पण प्रत्येक वेळी आम्हाला या आधुनिक तंत्रापेक्षा सरस काही मिळत नाही. आम्हाला ते संपूर्ण रूपामध्ये स्वीकारावे लागते. आम्हाला प्रत्येक स्क्रीनबरोबर स्वत:साठी अत्याधुनिक सुपरपॉवर्सबरोबर मिळतात, त्याचबरोबर लक्ष भरकटण्याचे व्यसनसुद्धा उपहार म्हणून मिळते. तंत्रज्ञान जेवढे सरस होत जाते, आमची सुपरपॉवर तेवढीच उत्तम होत जाते आणि ही यंत्रे आमचा वेळ व लक्ष हडप करतात.

आम्ही अजूनही त्या पढतमूर्ख कर्मचाऱ्यांवर विश्वास ठेवतो की ते अधिक सुपरपॉवर देण्याचे अधिक रचनात्मक मार्ग शोधून काढतील, ज्यात कमी अडथळे असतील. पण ॲपलने आयफोनसाठी जे काही केले किंवा गुगलने अँड्रॉइडसाठी जे काही केले, ते नेहमी तुमचे लक्ष आकर्षित करण्यासाठी जबरदस्त स्पर्धा करतील.

तुम्ही तुमचे लक्ष परत मिळवण्यासाठी कंपन्या किंवा सरकारी नियामकांची वाट बघू शकणार नाही. जर तुम्हाला तुमच्या जीवनात नियंत्रित ठेवायचे असेल, तर तुम्हाला स्वतःलाच तंत्रज्ञानासह आपल्या संबंधांची नवीन परिभाषा बनवावी लागेल.

लक्ष विचलित होण्याला बांध निर्माण करा

आमच्यासारख्या उत्पादक डिझायनर्सनी अनेक दशके यात घालवली, जेणेकरून या उत्पादनांशी संबंधित बांध हटवून तुमच्यापर्यंत त्यांचा प्रवेश सुलभ बनू शकेल. तुम्हाला आपला लेझर मोड आणि फोकस पुन्हा मिळविण्यासाठी या बांधांना परत आणावे लागेल.

पुढच्या पानांमध्ये आम्ही तुम्हाला अनेक तऱ्हेचे उपाय सुचवू, ज्यांच्या मदतीने तुम्ही तुमच्या लेझर मोडला सुलभतेने परत मिळवू शकता, यामध्ये तुमच्यासाठी अडथळेरहित फोन बनविण्यापासून तुमच्या दिवाणखान्यातल्या फर्निचरला नवीन तऱ्हेने बनवण्यासारखे उपायही आहेत, ज्यामुळे तुमचे टीव्ही बघण्याचे तास कमीत कमी होऊ शकतील.

हे सर्व उपाय एकाच तत्त्वज्ञानावर आधारित आहेत. अडथळ्यांना दूर करण्याची तऱ्हा हीच आहे की तुम्ही यासाठी आपली प्रतिक्रिया अधिकच तीव्र करावी. तुम्हाला काही बांध घालावे लागतील, ज्यांना पार करूनच तुम्ही फेसबुक चेक करू शकता किंवा टीव्ही लावून बातम्या बघू शकता किंवा मग त्या वर्तुळाला शॉर्ट सर्किट करू शकता, जे तुमच्यासाठी या उत्पादनांना सहज बनवू शकतात. काही दिवसांनंतर तुमच्यापाशी नवीन डिफॉल्ट सेट असतील; तुमचे लक्ष विचलित होण्याचे थांबेल, तुम्ही पहिल्यापेक्षा अधिक केंद्रित व्हाल, तुम्ही तुमच्या मर्जीनुसार प्रतिक्रिया द्याल आणि भावनावेगात वाहून जाण्याऐवजी स्वतःच्या ताब्यात राहाल. बस, फक्त तुम्हाला आपल्यासाठी थोडी गैरसोय सहन करावी लागेल. जर अडथळा तुमच्यासमोर असेल तर संकल्पशक्तीची चिंता करावी लागणार नाही. तुम्हाला हवे तर आपल्या ऊर्जेला वाया घालविण्याऐवजी कामाला लावू शकता.

जेव्हा तुम्ही स्वतःला अडथळा व लक्ष यांच्यामध्ये चेंडूसारखे टोलवले जाण्याऐवजी लेझर मोडमध्ये राहणे शिकून घ्याल, तेव्हा तुम्ही केवळ वेळेचा सदुपयोग करू शकाल, आणि उच्च गुणवत्तेने खूपच वेळ वाचवू शकाल. प्रत्येक अडथळ्याला तुमच्या केंद्राचा खोलपणा किंमत वसूल करतो. जेव्हा तुमचा मेंदू एखादा संदर्भ बदलतो, म्हणजे तो कुठल्या संदेशाचे उत्तर दिल्यानंतर आपल्या कामावर परत येतो, तेव्हा काम बदलायची किंमत चुकवावी लागते. तुमच्या मेंदूला वर्किंग मेमरीमध्ये वेगळ्या प्रकारचे नियम आणि सूचना संमीलित कराव्या लागतात. या बूट-अपमध्ये काही मिनिटांचा वेळ लागतो आणि जटिल कामांमध्ये थोडा अधिक वेळ लागू शकतो. आम्हा दोघांना असे आढळून आले की जर आम्ही पूर्ण दोन तासांपर्यंत

कुठल्याही अडथळ्याशिवाय लेखनाचे काम केले, तर आम्हाला सर्वोत्कृष्ट दर्जाचे काम करता येते. अनेक वेळा आपल्या क्षेत्रात परत यायला खरोखरीच अनेक दिवस लागून जातात.

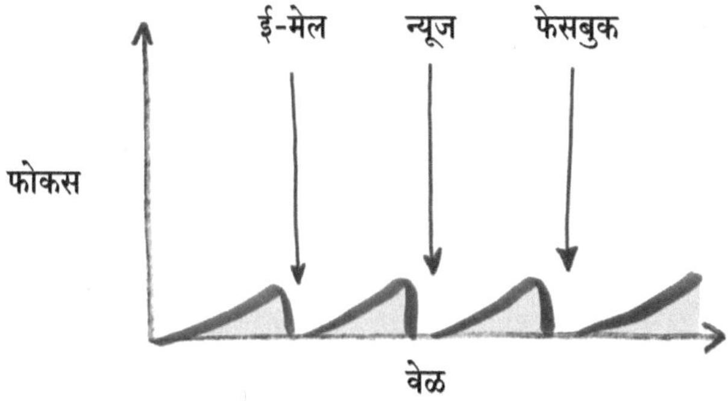

हे चक्रवाढ व्याजासारखे आहे, तुम्ही स्वतःच्या उद्दिष्टावर जितका वेळ केंद्रित राहता, हे आपल्यासाठी तितकेच सखोल होईल आणि आपण अधिक चांगले काम करू शकाल.

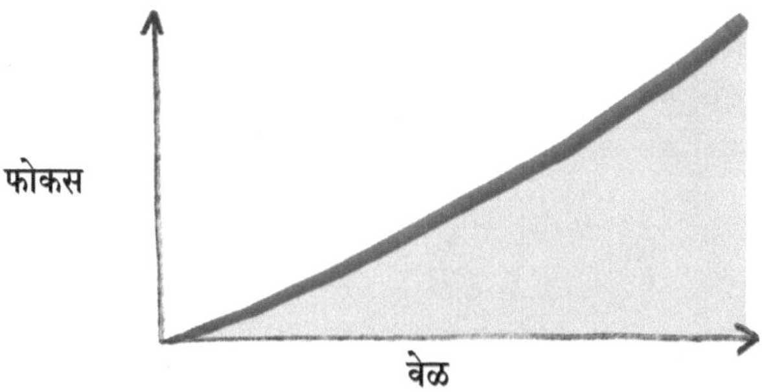

पण लेझर मोडचे फायदे फक्त तुमच्यासाठी आणि उद्दिष्टांसाठी नाहीत. आम्ही सर्व अडथळे व अडचणीच्या मध्ये यासाठी आहोत, कारण बाकीचे पण सगळे हेच करत आहेत. हे काहीसे चुकायची भीती असते, ज्याला 'फोमो' म्हणतात- 'फियर ऑफ मिसिंग आउट' -आणि आम्ही सगळेच याची शिकार आहोत. जर नवीन एचबीओ सीरीज पाहिली नाही तर आम्ही आपसात गप्पागोष्टी कशा करू शकणार किंवा मग ट्रंपचे लेटेस्ट ट्विट वाचायचे आहे आणि ब्रँड-न्यू आयफोनचे फीचर्स तर माहीत असायलाच हवेत! बाकी सगळे तर हेच करीत आहेत. आणि आम्हाला या शर्यतीत कुठे मागे राहून चालणार नाही.

आम्हाला तुम्हाला प्रोत्साहित करायचे आहे आणि तुम्ही या परिदृश्याकडे एका वेगळ्या दृष्टीने बघा : हे तुमच्यासाठी एका वेगळ्याच तऱ्हेने समोर येण्याची संधी बनू शकेल. जर तुम्ही आपल्या प्राथमिकतांना बदलून टाकाल, तर लोकांचे लक्ष तुमच्याकडे जाईल. तुमची कामेच तुमच्यासाठी काय महत्त्वाचे आहे हे दाखवून देतील. जेव्हा तुमचे मित्र, सहकारी, परिवार आणि मुले हे पाहतील की, तुम्ही तुमच्या मर्जीप्रमाणे आपला वेळ घालवत आहात, तर तुम्ही त्यांना अनुमती द्या की तेही आपल्या डिफॉल्टवर प्रश्न उभे करून स्वतःच बनविलेल्या इन्फिनिटी पूल्समधून बाहेर येऊ शकतील. तुम्ही केवळ आपल्या व आपल्या उद्दिष्टांसाठीच वेळ काढत नाही, तर तुम्ही आपल्या आसपासच्या लोकांसाठीसुद्धा एक चांगले उदाहरण घालून देताय.

यानंतर आम्ही तुम्हाला आपले लेझर उपाय देणार आहोत : असे उपाय ज्यामुळे तुम्ही आपला फोन, ॲप इनबॉक्स आणि टीव्ही बघण्याच्या वेळेवर नियंत्रण ठेवू शकता आणि लेझर मोडमध्ये आल्यानंतर त्यात राहू शकता, जेणेकरून तुम्ही आपल्या उद्दिष्टांचा आनंद उठवू शकाल.

आपल्या फोनचे बॉस व्हा

17. तुमच्यापाशी अडथळारहित फोन असायला हवा.

18. लॉग आउट.

19. निक्स नोटिफिकेशन्स.

20. आपला होमस्क्रीन स्वच्छ ठेवा.

21. एक मनगटी घड्याळ वापरा.

22. उपकरणांना मागे सोडून द्या.

17. तुमच्यापाशी अडथळारहित फोन असायला हवा

हो, माझ्यासाठी एक समाधानाचीच गोष्ट आहे. आता मी त्याच्यामुळे त्रस्त होत नाही... कधी-कधी असे वाटत होते की, जणू कुठला डोळा मला पाहतो आहे. मला असे आढळून आले की, हा माझ्या खिशात नसता तर मला चैन पडली नसती.

-बिल्बो बॅगिन्स

आपल्या वेळ व लक्ष्याला परत आणण्यासाठी कदाचित सर्वांत सरळ आणि प्रभावी उपाय हाच असेल की, आम्ही आपल्या फोनमधून ई-मेल व दुसरे इन्फिनिटी पूल ॲप्स बाहेर काढून टाकू. आमच्याजवळ २०१२पासूनच अडथळाविरहित फोन आहेत. आम्ही आजही जिवंत आहोत आणि पुन्हा आधीपेक्षा अधिक विकसित पण झालोय. आमचे कार्य अधिकच परिणामकारक झाले आहे. आता आम्ही आपल्या दिवसांचा अधिक जास्त आनंद घेऊ शकतो.

जॅक

माझा फोन पण माझ्या खिशातून याच तऱ्हेने वाजत असे, जसे बिल्बोचा फोन वाजत असे. मला अगदी थोडीशी जरी ऊब अनुभवायला मिळाली, तरी त्याच वेळी माझा फोन जादू झाल्यासारखा माझ्या हातात येत असे. आता इन्फिनिटी पूल ॲप्स नसल्यामुळे बेचैनी कमी झाली आहे. आता ते क्षण येत नाहीत, जेव्हा मला अगतिक होऊन फोन हातात घ्यावा लागत असे. मला थांबावे लागते आणि मग कळते की, ते क्षण इतकेही नीरस आणि कंटाळवाणे नव्हते.

जेझी

अडथळाविरहित फोन जवळ असल्याने माझा पूर्ण दिवस शांतपणे जातो. जेव्हा मी लेझर मोडमध्ये जातो, केवळ तेव्हाच नव्हे तर वेळ घालवण्यासाठीसुद्धा अडथळाविरहित फोन माझ्या कामी येतो.

पण जेव्हा लोकांना आमच्या या जीवनशैलीचा पत्ता लागतो, तेव्हा त्यांना वाटते की आमचे डोके फिरले आहे. आम्ही पैसे साठवून फ्लिप फोन का घेत नाही?

तुम्ही सारे भलेही इन्फिनिटी पुलपासून सुटका करून घ्याल, तरीही पण स्मार्ट फोन एक जादुई उपकरण आहे. नकाशे, ड्रायव्हिंगचे निर्देश, संगीत, पॉडकास्ट, कॅलेंडर व कॅमेरा यांसारखी अशी अनेक ॲप्स आहेत, जी आमचा वेळ न नष्ट करता अनेक प्रकारे आमच्या दिनचर्येलाा सुकर, सुलभ बनवतात.

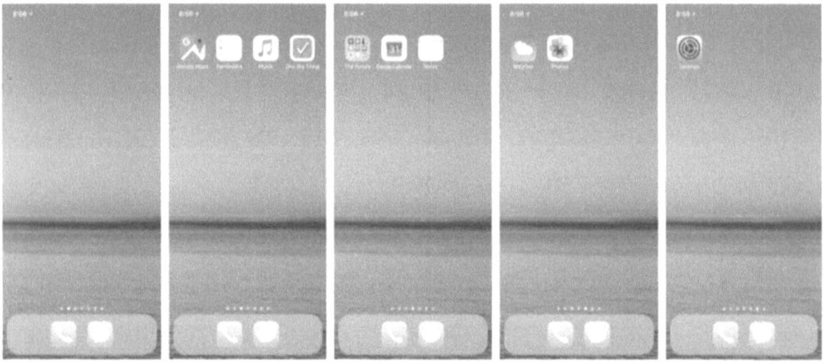

आणि अगदी प्रामाणिकपणे सांगायचे म्हटले, तर आम्हाला वाटते की स्मार्टफोन कुल असतात. शिवाय, आम्ही लोक वेळेची कदर करणाऱ्यांबरोबर विविध गॅजेट्सची आवड असणारे लोकही आहोत. २००७मध्ये जेझीने आपल्या पहिल्या आयफोनसाठी रांगेत उभे राहून वाट पहिली होती. दहा वर्षांनी जेकने पण रिलीज डेटला आयफोन एक्स ऑर्डर करण्यासाठी वाट पाहिली होती. आम्हाला आमच्या फोनबद्दल प्रेम वाटते. फक्त आम्हाला असे वाटत नाही की प्रत्येक वेळी त्याचा वापर केला जावा. अडथळारहित फोनने आम्ही घड्याळाचा वापर आणखी सोपा करू इच्छित होतो, जेणेकरून आधुनिक तंत्रज्ञानाचा वापर तर होत राहील पण त्याचबरोबर आमच्या कामाचा पण खोळंबा होता कामा नये.

हे खरे आहे की, अडथळारहित फोन सर्वांसाठी असू शकत नाही. काही लोकांना ई-मेल, सोशल मीडिया, वेब ब्राउझर्स वगैरेंशिवाय येणारा स्मार्ट फोन एक मूर्खपणा वाटू शकतो आणि आम्ही हे मान्य करतो की काही लोकांपाशी आमच्यापेक्षा सरस आत्म-संयम असू शकतो. हे शक्य आहे की, तुमच्या मनात सतत ही गोष्ट येत नसेल की तुम्ही सारखा सारखा खिशातून फोन काढून तो बघावा. असेही शक्य आहे की, तुम्ही आपल्या ई-मेल आणि सोशल मीडियाच्या न्यूज फिडला आपल्या

ताब्यात ठेवण्याची कला जाणत असाल. तसे पण आमचे असे म्हणणे आहे की प्रत्येकाला आपल्या बोटांच्या इशाऱ्यावर सातत्याने मिळणाऱ्या माहितीची काही ना काही किंमत तर चुकवावी लागतेच. असेही असू शकेल की तुमचे लक्ष अशा तऱ्हेने भरकटत नसेल - जसे आमचे भरकटते - तरीही तुमच्या फोनचा डिफॉल्ट असा असू शकतो, जो तुम्हाला कामाबर लक्ष केंद्रित करू देत नसेल. भलेही तुमचा फोन तुमच्या नियंत्रणात असला तरी. आम्ही तुम्हाला यासाठी प्रोत्साहित करू की, तुम्ही काही वेळापर्यंत अडथळारहित फोन आजमावून पाहण्याचा प्रयोग करू शकाल. भले हे तुम्ही दीर्घ काळ हे करणार नाही, पण तुम्हाला तुमच्या डिफॉल्टवर विचार करायला वेळ मिळेल.

थोडक्यात, तुम्हाला काही उपाय सुचवतो आहोत, ते आजमावून पाहा आणि याबद्दल विस्ताराने माहिती जाणून घ्यायची असेल तर आयफोन वा अँड्रॉईडसाठी स्क्रीनशॉट्सह खाली दिलेल्या पत्त्यावर अधिक माहिती मिळू शकेल : maketimebook.com

1. **सोशल ॲप्स हटवा**

सर्वांत आधी आपल्या फोनमधून फेसबुक, इन्स्टाग्राम, ट्विटर, स्नॅपचॅट ही सर्व ॲप्स काढून टाका. आमचे हे पुस्तक लिहून होईपर्यंत जी आलीही असतील. काळजी करू नका. जर तुम्हाला ही पुन्हा हवी असतील, तर त्यांना पुन्हा सहजपणे इन्स्टॉल केले जाऊ शकते.

2. **दुसरे इन्फिनिटी पूल ॲप्सही काढून टाका.**

ज्यामध्ये तुमच्यासाठी रोचक माहिती असू शकते असा दुसरा इन्फिनिटी पूल यामध्ये गेम्स, न्यूज ॲप्स आणि यु-ट्यूब स्ट्रीमिंग व्हिडिओ सामील आहेत. जर तुम्ही कुठलाही विचार न करता हे रिफ्रेश करून पाहत राहाल तर खात्रीने ते तुमचा वेळ खाणारे ठरतील. यापासून सुटका मिळवा.

3. **ई-मेल काढून आपले अकाउंट बंद करा.**

ई-मेल एक प्रलोभन दाखवणारा इन्फिनिटी पूल आहे आणि बिझी बँडवॅगनचे धडधडणारे काळीज मानले जाऊ शकते. आणि फोनवर तुम्ही योग्य तऱ्हेने ई-मेलचे उत्तर देऊ शकत नाही (वेळेची सीमा व टचस्क्रीनवर टाइपमुळे येणाऱ्या कटकटी) म्हणून अनेकदा हे बेचैनीचे कारण बनू शकते. आम्ही आपल्या फोनवर ई-मेल पाहू शकतो, पण बरेचदा हे आम्हाला याचीच आठवण करून देते की, आम्ही

कुठल्यातरी कामात मागे पडलो आहोत. आपल्या फोनमधून ई-मेल हटवून टाका आणि याबरोबरच तुमचे खूप सारे तणावही दूर होऊ शकतील.

बरेचदा ई-मेल अकाउंट तुमच्या डिवाईसच्या खोलवर गेलेले असते, म्हणून तुम्ही जेव्हा आपल्या फोनच्या सेटिंगमध्ये जाऊन ते खरोखरीच हटवायला बघाल, तेव्हा तुमचा फोन तुम्हाला इशारा देईल, आपण खरेच आपले अकाउंट हटवू इच्छित आहात का? पण यावेळी तुम्ही माघार घेऊ नका. जर पुढे तुमचे विचार बदलले तरीसुद्धा तुम्ही सहजपणे दुसऱ्यांदा ते लॉग इन करू शकता.

4. **वेब ब्राउझर्स हटवून टाका**

आता तुम्हाला अडथळ्याचा स्विस आर्मी नाईफ म्हणजे वेब ब्राउझर्सला हटवायचे आहे : असे होऊ शकते की, तुम्हाला हा बदल करायला पुन्हा आपल्या सेटिंग्जमध्ये जावे लागेल.

5. **बाकी सर्व काही ठेवा**

जसे आम्ही आधीही सांगितले होते की, याशिवाय आणखीही काही ॲप्स आहेत जी तुम्ही इन्फिनिटी पूल ॲप्सच्या श्रेणीत ठेवू शकत नाही. ते नक्कीच तुमच्या जीवनाला सुकर बनवतात आणि तुमचे लक्ष भरकटण्याचे साधन बनत नाहीत. उदाहरणार्थ, तुमच्यापाशी सर्व शहरांचे नकाशे आहेत, जे तुम्ही गरज असेल तरच उघडता. क्वचितच अशी एखादी व्यक्ती असेल जी काही कारणाशिवाय सारे नकाशे पाहत राहील. स्पॉटीफाय आणि ॲपल म्युझिकसारखे ॲप्सपण नुकसान करत नाहीत, त्यात गीते व पॉडकास्टची संख्याही भरपूर आहे. मात्र तुम्ही बीटल्सचा जुना कॅटलॉग उघडून बसू नका. याचप्रमाणे लिफ्ट, उबर, फूड डिलिव्हरी ॲप्स, कॅलेंडर ॲप्स, वेदर ॲप्स, प्रॉडक्टिव्हिटी ॲप्स आणि ट्रॅव्हल ॲप्स पण उपयोगी असतात. एकूण हे लक्षात ठेवा की, जर एखादे ॲप बघायला तुम्ही बेचैन होत नसाल आणि ते उपयोगी ॲप आहे, तर ते तिथेच राहू द्या.

तुमचा अडथळारहित फोन तुमच्यासाठी एका प्रयोगासारखा असेल, तुम्हाला आयुष्यभर तो याच तऱ्हेने ठेवण्याची जरुरी नाही. हे तुम्ही २४ तास, एक आठवडा किंवा एक महिन्यासाठी ठेवू शकता. असे होऊ शकते की, अनेक वेळा तुम्हाला आपले ई-मेल्स किंवा ब्राउझर्स वापरायची आवश्यकता नसते, तेव्हा तुम्ही आपल्या कामासाठी ही ॲप्स तात्पुरती सुरू करू शकता. फक्त तुम्हाला फोन वापरताना सजग राहिले पाहिजे. लक्ष ठेवायचे आहे की, ते तुमचा वापर तर करत नाहीयेत ना! आणि

जेव्हा तुमचे काम होईल, तेव्हा ते आपोआप बंद होतील.

आम्हाला असे वाटते की तुम्हाला अडथळारहित फोनबरोबर जीवन जगणे अधिक आवडेल. याचा नुकताच स्वीकार केलेल्या एका वाचकाने म्हटले, माझा मागचा आठवडा अडथळारहित फोनबरोबर गेला. आणि ही खरीच कमाल होती. मला वाटले होते की, मला त्याची खूप आठवण येईल. आणखी एका वाचकाने अडथळारहित फोन वापरण्यापूर्वी व नंतर जाणाऱ्या वेळाचा पत्ता लावणारे ॲप वापरून बघितले आणि ती याचे परिणाम बघून थक्क झाली. आपल्या फोनवरून ई-मेल व सफारी हटविल्यानंतर पूर्ण दिवसात फोनच्या वापरात अडीच तासापेक्षाही अधिक वेळ वाचला होता. अनेकदा तर यापेक्षाही जास्त वेळ वाचतो. हे तर खरेच अद्‌भुत आहे. जरा विचार करा की, इतक्या छोट्या बदलाने तुमच्या हातात दिवसाचे अडीच तास वाढून येत आहेत.

अडथळारहित फोनचा सर्वांत मोठा फायदा हाच असतो की याचे नियंत्रण तुमच्या हातात असते. जेव्हा तुम्ही डिफॉल्टला नियंत्रित करता तेव्हा तुम्ही बॉस असता आणि हे असेच असायला हवे.

18. लॉग आउट.

तुम्हाला युजरनेम व पासवर्ड टाईप करणे जिकिरीचे वाटते, म्हणून वेबसाइट आणि ॲप्स हा प्रयत्न करतात की, तुम्हाला वारंवार हे करायला नको. तुम्ही सतत लॉग-इन राहावे यासाठी उत्तेजित करतात, जेणेकरून तुमच्यासाठी लक्ष विचलित होण्याचे साधन नेहमी हजर असेल.

पण या डिफॉल्टला तुम्ही बदलू शकता. फेसबुक, इन्स्टाग्राम, ट्विटर, स्नॅपचॅट किंवा ई-मेल इ. जे काही वापरत असाल, त्यातून लॉग-आउट करा. हे तुम्हाला लॉग-इन राहायला उत्तेजित करतात. प्रत्येक वेबसाईट आणि प्रत्येक ॲप किंवा स्मार्ट-फोनमध्ये लॉग आउट करण्याची निवड असते. हे नेहमी शक्य असते. पुढच्या वेळी जेव्हा कधी असे लिहून येईल, 'मला या डिव्हाईसवर आठवण करून द्या', तर तुम्हाला त्यावर या जागी खूण करायची आहे.

जेझी

माझ्या वेगाने भरकटणाऱ्या मेंदूसाठी फक्त लॉग-आउट करणेच पुरेसे नव्हते, म्हणून मी आपला पासवर्ड बदलून खूप कठीण आणि वेडावाकडा ठेवला. तो स्मरणात ठेवणे अवघड होते. स्वतःपुरता मला वेगळा पासवर्ड ठेवणे मान्य आहे, पण प्रत्येकाची आपापली आवड असते. मी एका पासवर्ड मॅनेजर ॲप्समध्ये त्यांना स्टोअर करून टाकले, म्हणजे आवश्यक वाटल्यास ते उपयोगी पडू शकेल. पण हा अडथळा जाणून-बुजून निर्माण केला आहे. लक्षात ठेवा, जेव्हा कधी आम्ही आमच्या कार्यामध्ये अशा अडचणी निर्माण करतो, तेव्हा इन्फिनिटी पूल ॲप्सपासून बचाव करीत लेझर मोडमध्ये राहू शकतो.

19. निक्स नोटिफिकेशन्स

मला हे अजिबात आवडत नाही. हा तर बस, ओरडतच राहतो...
ओरडतच राहतो... ओरडतच राहतो...।
हा एखाद्या उंदरासारखा शांत आहे. मला याला घरात ठेवायला आवडेल.

-डॉ. स्युस

ॲप बनवणारे नोटिफिकेशनच्या वेळी खूप दबाव टाकण्याचा प्रयत्न करतात. त्यांना कसा दोष देता येईल? इतरही दुसरी ॲप्स हेच काम करताहेत. ते तुमचे लक्ष आपल्याकडे वेधून घेऊ इच्छितात, तर एखादे ॲप जर तुमच्यावर दबाव टाकणार नाही तर तुम्ही त्याला आठवणीत कसे ठेवाल? तुम्ही कदाचित त्याचा तेव्हाच वापर कराल जेव्हा तुम्हाला त्याची गरज भासेल. किती शरमेची गोष्ट आहे!

नोटिफिकेशन्स तुमचे मित्र नाहीत. ते सतत तुमचे लक्ष भरकटवण्याचा प्रयत्न करतात. तुम्हाला अडथळाविरहित फोन हवा असेल किंवा नसेल, तर तुम्हाला आपली जवळपास सारी नोटिफिकेशन बंद करावी लागतील :

1. आपल्या फोनच्या सेटिंगमध्ये जा. नोटिफिकेशन सूची बघा आणि ती एक-एक करून बंद करा.

2. जी तुम्हाला अत्यंत आवश्यक वाटतात, तीच नोटिफिकेशन्स ऑन राहू द्या. उदाहरणार्थ, कॅलेंडरवरचे रिमाइंडर किंवा टेक्स्ट मेसेज.

3. हे लक्षात ठेवा की तुम्हाला ई-मेल व इन्स्टन्ट मेसेजिंग नोटिफिकेशन पण बंद करायची आहेत. हे अलर्ट ऐकणे गरजेचे आहेत, पण वस्तुस्थिती ही आहे की, आपण यातल्या अनेक ॲप्सशिवाय आरामात जीवन व्यतीत करू शकतो. प्रयत्न करा की, तुम्ही असे साधन फोनमध्ये ठेवणार नाही, ज्यांच्या वापराने दुसरे लोक तुमच्या वेळेवर सवार होऊ शकतील.

4. जेव्हा कधी एखादे ॲप तुम्हाला विचारेल की तुम्हाला आपले नोटिफिकेशन ऑन ठेवायला आवडेल का? तर त्याचवेळी नकार द्या.

5. एक आठवडा किंवा ४८ तासांपर्यंत हा प्रयोग करून बघा. मग तुम्हाला कळून येईल की, तुम्हाला काय अनुभव आला.

जेव्हा तुम्ही आपले नोटिफिकेशन बंद करून टाकाल, तेव्हा तुमच्या फोनला थोडी समज येईल. तेव्हा तुम्ही त्याला सतत वटवट करणाऱ्यापासून एक विनम्र वक्त्यामध्ये बदलून टाकाल, जो केवळ कामापुरतेच बोलतो, एक असा मित्र ज्याला तुम्ही खरं तर आपल्या जगाचा हिस्सा बनवू पाहाल.

20. आपला होमस्क्रीन स्वच्छ ठेवा.

तुमचा फोन वेगासाठी डिझाईन केला गेला आहे. आपल्या चेहऱ्याचा किंवा बोटांचा छाप स्कॅन करताच तुमचा फोन सुरू होईल. बहुतेक लोक आपल्या पसंतीची ॲप्सला होमस्क्रीनवर ठेवतात, म्हणजे त्यांना ती ॲप्स जलद उघडता येतात. स्कॅन, टॅप, ॲप! जेव्हा तुम्हाला काही काम करायचे असेल तेव्हा या तऱ्हेने कुठल्या अडथळ्याशिवाय पुढे जाणे छान वाटते, पण जर तुम्हाला लेझर मोडमध्ये जायचे असेल तर या गोष्टी तुमची एकाग्रता भंग करू शकतात.

या गोष्टींची गती कमी करण्यासाठी तुम्हाला आपला होमस्क्रीन रिकामा करण्याचा

प्रयत्न करायला हवा. सारे आयकॉन पुढच्या स्क्रीनवर ठेवा त्यांना दुसऱ्या किंवा तिसऱ्या नंबरवर जाऊ द्या. सर्वांत प्रथम आपल्या सर्वांत सुंदर बॅकग्राउंड इमेजशिवाय स्क्रीनवर आणखी काहीही ठेवू नका.

एक रिकामा होमस्क्रीन तुम्हाला फोन वापरायच्या वेळी एक छान शांत क्षण बहाल करतो. ही जाणून बुजून निर्माण केलेली बाधा आहे, एक लहानसा थांबा. हा छोटासा गतिरोधक किंवा स्पीड-बम्प अडथळ्याला दूर ठेवतो. जेव्हा तुम्ही आपला फोन अकारण उघडता, तेव्हा ही रिकामी जागा तुम्हाला प्रश्न विचारते, की या वेळी खरोखरीच तुम्हाला एखादा अडथळा हवा आहे का?

जॅक

मी तर प्रत्येक स्क्रीनवर ॲप्सची एकच ओळ ठेवून या गोष्टीला अजूनच पुढच्या स्तरावर घेऊन जातो. खरे तर असे करण्याने मला शांत, समाधानी वाटते आणि अधिक ताबा असल्यासारखे वाटते.

21. एक मनगटी घड्याळ वापरा.

१७१४मध्ये इंग्रज सरकारने अशा माणसाला बक्षीस देण्याची घोषणा केली, जो कोणी असे घड्याळ बनवू शकेल, जे जहाजांवर नेता येईल. २०१८च्या हिशोबाने त्या काळी पुरस्कारासाठी त्या माणसाला ५० लाख डॉलर इतकी धनराशी मिळाली असती जवळपास ५० वर्षे आणि डझनावारी प्रोटोटाइप्सनंतर १७६१मध्ये जॉन हॅरिसनने पहिला क्रोनोमीटर बनवला. हा एक तांत्रिक चमत्कार होता, ज्याने जगाला बदलून टाकले. हे घड्याळ खरे तर पोर्टेबल (इकडून तिकडे नेते येऊ शकणारे) होते. ते, एचएमएस डेप्ट फोर्ड या जहाजावर सवार झाले. आणि आपली पहिली ॲटलांटिक ओशियन यात्रा केली. त्याला एका खास कॅबिनेटमध्ये काळजीपूर्वक ठेवले होते.

आज तुम्ही दहा डॉलरमध्ये डिजिटल क्वार्ट्स मनगटी घड्याळ घेऊ शकता, आणि ते योग्य वेळ दर्शवित असते. ते खूपच हलके आणि जलरोधक (पाण्यापासून सुरक्षित) असते. तुम्हाला एका डुलकीनंतर उठवू शकते किंवा ओव्हनमधून अन्न काढण्याची आठवण करून देऊ शकते. ही तंत्रज्ञानाची अद्भुत कमाल आहे.

पण आम्ही वेगळ्या कारणांसाठी घड्याळ घालणे पसंत करतो. जर तुम्हाला वेळ बघायची असेल तर तुम्ही फोनऐवजी घड्याळाचा उपयोग करू शकता आणि जर तुम्ही आमच्यासारखे असाल तर तुम्ही बहुतेक वेळा फोन हातात घेताच इन्फिनिटी पूलमध्ये गुंतून जात असाल, नोटिफिकेशन बघताच फोन उघडायचा मोह आवरता येत नसेल. जर तुम्ही घड्याळ घालत असाल तर स्मार्टफोन दूर ठेवू शकता. आणि जेव्हा तो समोर नसेल तर त्याच्याकडे दुर्लक्ष करणे सोपे असेल.

जेझी

२०१०मध्ये मी सेलिंग करीत असताना घालायला स्पोर्टिंग गुड्सच्या रॅकमधून एक साधारण टायमेक्स घड्याळ घेतले. पण जेव्हा मी ते घातले, तेव्हा ते हातावरून काढावे असे मला वाटेना. १७ डॉलरचे ते घड्याळ खूपच उपयोगी होते. अनेक बाबतीत तर स्मार्टफोनपेक्षाही चांगले होते. कारण त्याचा स्क्रिन कधी खराब झाला नाही. आणि बॅटरी पण दीर्घ काळ चालली.

22. उपकरणांना मागे सोडून द्या.

आमचा मित्र क्रिस पलमीरी आठवड्यातून दोन वेळा आपला लॅपटॉप आणि फोन ऑफिसमध्येच सोडून, रिकाम्या हाताने घरी जातो. तो टोकियोमध्ये एक सल्लागार एजन्सी चालवतो जिथे अखंड काम चालू असते. पण त्या दोन संध्याकाळी तो आपली ई-मेल बघू शकत नाही. तो मेसेजपण करू शकत नाही. दुसऱ्या दिवशी कामावर जाईपर्यंत तो सर्व उपकरणांपासून लांब राहतो.

यात नक्कीच गैरसोय होत असेल, पण याचे म्हणणे आहे की या तात्पुरत्या अलिप्तपणामुळे त्याच्या एकाग्रतेत व झोपेत सुधारणा झाली आहे. जेव्हा त्याच्यापाशी ही दोन्ही उपकरणे नसतात, तेव्हा रात्री तो लवकर झोपी जातो (रात्री १ वाजण्याऐवजी ११.३० वाजता झोपतो.) गाढ निद्रा घेतो. अर्ध्या रात्री त्याची झोपमोड होत नाही. त्याला सकाळी रात्रीची स्वप्नेसुद्धा आठवतात. तो स्वतःसाठी ही एक चांगली गोष्ट आहे, असे मानतो.

जेव्हा तुम्हाला आपल्यासाठी स्वत:चा असा खास वेळ हवा असतो, तेव्हा उपकरण बाजूला ठेवणे किंवा बंद करणे ही पण चांगली निवड असू शकते. त्या वेळात मुलांना काहीतरी वाचून दाखवणे किंवा आपला एखादा प्रकल्प पूर्ण करणे तुमच्यासाठी प्राथमिकता असू शकते. पण जर तुम्हाला ऑफिसमध्ये फोन ठेवणे योग्य वाटत नसेल, (तुम्हाला वाटू शकते की आणीबाणीच्या वेळी फोन लागू शकतो) तर तुम्ही हवा तो इतर उपाय स्वीकारू शकता. घरी येताच फोन आपल्या जवळ वा बरोबर ठेवण्याऐवजी एखाद्या ड्रॉवरमध्ये किंवा कपाटात ठेवून देऊ शकता किंवा मग एखाद्या बॅगमध्ये ठेवून ती बॅग कपाटात बंद करू शकता.

जेझी

जेव्हा मी घराबाहेर असतो, तेव्हा फोन बॅगमध्येच असतो आणि जेव्हा मी घरी येतो तेव्हा बॅग शेल्फवर ठेवून आपल्या कामात मग्न होऊन जातो. अनेकदा कित्येक तास मला फोनची आठवणही येत नाही. हे एक छोटेसे दैनिक स्मरण आहे की, स्मार्टफोनाशिवायसुद्धा जीवन चालू शकते.

लेझर उपाय

इन्फिनिटी पूलापासून दूर राहा

23. मॉर्निंग चेक - यापासून बचाव करा.

24. अडथळा आणणाऱ्या क्रिप्टोनाइटला ब्लॉक करा.

25. बातम्यांकडे दुर्लक्ष करा.

26. आपली खेळणी दूर ठेवा.

27. वाय-फायशिवाय उड्डाण करा.

28. इंटरनेटवर टाईमर लावा.

29. इंटरनेट बंद करा.

30. वेळ वाया घालवणाऱ्यांपासून बचाव करा.

31. खोट्या यशाऐवजी खऱ्या यशाचा सौदा करा.

32. अडथळ्यांनाच साधन बनवा.

33. फेयर वेदर प्रशंसक बना.

23. मॉर्निंग चेक – यापासून बचाव करा.

जेव्हा तुम्ही सकाळी झोपेतून जागे होता, तेव्हा तुम्ही चार तासांची झोप घेतली असेल किंवा आठ तासांची, तुम्हाला इन्फिनिटी पूल आणि बिझी बँडवॅगनपासून दीर्घ अवकाश मिळालेला असतो. तो एक सोनेरी क्षण असतो. पूर्ण दिवस ताजातवाना आहे, तुमच्या मेंदूचा आराम करून झालाय आणि तुमच्यापाशी कुठल्याही तऱ्हेचे लक्ष भरकटविण्याचे कुठलेच साधन नाही. तुमच्यावर कुठल्याही बातमीचा ताण नसेल, कामाशी संबंधित कुठलीच ई-मेल डोक्यावर नाचत नसेल.

याचा आनंद घ्या. त्याच वेळी मेल, ट्विटर, फेसबुक किंवा बातम्या पाहण्यापासून बचाव करा. सकाळी उठताच चेक-इन करणे आणि सर्व नवीन बातम्या वाचणे आवश्यक असू शकते. एका रात्रीत जगात कितीतरी काही घडलेले-बिघडलेले असू शकते. उदाहरणार्थ, तुम्ही स्क्रिन सुरू करता, त्या वेळी तुमचे वर्तमान क्षण आणि इंटरनेटवर दाखवली जाणारी प्रत्येक गोष्ट यामध्ये रस्सीखेच सुरू होते.

फोन दूर ठेवून द्या. तुम्ही मॉर्निंग चेकला जितका काळ लांबवाल - ९ ते १० पर्यंत, किंवा अगदी दुपारच्या जेवणापर्यंतसुद्धा - तितका वेळ तुम्हाला शांतीचे, आरामदायक क्षण लाभतील आणि लेझर मोडमध्ये राहणे सोपे होऊन जाईल.

जेझी

माझ्या सकाळच्या दिनचर्येची महत्त्वपूर्ण बाब म्हणजे मी स्वतः मॉर्निंग चेक-इनला दूर ठेवतो. सकाळचा वेळ माझ्या उद्दिष्टांसाठी खूप महत्त्वाचा असतो, ज्यामध्ये बहुधा कॉम्प्युटरचा समावेश असतो. प्रत्येक रात्री मी माझे ब्राउझर टॅब बंद करून ट्विटर व फेसबुकमधून लॉग-आउट होतो. त्यानंतर जेव्हा उठून मी कॉफी बनवतो, तेव्हा माझ्या सकाळी मॉर्निंग चेक-इनच्या अडथळ्यांपासून लांब, आपल्या उद्दिष्टांवर काम करायला मी पूर्णपणे तयार असतो.

24. अडथळा आणणारे क्रिप्टोनाइट ब्लॉक करा.

आमच्यापैकी बहुतांश लोकांपाशी कुठला ना कुठला शक्तिमान इन्फिनिटी पूल असतो. ज्यापासून आम्हाला हवे असले तरी बचाव करू शकत नाही. आम्ही याला 'डिस्ट्रॅक्शन क्रिप्टोनाइट' म्हणतो. ज्या तऱ्हेने क्रिप्टोनाईट सुपरमॅनला दुबळा बनवून टाकते, त्याच प्रकारे डिस्ट्रॅक्शन क्रिप्टोनाइट बचाव तंत्राला निकामी करून साऱ्या योजनांवर पाणी फिरवते. असे असू शकते की तुमच्यासाठी हे फेसबुक असेल किंवा जर तुम्ही जेझीसारखे असाल, तर सेलबोटच्या वेड्यांसाठी एखादा याहू-ग्रुप होऊ शकतो. यासाठी एक छोटीशी लिटमस टेस्ट आहे : जर काही मिनिटे घालवल्यानंतर (किंवा काही तासांनंतर) तुम्हाला या वेबसाइट किंवा ॲपविना पश्चात्ताप होत असेल, तर हे तुमचे डिस्ट्रॅक्शन क्रिप्टोनाईटच (मोहजाल) आहे.

या डिस्ट्रॅक्शन क्रिप्टोनाईटला अनेक उपायांनी ब्लॉक करता येईल. तुम्ही त्याबाबतीत किती गंभीर आहात किंवा तुमचे व्यसन किती गंभीर आहे, यावर हे अवलंबून आहे. जर तुमचे क्रिप्टोनाइट सोशल नेटवर्क, ई-मेल किंवा तत्सम काही असेल, ज्यासाठी पासवर्डची गरज असेल तर लॉगआउट करण्याने ती गती मंद होईल. जर तुमचा क्रिप्टोनाइट एखादी खास वेबसाइट असेल तर तुम्ही ती ब्लॉक करू शकता किंवा आपल्या लेझर टाइमवेळी इंटरनेट बंद करू शकता. जर तुम्हाला हवे असेल तर आपल्या फोनमधून ॲप, अकाउंट किंवा ब्राउजर हटवूही शकता.

आमचे एक वाचक फ्रान्सिसने आपल्या क्रिप्टोनाईटबद्दल सांगितले की, तो 'हॅकर न्यूज' नावाच्या वेबसाईटसाठी वेडा होता. ज्यावर टेक स्टार्टअप्सचे किस्से भरलेले होते. त्याला जरी त्या वेबसाईटची खूप आठवण यायची, तरी यापासून दूर राहिल्यामुळे त्याला आपल्या भावनिक स्वास्थ्याच्या रूपात बक्षीसही मिळाले. तो म्हणाला, 'आता मी दिवसातून चाळीस वेळा साईट रिफ्रेश करत नाही. आणि स्वत:ची तुलना स्टार्टअप एक्झिटच्या हायलाईट रीलशी करतो.

हॅरियटची कहाणी तर अगदीच निराळी आहे. तिला फेसबुकची सवय होती आणि फेसबुक तिच्यासाठी मोहजाल होते. तिच्यासाठी तो एक भयंकर मोठा अडथळा होता. ते एक हानिकारक व्यसन बनले होते. 'मी सतत आपल्या फोनला चिकटून असायची आणि प्रत्येक मेसेजचे उत्तर देऊ पाहायची. माझे क्युबिकल सतत उघडे असायचे. आणि मी काही काम करते आहे, हा देखावा करण्याचे पण बंद केले होते.'

मग तिला असा साक्षात्कार झाला की, असे चालू शकणार नाही. फेसबुकने तिचे जीवन व्यापून टाकले होते. तिने एका आठवड्यासाठी त्याचा त्याग करण्याचा निर्णय घेतला आणि आपल्या सारी डिव्हाइसेसमधून ते हटवून टाकले. हे आव्हान तर खूपच अवघड होते. आठवडा पूर्ण झाल्यावरसुद्धा ती परत फेसबुकवर परतली नाही. सोशल मीडियावर परत जाण्याच्या नुसत्या कल्पनेनेच मला शिसारी येऊ लागली, म्हणून मी अजून एक आठवडा वाढवला. दोन आठवडे हे दोन महिन्यांत आणि मग दहा महिन्यांत बदलले.

खरे तर असे करण्यामुळे तिचे खूप नुकसानही झाले. अनेक मित्र-मंडळी याच मंचावर भेटीगाठीचे बेत करीत असत. 'मी लुपच्या पूर्णपणे बाहेर होते, फक्त जुन्या मित्रांना भेटू शकले, जे दीर्घ काळापासून माझे मित्र होते.'

पण तरीही ती सोशल मीडियावर परत गेली नाही. 'परिणामांची पर्वा न करता मी आधीपेक्षा खूप जास्त आनंदी आहे. मला असे वाटत होते की, मी बुद्धीचे संतुलन गमावले होते. आपल्या शांत मनाला पुन्हा प्राप्त करणे ही इतकी आनंदाची गोष्ट आहे की, त्याची तुलना कुठल्याही सोशल मीडियाशी होऊ शकत नाही.'

हॅरियटला कळून आले की, फेसबुक सोडल्याने काही मित्र दुरावले, पण काही मैत्रीसंबंध आधीपेक्षा मजबूत झाले. जे लोक खरोखरीच तिच्यासह वेळ घालवू इच्छित होते किंवा तिला ज्यांना खरोखरच भेटायचे होते, त्यांनी तिच्याशी दुसऱ्या कुठल्यातरी प्रकारे संपर्क साधला. हॅरियटचे म्हणणे आहे, असे नाही की माझ्याशी संपर्क साधणे कठीण झाले आहे. पण मी आता पुन्हा कुठल्याही तऱ्हेने इन्फिनिटी पूलचा हिस्सा बनायला तयार नाही.

हे तर केवळ एक उदाहरण आहे, पण आम्ही असे अनेक किस्से ऐकले आहेत. जेव्हा तुम्ही आपल्या विचलन मोहजालापासून (डिस्ट्रॅक्सन क्रिप्टोनाइट) दूर असता, तेव्हा तुम्हाला खरोखरच आनंद, खुशी आणि समाधानाचा अनुभव येतो. आम्हाला असे भय वाटते की, आम्ही लूपच्या बाहेर गेलो आहोत, पण बाहेर आल्यावर कळते की, ही भावना किती छान आहे.

25. बातम्यांकडे दुर्लक्ष करा.

जो मला हवा आहे तो सारा समाचार मी वेदर रिपोर्टकडून एकत्र करू शकतो.

–पॉल सायमन, 'द ओन्ली लिविंग बॉय इन न्यू यॉर्क'

ब्रेकिंग न्यूजची संपूर्ण संकल्पना फक्त एका मिथकावर अवलंबून असते.

तुम्हाला हे माहिती हवे की, आसपासच्या जगात काय चालले आहे, आणि तुम्हाला ते आत्ताच माहिती असायला हवे. स्मार्ट लोक बातम्यांचे अनुसरण करतात. समजूतदार मोठे लोक बातम्यांचे अनुकरण करतात. असेच असते ना?

आमच्यापाशी आपलीच ब्रेकिंग न्यूज असते, तुम्हाला रोजच्या बातम्यांच्या मागे धावण्याची गरज नाही. मुख्य बातम्यांकडे लक्षपूर्वक बघा आणि त्यांच्याबद्दल विचार करा. त्या बातम्यांमुळे तुमच्या त्या दिवसाच्या निर्णयावर परिणाम होईल का? त्यापैकी किती बातम्या उद्या, परवा किंवा पुढील आठवड्यात सुरू राहतील? की गायब होतील?

त्यापैकी किती बातम्या तुमच्या मनात बेचैनी निर्माण करत आहेत? जास्तीत जास्त बातम्या अशाच असतात, ज्या तुम्हाला हेलावून सोडतील. आम्ही लोक लढाई, भ्रष्टाचार, अपराध आणि मानवी कष्टांशी संबंधित बातम्या पाहिल्याशिवाय राहू शकत नाही, ज्या आमच्या मूड (मनोवस्था) आणि लक्ष केंद्रित करण्याच्या क्षमतेवर वाईट परिणाम करतात. दिवसातून एकदासुद्धा अशा बातम्या बघितल्या किंवा ऐकल्या, तरी आमचे मन विचलित करायला त्या पुरेशा असतात.

आम्ही असे म्हणत नाही की, तुम्ही स्वतःला या बातम्यांपासून संपूर्णपणे दूर ठेवा. आम्ही असा सल्ला देऊ की, तुम्ही आठवड्यातून एकदा बातम्या बघाव्यात. जर त्यापासून सतत दूर राहाल, तर तुम्हाला असे अनुभवाला येईल की तुम्ही मानवी समाजापासून दूर एखाद्या समुद्रात भरकटले आहात. जर यापेक्षा जास्त वेळा बातम्या बघाल, तर तुम्हाला तुमचे मन चिंतेने घेरलेले आढळेल आणि तुम्ही आपल्यासमोर दिसणारे काम आणि इतर गोष्टींकडे लक्ष केंद्रित करू शकणार नाही. हे धुके तुम्हाला सहजपणे आवश्यक काम व लोकांपासून दूर करेल, ज्यांना तुम्हाला प्राथमिकता व महत्त्व द्यायचे आहे.

जेझी २०१५पासून आठवड्यातून एक वेळ बातम्या पाहणे वा ऐकणे ही पद्धत स्वीकारू लागलाय. त्याला एक साप्ताहिक वर्तमानपत्र, 'द इकॉनॉमिस्ट' पाहायला आवडते, ज्यामध्ये खास बातम्यांना ६० ते ८० सूचनांनी भरलेल्या पृष्ठांमध्ये सजवले जाते. तुम्ही वाटल्यास 'टाइम्स'सारखे दुसरे कुठलेही साप्ताहिक घेऊ शकता किंवा तुम्ही रविवारची पुरवणी घेऊ शकता. तुम्ही आठवड्यातून एक दिवस वेळ काढून आपली मनपसंत न्यूज वेबसाईट पाहू शकता. तुमची निवड काहीही असो, तुम्हाला काहीही करून स्वतःला २४ तास चालणाऱ्या न्यूज चॅनलच्या जाळ्यापासून दूर ठेवायला हवे. ही निवड जरी खूप कठीण असली, तरी ती तुमच्या वेळेला तुमच्या प्राथमिकतांशी जोडण्यासाठी आणि योग्य प्रकारे वापरण्यासाठी मोठी संधी असेल.

जेझी

जेव्हा मी रोज बातम्या वाचत नव्हतो, तेव्हा मला लाज वाटायची. खूप विचार केल्यानंतर मी ठरवले की, मला तीन प्रकारच्या गोष्टींबद्दल माहिती हवी आहे. मला प्रथम अर्थशास्त्र, राजनीती, व्यवसाय व विज्ञानाच्या प्रमुख गोष्टींबद्दल जाणून घ्यायचे होते. दुसरे म्हणजे मी थोडा स्वार्थी होऊन त्या विषयांबद्दल जाणून घेत होतो, ज्याचा माझ्यावर सरळ परिणाम होऊ शकत होता. उदाहरणार्थ, हेल्थकेअर पॉलिसीमध्ये बदल. तिसरे म्हणजे मी दुसऱ्यांना लाभ देण्याच्या संधीबद्दल जाणून घेऊ इच्छित होतो. एखाद्या नैसर्गिक संकटामध्ये कोणाची मदत करणे. 'द इकॉनॉमिस्ट' वाचताना व आपल्या पत्नीबरोबर एक साप्ताहिक न्यूज पॉडकास्ट ऐकताना मी स्वतःला जगाशी जुळलेला असा अनुभव करतो, मग जेव्हा मला एखादी गोष्ट करायची असेल, तेव्हा मी संशोधन करून आपले काम पूर्ण करू शकेन.

26. आपली खेळणी दूर ठेवा.

आपले घर पूर्णपणे व्यवस्थित ठेवल्यावरच तुमचे खरे जीवन सुरू होते.

– मेरी कोंडो

ज़रा विचार करा– तुम्ही आपल्या उद्दिष्टांवर काम करायला तयार आहात. कदाचित तुम्हाला एखादी लघुकथा लिहायची असेल तर किंवा तुम्हाला कामासाठी एखादा प्रस्ताव तयार करायचा असेल तर तुम्ही आपला लॅपटॉप उचलता, तो उघडता आणि आपला पासवर्ड टाईप करता...

माझ्याकडे बघ! माझ्याकडे बघ! असा प्रत्येक ब्राउजर टॅब तुमच्याकडे बघून किंचाळायला लागतो. तुमचे ई-मेल स्वतःच रिफ्रेश होऊन डझनांनी आलेले नवे नवे मेसेज दाखवते. फेसबुक, ट्विटर, सीएनएन... हेडलाईन चमकते, सगळीकडे नोटिफिकेशन दिसायला लागतात. तुम्ही तुमच्या कामाकडे परत वळू शकत नाही. तुम्हाला टॅब उघडून बघावा लागतो की, त्याला तुमच्याकडून काय हवे आहे. तो तुम्हाला काय नवीन दाखवू इच्छितो?

आता जरा विचार करा- तुम्ही आपल्या उद्दिष्टांवर काम करायला तयार आहात. कदाचित तुम्हाला एखादी लघुकथा लिहायची आहे किंवा तुम्हाला आपल्या कामाचा प्रस्ताव तयार करायचा आहे. तुम्ही तुमचा लॅपटॉप उचलता, तो उघडता आणि आपला पासवर्ड टाईप करता... तुम्हाला तुमच्या डेस्कटॉपवर एका सुंदर तस्विरीशिवाय काही दिसत नाही. कुठलाही संदेश नाही. कुठला ब्राउजर टॅब नाही. तुम्ही काल रात्रीच ई-मेलवरून साईन आउट करून टाकले होते, जर कुणाला एखादा तत्काळ संदेश द्यायचा असेल, तर तो फोन करेल किंवा मेसेज करेल. हे मौन तुमच्यासाठी वरदान आहे. तुम्ही तुमचे काम करायला तयार आहात!

आपले काम करण्याऐवजी, तुमच्यासमोर जे काही दिसते आहे, त्यावर प्रतिक्रिया देणे नेहमीच सोपे असते. आणि जेव्हा ते तुमच्याकडे एकटक बघत असतात, जसे ई-मेल बघणे, चॅटचे उत्तर देणे किंवा बातम्या वाचणे वगैरे. ते तुम्हाला आवश्यक वाटू लागते, पण वास्तवात असे कधी होत नाही. जर तुम्हाला वेगाने लेझर मोडमध्ये जायचे असेल तर आम्ही तुम्हाला एक सूचना देतो की या खेळण्यांना स्वतःपासून दूर ठेवा.

याचा अर्थ असा की तुम्हाला फेसबुक, ट्विटर, सी.एन.एन. वगैरे बंद करावे लागेल आणि ई-मेल आणि चॅट पण दिवसाच्या शेवटी बंद करावे लागेल. एका शहाण्या मुलाप्रमाणे डेस्कटॉप आवरून ठेवावा लागेल. तुम्हाला हवे तर ब्राउझरचे बुकमार्क पण लपवू शकता. आम्ही हे जाणतो की, तुमचे काही इन्फिनिटी पूल यात पण असतील. आता तुम्हाला ब्राउझर्सचे सेटिंग असे करावे लागेल की, तुमचे होम पेज एखाद्या घड्याळासारखे वाटेल. त्यावर त्या साईटचा पसारा नको, ज्या तुम्ही बऱ्याचदा बघता.

असा विचार करून बघा की, जर तुम्ही दोन मिनिटात या सर्व गोष्टींना आवरून ठेवाल, तर तुमच्यापाशी अधिक चांगल्या तऱ्हेने काम करण्याची क्षमता येईल. तुम्ही आपल्या वेळेचा सदुपयोग करू शकाल.

27. वाय-फायशिवाय उड्डाण करा.

तुम्ही खरोखरीच खुर्चीला बांधले गेलेले आहात. मला नेहमी असे वाटते की, विमानाची ही खुर्ची लिहायला, वाचायला, काही ड्रॉइंग काढायला आणि विचार करायला अगदी उत्तम जागा आहे.

– ऑस्टिन क्लिऑन

विमाने आपल्याला हवेत घेऊन जातात आणि त्याबरोबर आम्हाला त्यांची ही खुबी आवडते की- ते आम्हाला लक्ष केंद्रित करायला भाग पाडतात. विमानात बसल्यावर तुम्हाला कुठेच जायचे नसते, काहीच करायचे नसते आणि तुम्हाला जायचे असले तर खुर्चीशी बांधलेले असता. विमानाच्या केबिनचे एक अजब समानांतर विश्व तुमच्यासाठी लिहायला, वाचायला, विचार करायला किंवा मग कंटाळवाणे वाटण्याचा एक चांगला उपाय असू शकतो.

विमानात असतानासुद्धा तुम्ही तुमच्या वेळेचा पुरेपूर उपयोग करू शकता. पहिला- जर तुमच्या सीटसमोर स्क्रीन असेल, तर तो बसल्याबरोबर बंद करून टाका. जर तुमच्या विमानामध्ये वाय-फायची सुविधा असेल, तर त्यासाठी पैसे भरू नका. बस, तुम्हाला उड्डाणाबरोबर या दोन निवडी कराव्या लागतील. मग आपल्या सीटचे पट्टे बांधा आणि पस्तीस हजार फुटांवर लेझर मोडचा आनंद घ्या.

जॅक

मी गुगलमध्ये काम करत असताना त्या दहा वर्षांत खूप प्रवास केला. पण मी स्वत:शी वादा केला होता की, उड्डाणाच्या वेळी कुठलेही काम करणार नाही. तो माझा खासगी वेळ होता आणि त्या दरम्यान तो वेळ मी लेखनासाठी राखून ठेवला. दहा वर्षांत मी त्या प्रवासादरम्यान खूप साहसी लेखन केले आणि हे सर्व खूपच आनंददायक होते. माझ्या सहकाऱ्यांनी कधीच तक्रार केली नाही की, मी ऑफलाइन का होतो? कदाचित त्यांना वाटले असेल की सॅटॅलाइटच्या अडचणीमुळे त्यांचा माझ्याशी संपर्क होऊ शकत नाही किंवा मग बरोबरच्या सहकाऱ्यांशी गप्पा मारण्यात मी रमलो असेन किंवा मग कदाचित त्यांनाही माझ्यासारखीच उड्डाणाच्या दरम्यान ऑफलाईन असण्याची जादू समजली असेल.

28. इंटरनेटवर टायमर लावा.

जेव्हा आम्ही मोठे होत होतो, तेव्हा आम्हाला फोनलाईनवर इंटरनेट डायल करावे लागत असे. गंमत वाटते ना? डाउनलोडचा स्पीड खूप कमी होता आणि आम्ही तासांच्या हिशोबाने पैसे भरत असू. ते चांगले होते पण जिकिरीचे होते.

पण डायल अॅपचा एक फायदाही होता. आम्ही आपल्या इच्छेनुसार काम करू शकत होतो. अनेकदा ऑनलाइनवर असल्यामुळे जे अडथळे येत, तेच आम्हाला थोडेसे थांबायला भाग पाडत असत. जेव्हा आम्ही शेवटी डायल करायचो, तेव्हा कामावर पूर्णपणे लक्ष केंद्रित करीत असू, जेणेकरून आमचा पैसा वाया जाणार नाही.

आजकाल असलेले सुपरफास्ट इंटरनेट कमालीची गोष्ट आहे, पण हीच जगातला सर्वांत मोठा इन्फिनिटी पूल पण झाली आहे, जेव्हा तुम्हाला माहिती असते की, इंटरनेटचे विश्‍व तुमच्यापासून हाकेच्या अंतरावर आहे, तेव्हा तुमच्यासाठी लेझर मोडमध्ये राहणे मुश्कील असते.

पण इंटरनेटला सतत ऑन ठेवणे गरजेचे नाही. बस, तो एक डिफॉल्ट आहे. जेव्हा कधी लेझर मोडमध्ये जाण्यासाठी वेळ असेल, तेव्हा इंटरनेट बंद करण्याचा प्रयत्न करा. सोपा उपाय तर हाच की तुम्ही लॅपटॉपवरचे वाय-फाय बंद करून फोन एरोप्लेन मोडला टाकून द्या. पण त्या उपायांना पूर्वपदावर आणायला (अन डू करायला) वेळ लागत नाही, म्हणून स्वतःला लॉग-आउट करणेच योग्य होईल.

अशी अनेक सॉफ्टवेअर साधने उपलब्ध आहेत, ज्यांच्या मदतीने तुम्ही इंटरनेट तात्पुरता ब्लॉक करू शकता. तुम्हाला असे अनेक ब्राउझर एक्सटेंशन आणि दुसरे अॅप्स मिळतील, जे एखाद्या खास साइटवर तुमच्या वेळाला सीमित करतात आणि तुम्हाला वाटले तर तुम्ही काही वेळापुरत्या प्रत्येक गोष्टी निकामी करू शकता. या टूल्सचे नवे संस्करण सतत येत असते. तुम्हाला हवे असल्यास पुढील पत्त्यावर आपली मनपसंत टूल्स शोधू शकता : maketimebook.com

तुम्हाला वाटले तर वाय-फाय त्याच्या स्रोतापासूनच बंद करू शकता. तुम्ही आपल्या इंटरनेट टायमरला व्हेकेशन टायमरवर टाकू शकता, जसे तुम्ही गावाला जाताना घरातील लाईट लावून जाता, जेणेकरून चोरांपासून घराचा बचाव होऊ शकेल. मग तुम्ही मर्जीप्रमाणे तो इंटरनेट टाईमर लावू शकता. जेव्हा तुम्हाला तुमच्या हायलाईटवर - उद्दिष्टांवर लेझर मोडमध्ये काम करायचे असेल तेव्हा तुम्ही इंटरनेट बंद करून टाका.

किंवा फ्लेक्स कॅपॅसिटर घेऊ शकता किंवा १९९४च्या काळातली डायलअपची सुविधा आणू शकता. पण विश्वास ठेवा, हा व्हेकेशन टायमरचा उपाय सोपा आहे.

जॅक

मी तुम्हाला आधी सांगितले होते की मी रात्रीच्या वेळी आपल्या उद्दिष्टांसाठी कसा वेळ काढत होतो. त्याच दरम्यान मी स्प्रिंट व थरारक लेखनाचे काम पूर्ण केले होते. आणि मी त्याला व्हेकेशन टायमरशिवाय तर करूच शकलो नसतो.

जेव्हा कधी लिहायला बसायचो, तेव्हा इंटरनेटची बाधा समोर यायची. माझ्यासाठी न्यूज आणि ई-मेलच सर्वांत मोठी बाधा होती. मी लिहायला हवे की मग पटपट बातम्या बघून घ्यायला पाहिजेत? मला पॅरेग्राफ पुन्हा वाचायला हवा का? ओह, हे तर कठीण जाईल... चला, इनबॉक्स उघडूया. अरे वा, लिंकेडिनकडून नवीन नोटिफिकेशन... याला अर्काईव्ह करून घेईन. क्लिक!

क्लिक एकानंतर दुसरा! मग यात लिहिण्याची इच्छा आणि वेळ कमी होत जाई. दोन तासांनंतर मी निराश होऊन अंथरुणावर जात असे आणि उशिरापर्यंत काहीच काम होऊ शकत नसे. शेवटी, मला हे कळून चुकले की, जर मला रात्री काम करायचे होते, तर मला आत्मसंयमाने इंटरनेट बंद करावेच लागेल. हे लक्षात ठेवून मी दहा डॉलर्सचा एक

व्हेकेशन टायमर खरेदी केला आणि त्याचे रात्री साडेनऊ वाजता इंटरनेट बंद करण्यासाठी सेटिंग केले आणि तो इंटरनेट राउटरला जोडले.

रात्री त्या वेळेपर्यंत मुले झोपी जात असत, घरचे काम पूर्ण होत असे. टायमर क्लिक केला की कुठलाच इनबॉक्स किंवा न्यूज समोर नसायचे. नेटफ्लिक्स, ट्विटर किंवा मॅक रुमर्सचे नामोनिशाण पण नसायचे. माझा लॅपटॉप ऑन व्हायचा आणि ते सगळं खरंच खूप सुंदर होतं.

29. इंटरनेट बंद करा.

एक वाचक क्रिसा हिने आम्हाला लेझर मोडमध्ये जाण्यासाठीचा एक उपाय पाठवला. तिच्या घरी इंटरनेट सर्विस नाही. इंटरनेट नाहीच! वा! आणि त्याचे परिणाम स्वच्छ नजरेला येतात. तिने त्यादरम्यान लेखन केले. एक नव्या तऱ्हेची पिल-बॉटल डिझाईन केली आणि खूप खेळणी बनवली. ती आपल्या कामावर पूर्णपणे लक्ष केंद्रित करून होती.

तसे पाहिले तर इंटरनेट बंद करणे वाटते इतके कठीण नाही, कारण तुम्ही फोनचे हॉटस्पॉट वापरूनसुद्धा ऑनलाईन ठेवू शकता. पण हा उपाय थोडा संथ, महाग आणि अडचणींचा आहे. ती सांगते की तिला असे करायला दोन डिव्हाईसवर काम करावे लागते आणि इंटरनेट कनेक्ट करण्याच्या या प्रकाराच्या कारणानेच ९९% वेळेस तर ती हेच ठरवते की, असे करायलाच नको.

जर तुम्ही आपली इंटरनेट सर्व्हिस पूर्णपणे बंद करू इच्छित नसाल, तर कुणा मित्राला तुमचा पासवर्ड बदलून टाकायला सांगा आणि पुढील चोवीस तास त्याने तो तुम्हाला सांगू नये, असेही त्याला सांगा.

30. वेळ वाया घालवणाऱ्यांपासून बचाव करा.

जेव्हा जॅक छोटा होता, तेव्हा त्याच्या परिवाराने त्याला आपल्याबरोबर ॲरीझोनच्या मिटीऔर क्रेटरला नेले होते. ही जागा केवळ नावच नव्हे तर वास्तवात वाळवंटाच्या मधोमध एक मिटीऔर क्रेटर आहे. हजारो वर्षांपूर्वी दीडशे फुटांचा मोठा पाषाण पृथ्वीच्या पृष्ठभागावर येऊन आदळला आणि एक मैलाच्या परिघात त्याचा स्फोट झाला. जॅकने त्या ठिकाणी उभे राहून कल्पना केली की, तो आघात केवढा जबरदस्त झाला असेल. तो खड्डा मिटीऔरपेक्षा तीस पटींनी मोठा आहे. इतक्या

लहानशा वस्तूने किती मोठा खड्डा तयार झाला.

हे वाटते तितके अजब नाही. आमच्या जीवनातसुद्धा हे रोज घडतच असते. अनेक छोटे-मोठे अडथळे आमच्या जीवनात खूप मोठे-मोठे खड्डे निर्माण करीत असतात. आम्ही त्यांना 'टाईम क्रेटर्स' म्हणतो आणि ते काहीसे या प्रकारे कार्य करतात :

- जॅकने एक ट्विट पोस्ट केले, ९० सेकंद.
- पुढच्या दोन तासात जॅक ट्विटर चार वेळा बघून आला की त्याच्या ट्विटचे काय झाले? प्रत्येक वेळी त्याने व्ह्यूजफीड बघितले. दोनदा कुणा दुसऱ्याच्या पोस्टवर पोस्ट केलेले आलेखही वाचले, २६ मिनिटे.
- जॅकचे ट्विट काही लोकांनी रिट्वीट केले, त्याला ते आवडले आणि त्याने ठरवले की तो अजून एक ट्विट करेल. इकडे-तिकडे करत त्याने दोन-तीन मिनिटे अजून घालवली.
- जॅकने अजून एक ट्विट पोस्ट केले आणि मग पुन्हा तेच चक्र पुन्हा चालू राहिले.

एक छोटेसे ट्विट सहजपणे तुमच्या दिवसाचा अर्धा तास खाऊन टाकते. जेव्हा जेक ट्विटर सोडून आपल्या उद्दिष्टांकडे परत येतो, तर त्याला आपल्या लेझर मोडम ध्ये परत येण्याआधी डोक्यात सगळी माहिती गोळा करावी लागते. अशा प्रकारे तो टाईम क्रेटर ४५ मिनिटे किंवा एक तासापेक्षाही जास्त वेळाचा असू शकतो.

पण फक्त इन्फिनिटी पूलमुळेच असे होते, असे नाही. यामध्ये रिकव्हरी टाईम पण येतो. जर तुम्ही पंधरा मिनिटात जेवायला जात असाल, तर हे तुमच्यासाठी तीन तासाच्या फूड कॉमामध्ये बदलू शकते. जर तुम्ही उशिरा रात्री एक तासाची झोप कमी करून टीव्ही पाहत असाल तर पुढच्या पूर्ण दिवसाचा ऊर्जा-स्तर कमी झालेला असेल, काही वेळा एखाद्याची वाट पाहणे हेदेखील याचे कारण असू शकते. तुम्हाला पुढील ३० मिनिटात एका मीटिंगला जायचे आहे यामुळे तुम्ही नवीन उद्दिष्टांवर काम करणे पुढे ढकलता, मात्र यामुळे तुमचा वेळ नष्ट होतो.

जीवनात अशा कोणत्या वेळा आहेत, जेव्हा तुमचा वेळ वाया जातो? हे तुम्हाला समजून घ्यायचे आहे. तुम्ही त्या सर्वांपासून वाचू तर शकत नाही, पण

त्यापैकी काहींवर नक्कीच मात करू शकता आणि जेव्हा तुम्ही असे कराल, तेव्हा स्वतःसाठी वेळ वाचवू शकाल.

31. खोट्या यशाऐवजी खऱ्या यशाचा सौदा करा.

ट्विटर, फेसबुक आणि इन्स्टाग्राम तुमचा वेळ नष्ट करणारे असू शकतात, पण याखेरीज ते आणखी एका प्रकारे धोकादायक पण असू शकतात. ते तुम्हाला खोट्या यशाचे समाधान देतात.

जर तुम्ही इंटरनेटवर कुणाशी बोलत आहात. तुम्हाला जर समाधानाचा खोटा अनुभव येतोय तर आमचा मेंदू म्हणतो, 'आम्ही काहीतरी काम केले.' पण खरंतर हे कुठल्याच कामाचे नसते आणि आम्हाला त्याची किंमत चुकवावी लागते. आमचा असा वेळ आणि ऊर्जा नष्ट होते, जी आम्ही आमच्या उद्दिष्टांसाठी वापरू शकलो असतो. नकली यश तुम्हाला या गोष्टीवर लक्ष केंद्रित करू देत नाही, की वास्तवात तुम्हाला काय करायचे आहे?

हे नकली यश अनेक आकार-प्रकारात येते. जर तुम्ही आपल्या उद्दिष्टासाठी निवडलेल्या सार्थक योजनेवर काम करण्याऐवजी एखाद्या स्प्रेडशीटला अपडेट करायला बसले आहात, (जर तुम्ही तुमच्या गरजेच्या कामाऐवजी एखादे स्प्रेडशीट अपडेट करत आहात, ते हे समाधान खरे नाही.) तर नक्कीच हे नकली यशाचे समाधान आहे. तुम्ही हे अशासाठी करीत आहात कारण की हे करणे सोपे आहे. जर तुम्हाला मुलांसोबत वेळ घालवावासा वाटतोय आणि तेव्हा तुम्ही किचनची स्वच्छता करीत आहात, तर हेही नकली यशच आहे. ई-मेल बॉक्स तर नेहमीच नकली यशाचे साधन असते. तुम्हाला वाटते की मेल बघून आपण खूप मोठे काम केले आहे, परंतु असे नसते. तुमचे डोके म्हणते, 'छान! मी काहीतरी करून दाखवले!'

जेव्हा कधी लेझर मोडची वेळ येते, तेव्हा स्वतःला आठवण द्या, तुमची उद्दिष्टपूर्तीच तुमचे खरे यश आहे.

32. अडथळ्यांनाच साधने बनवा.

फेसबुक, ट्विटर, ई-मेल आणि बातम्यांसारखे इन्फिनिटी पूल तुमच्यासाठी अडथळे बनतात पण याचा अर्थ असा नाही की ते कुठल्या कामास येत नाहीत. आम्ही काहीतरी कारणानेच त्यांचा वापर सुरू केला होता. कुठे ना कुठे ते आमच्या सवयीचे होत गेले. पण ऑटोमॅटिक रुटीनमध्ये इन्फिनिटी पूल ॲपचा आपल्याला

फायदा असतो. फक्त आम्ही त्याचा विचारपूर्वक वापर केला पाहिजे.

जेव्हा तुम्ही एखाद्या ॲपवर समजून उमजून लक्ष केंद्रित करता, तेव्हा तुम्ही त्याच्याशी असलेला संबंध बदलू शकता. एखाद्या ट्रिगर किंवा अडथळ्यावर प्रतिक्रिया देण्याऐवजी, तुम्ही समजून उमजून आपल्या आवडत्या ॲपला प्रयोगात आणू शकता, त्यांना एक साधन बनवू शकता, मग वाटले तर ते इन्फिनिटी पूल तुमच्या वेळेत बाधा का आणेनात. ते असे शक्य होऊ शकते :

1. तुम्ही एखाद्या ॲपचा उपयोग का करता? हे पूर्णतः मनोरंजनासाठी आहे का? यामुळे तुम्ही आपल्या कुटुंबीय व मित्र-मैत्रिणींच्या संपर्कात राहता का? हे ताज्या बातम्या कळण्यासाठी आहे का? जर असे असेल तर हे तुमच्या जीवनात आवश्यक आहे.

2. यानंतर असा विचार करा की तुम्हाला यावर रोज, दर आठवड्याला किंवा दर महिन्याला किती वेळ द्यायला हवाय आणि हे ॲप या कामांसाठी उत्तम आहे की नाही? तुम्हाला वाटल्यास तुम्ही आपल्या परिवाराच्या संपर्कात राहण्यासाठी फेसबुकचा प्रयोग करू शकता. पण हे सर्व करण्याचा हाच योग्य प्रकार आहे का? की यापेक्षा त्यांना फोन करणे जास्त उत्तम असेल?

3. यानंतर शेवटी असे की, तुम्हाला आपले उद्दिष्ट प्राप्त करण्यासाठी या ॲपचा कसा प्रयोग करायला आवडेल? तुम्हाला असे अनुभवायला येईल की, तुम्ही आठवड्यातून एकदा बातम्या बघू शकता किंवा दिवसाच्या शेवटी एकदा ईमेल बघू शकता. तुम्ही तुमच्या बाळाचे फोटो टाकण्यापुरतेच फेसबुक वापरू शकता आणि ते बंद करू शकता. तुमच्या वेळ वाया घालवणाऱ्या साधनांपासून दूर जायचे एकदा तुम्ही ठरवलेत, तर ते शक्य होऊ शकते.

जेझी

माझा खूपसा वेळ ट्विटरवर जायचा. मग मी ठरवले की, वेळ नष्ट करण्यापेक्षा, त्याला एक साधन म्हणून वापरात आणेन. मग ठरवले की, मी ट्विटरवर आपल्या कामाची माहिती देत वाचकांच्या प्रश्नांना उत्तरे देईन. पण मला असे आढळले की, असे करायला माझ्याजवळ फार वेळ नाही आणि यासाठी मला सारी मेनफीड पाहण्याची गरज पण नव्हती. आता मी ट्विटर आपल्या लॅपटॉप वरच वापरतो, फोनवर नाही. मी यासाठी दिवसातून अर्ध्या तासाचा वेळ निश्चित केला आहे. या वेळेचा सदुपयोग करण्यासाठी फीड बघण्याऐवजी मी फक्त नोटिफिकेशनवर लक्ष देतो. मग आपले काम पूर्ण झाल्यावर पुढच्या दिवसाकरता लॉग आउट करतो.

जॅक

माझ्याकडे जेझीइतका आत्मसंयम नाही, म्हणून मी ब्राउजर प्लग-इनचा उपयोग करतो आणि पूर्ण दिवसात ट्विटर आणि न्यूज वेबसाईटसाठी चार मिनिटांचा वेळ राखून ठेवतो. या निर्बंधामुळे मला वेगाने काम करायला शिकवले आहे. आठवड्यातून दोन वेळा मी ब्राउझर प्लग-इन बंद करून आवश्यक मेसेजची उत्तरे देतो... आणि हो, काही ट्विट पण वाचून ठेवतो. आणखी सूचनांसाठी तुम्ही आमची वेबसाईट बघू शकता.

33. फेअर वेदर प्रशंसक व्हा.

खेळांचे प्रशंसक होण्यात किती वेळ लागतो? तुमच्याकडे किती वेळ आहे? आजकाल तुम्ही आपल्या खोलीत आरामात बसून जगातील कुठलाही खेळ आणि प्रत्येक टीमचे प्रदर्शन सहजपणे पाहू शकता. संपूर्ण वर्षभर तऱ्हेतऱ्हेचे समाचार, बातम्या, अफवा, सौदे, ब्लॉग किंवा प्रोजेक्शन तुमच्यासाठी सज्ज असतात. हे सारे अथक सुरूच असते. तुम्ही वाटल्यास चोवीस तास न थांबता सर्व पाहू-ऐकू शकता, पण तरीसुद्धा तुम्हाला असेच वाटेल की आणखी काही माहिती अजून शिल्लक आहे.

खेळाचे वेड फक्त वेळच खात नाही तर ते तुमची भावनात्मक ऊर्जा पण शोषून घेते. जेव्हा तुमची टीम हारते, तेव्हा तुम्हाला दीर्घकाळ निराश व उदास वाटत राहते आणि असे बरेच दिवस किंवा आठवड्यांपर्यंत होऊ शकते. तुमची टीम जिंकली तरीसुद्धा त्यामुळे तुमचा वेळ नष्ट होतो. तुम्ही फॉलो-अप, विश्लेषण आणि उद्दिष्टपूर्तीमध्येच मग्न होऊन जाता.

खेळांची आपल्यावर जबरदस्त पकड असते. ते आमच्या आदिम इच्छेला पूर्ण करतात. आम्ही आपल्या अभिभावक कुटुंबे आणि मित्रांसोबत स्थानिक चमूंचा खेळ बघत मोठे झालो असतो. आम्ही आपल्या सहकाऱ्यांसोबत आणि अनोळखी लोकांबरोबर खेळावर चर्चा करतो. प्रत्येक खेळ आणि सीझन आपापल्या परीने एक कथानक आहे, पण यात खऱ्या जीवनाविषयी काहीच नसते. यामध्ये होणारी स्पष्ट हार-जीत आम्हाला निखळ आनंद देते.

आम्ही तुम्हाला सगळे सोडायला सांगत नाही. आमचा सल्ला केवळ एवढाच आहे की, तुम्ही एक फेअर वेदर प्रशंसक म्हणजे ज्या टीमचे सगळे चांगले चालले असेल तसे बना. काही विशेष सामने असतील तेव्हाच खेळ बघा. उदाहरणार्थ, तुमची टीम खेळत असेल. जेव्हा ते हरत असतील, तेव्हा बातम्या बघू नका. तुम्ही अजून एखादे काम करतानासुद्धा तुमच्या टीमबरोबर मनोमन राहू शकता.

जेझी

माझी आजी केटी ग्रीन बे विस्कॉनसनमध्ये लहानाची मोठी झाली, त्या ठिकाणी माझे वडील हायस्कूलच्या फुटबॉल टीमचे कोच होते. ज्यांचे नाव अर्ल 'कर्ली' लॅम्ब्यू होते. एनएफएलचे प्रशंसक त्यांना ओळखत असतील : ग्रीन बे पॅकर्स लॅम्ब्यू स्टेडियममध्ये खेळतात आणि कर्ली टीमच्या संस्थापकांपैकी एक होते. जेव्हा फुटबॉल टीव्हीवर दिसत नसे, त्याच्याही आधीपासून माझी आजी पॅकर्सची चीअर लीडर होती. तेव्हा ती ग्रीन बेच्या ईस्ट हायस्कूलची विद्यार्थिनी होती.

तुम्ही असे म्हणू शकता की, पॅकर्सचे चाहते असणे माझ्या डीएनएचाच हिस्सा आहे आणि यामुळे माझी इच्छा असूनही मी फेअर वेदर प्रशंसक बनू शकत नाही. हेच कारण आहे की, मी या बाबतीत थोडी वेगळी भूमिका घेतो. मी खेळाच्या केवळ तेवढ्याच भागांकडे लक्ष केंद्रित करतो, जे खूप मजेदार असतात. माझ्यासाठी हा वेळ मित्रांबरोबर घालवण्याचा आणि खाण्या-पिण्यासाठीचाही असतो आणि सहा महिन्यांनी एकदा कधीतरी मैदानावर पण खेळ बघायला जातो.

मी पॅकर्सचा खेळ बघत अजून वेळ घालवू शकलो असतो, नाहीतर मी टीमच्या बातम्या बघितल्या असत्या. महत्त्वाच्या खेळाडूंच्या खेळाचे विश्लेषण केले असते आणि ऑफ सीझनमध्ये पण त्यांच्याबद्दल जाणून घेतले असते, पण यामुळे माझा अधिकच वेळ नष्ट झाला असता. हेच कारण आहे की, मी माझ्या उद्दिष्टांवरच लक्ष केंद्रित करतो आणि उर्वरित वेळेचा उपयोग आपल्या आवश्यक कामांसाठी करतो.

लेझर उपाय

आपल्या इनबॉक्सची गती कमी करा

34. आपले ई-मेल दिवसअखेरीस बघा.

35. ई-मेल बघण्यासाठी वेळ निश्चित करा.

36. आठवड्यातून एकदा इनबॉक्सही रिकामे करा.

37. अशी बतावणी करा की जणू मेसेज एक येणारे पत्र आहे.

38. मेलचे उत्तर सावकाश द्या.

39. अपेक्षांना नव्या तऱ्हेने पूर्ण करा.

40. केवळ सेंड ओन्ली मेल असा सेटअप करा.

41. औपचारिक तंत्रांपासून विश्राम

42. स्वतःला बाहेर कोंडून ध्या.

आम्हाला असे वाटत होते की, रिकामा ई-मेल बॉक्स ही उच्च उत्पादकतेची कसोटी मानली जाऊ शकते. अनेक वर्षे आमच्यावर डेव्हिड ॲलन आणि मर्लिन मान यांसारख्या विशेषज्ञांचा प्रभाव होता. जणू आमचे हे ध्येय होते की, प्रत्येक मेसेजला त्याच दिवशी उत्तर द्यायचे. जॅकने गुगलवर ई-मेल प्रबंधनाचा वर्ग चालवला आणि शेकडो सहकाऱ्यांना शिकवले की, ते आपले इनबॉक्स रिकामे कसे ठेवू शकतात?

इनबॉक्स रिकामे ठेवण्याचे तंत्र चांगल्या तर्कावर आधारित आहे. जर तुम्ही संदेशांची उत्तरे योग्य वेळेत देत राहिलात तर तुम्हाला कामाच्या वेळी कुठलाच अडथळा येणार नाही. ना इनबॉक्सच्या ना डोक्याला! जर रोज थोडेसेच मेल येत असतील, तर हे तंत्र चांगल्या तऱ्हेने उपयोगात येऊ शकते. पण बहुतांश लोकांसारखेच आमच्याकडे पण पूर्ण दिवस मेल व संदेशांचा पूर येत राहतो. हळूहळू आमचा इनबॉक्स एक नवीनच रूप घेतो. आम्हाला आमच्या बाकी साऱ्या काम ंबरोबरच यालाही कामाचा हिस्सा बनवून पूर्ण करायचे असते, पण काही दिवस असेही यायचे, जेव्हा आमच्यासाठी हेच सर्वांत मोठे काम होऊन बसायचे. हे एखाद्या दुष्टचक्राहून कमी नव्हते. आम्ही जितक्या वेगाने उत्तर द्यायचो, तेवढ्याच वेगाने त्याचे उत्तर यायचे आणि आमच्याकडून तत्काळ उत्तरे देण्याची अपेक्षा अजूनच वाढत जायची.

जेव्हा आम्ही आपल्या रोजच्या उद्दिष्टांसाठी वेळ काढायला लागलो, तेव्हा आम्हाला असे आढळले की आम्हाला मेल्सच्या वेड्याप्रमाणे आलेल्या प्रतिक्रिया रोखायला हव्यात. मागील अनेक वर्षांपासून आम्ही आमच्या इनबॉक्सला ब्रेक लावत आलो आहोत आणि असे करणे सोपे नाही. जर तुम्हाला तुमच्या लेझर मोडमध्ये जाऊन उद्दिष्टे पूर्ण करायची असतील, तर आम्ही तुम्हाला सल्ला देऊ की, तुम्ही या लढाईचा हिस्सा बनून आपले इनबॉक्स बंद करून टाका.

याचा फायदा लेझर मोडपेक्षाही जास्त मिळेल. जर तुम्ही वारंवार ई-मेल बघत नसाल, तर एका संशोधनाप्रमाणे तुम्हाला तणाव कमी जाणवतो आणि तुम्ही स्वतः नेहमी यशाच्या शिखरावर राहता. ब्रिटिश कोलंबिया युनिव्हर्सिटीने २०१४मध्ये केलेल्या एका अभ्यासात असे आढळले की, जे लोक दिवसातून अनेक वेळा ई-मेल बघण्याऐवजी फक्त तीन वेळा ई-मेल बघतात, त्यांच्या कामाच्या दर्जामध्ये मोठी घट दिसून येते. एलिझाबेथ डून व कॉस्तारीन कुशलव यांच्यामते 'ई-मेलवर लागणाऱ्या वेळेच्या कपातीने तणावात येणारी घट काहीशी अशा प्रकारे असेल, जशी दिवसातून अनेक वेळा तुम्ही ट्रॉपिकल आयलँडच्या गरम पाण्यात पोहत आहात.' असेही आढळून आले आहे की, तुम्ही ई-मेल जितक्या कमी प्रमाणात पाहता, तितकी तुम्हाला चांगली मेल व उत्तरे बनवणे अधिक सोपे होऊन जाते. लोकांनी

सांगितले की, ज्यांनी एक आठवडा दिवसातून तीनच वेळा ई-मेल आणि मेसेजेस बघितले, त्यांच्या कामाचा वेग २०% वाढला. या प्रकारे त्यांना वेळ वाचवण्याची संधीही मिळाली.

एकंदरीत, ई-मेलच्या सवयी नव्याने घालून घेणे किंवा बदलणे सोपे नसते. आम्ही दोघेही या व्यसनाचे शिकार झालो होतो, म्हणूनच आम्ही तुम्हाला असे अनेक उपाय सांगू शकतो, ज्यामुळे तुमचा तुमच्या इनबॉक्सशी असलेला संबंधच बदलून जाईल.

34. आपले ई-मेल दिवसअखेरीस बघा.

सकाळी सर्वांत आधी ई-मेल बघणे आणि मग लोकांच्या प्राथमिकतेनुसार प्रतिक्रिया देणे असे करण्याऐवजी दिवस अखेरीस ई-मेल बघा. या प्रकारे तुम्ही कामाचे वास्तविक तास आपल्या कामासाठी उपयोगात आणू शकता आणि या दरम्यान तुमची सर्व आवश्यक कामे पूर्ण होऊ शकतील. असेही होऊ शकते की, दिवसाअखेरीस तुम्ही थकलेले असाल, पण ई-मेलची उत्तरे देण्यासाठी खूप ऊर्जे ची गरज नसते. तुम्ही अनेक पानांचे उत्तर देण्यापेक्षा सरळ शब्दात आपला मुद्दा मांडण्याचे कसब शिकून घ्या आणि अशा कामांना संमती देण्याच्या मोहापासून बचाव करा, जी कामे तुमचा वेळ खाऊ शकतात.

35. ई-मेल बघण्यासाठी वेळ निश्चित करा.

तुम्ही आपली नवीन 'ई-मेल दिनचर्या' बनवत असाल, तर त्याच्यासाठी विशिष्ट वेळेचे नियोजन करा. तुम्हाला जर माहीत असेल की, तुम्ही तुमच्या कॅलेंडरमध्ये मेलसाठी वेळ राखून ठेवली, तर तुमचा मेल्सवर जाणारा वेळ वाचवणे सुलभ होईल आणि जर तुम्ही ई-मेल पाहण्याचा वेळ एखाद्या मीटिंगच्या आरंभापूर्वी राखला असेल तर तुम्हाला आपल्या संकल्पावर कायम राहणे सोपे जाईल. उदाहरणार्थ, ई-मेलचा वेळ समाप्त झाला की काम बंद. दिलेल्या वेळात जेवढे काम होईल, तिथेच ते बंद करून पुढचे काम सुरू करा.

36. आठवड्यातून एकदा इनबॉक्सही रिकामे करा.

आम्हाला आमचा इनबॉक्स रिकामा ठेवणे आवडते, पण आम्हाला ते रोजच्या रोज करणे शक्य नाही. जेझी आठवड्यातून एकदा असे करतो. तुम्ही पण आठवड्यातून एकदा इनबॉक्स रिकामा करण्याचे लक्ष्य अजमावून पाहू शकता. तुम्हाला वाटल्यास ते संदेश आधी बघू शकता, ज्यांना ताबडतोब उत्तर हवे असेल. जर एखादा अधिकच आवश्यक मामला असेल तर मित्र व परिवाराच्या सभासदांना

सांगा, ते तुम्हाला कॉल करतील. जो मेसेज खूप आवश्यक नसेल, त्यासाठी तुमच्या सहकाऱ्यांना थोडी वाट पाहणे शिकून घ्यावे लागेल.

37. अशी बतावणी करा की जणू काही मेसेज एक येणारे पत्र आहे.

तुम्हाला प्रत्येक नवीन मेसेज आणि मेल पाहिल्यावर तडक उत्तर द्यायचे आहे, हा विचार तुम्हाला बराच तणावग्रस्त करू शकतो. तुम्ही मेल्सला जुन्या काळात मिळणाऱ्या पत्रांसारखे समजावे, हे अधिक चांगले होईल. तीच पत्रे जी लिफाफ्यात येत व शिक्क्यासहित असत. तुम्हाला दिवसातून एकदा डाक यायची आणि बऱ्याचदा तर लिफाफे तुमच्या टेबलावर न उघडताच पडलेले असत. मग तुम्ही नंतर ते उघडत असत. ९९% पत्रव्यवहार सर्वसाधारणच असे जर शक्य असेल तर ई-मेल्स पण त्याच प्रकारे पाहण्याचा प्रयत्न करा, जे जुन्या काळातील टपालाचे नवे, सुंदर आणि हायटेक संस्करण होईल.

38. मेलचे उत्तर सावकाश द्या.

सर्वांत आधी, तुम्हाला तुमच्या विचारात बदल करावा लागेल. प्रत्येक कामाचा झटपट उरका पाडण्यापेक्षा आरामात आणि सावकाश काम करणे शिकावे लागेल. आपले ई-मेल, चॅट्स, मेसेज व अन्य संदेशांचे आरामात उत्तर द्या. लोकांना उत्तर द्यायचे असेल तर तुम्ही सहजपणे काही तासांत, काही दिवसांत किंवा आठवड्यांमध्ये उत्तर देऊ शकता. तुम्हाला हे थोडे अजब वाटेल, पण ते तसे अजिबात नाही.

प्रत्यक्ष जीवनात तुम्ही लोकांशी तेव्हाच गप्पागोष्टी करता, जेव्हा तुम्ही समोरासमोर असता. जेव्हा कोणी सहकारी विचारतो, 'आजची मीटिंग कशी झाली?' तेव्हा तुम्ही असा देखावा करीत नाही की तुम्ही कुठे दुसरीकडेच बघत आहात आणि तुम्ही जणू काही ऐकले नाही. तसे वागणे फारच वाईट दिसते. तेव्हा तुम्हाला खरे उत्तर द्यावेच लागते. त्याच वेळी उत्तर देणे हा त्याचा डिफॉल्ट आहे; आणि तो एक चांगला डिफॉल्ट आहे. पण जर तुम्ही डिजिटल दुनियेत याचे पालन कराल, तर ते योग्य होणार नाही.

तुमच्याशी ऑनलाईन संपर्क कुणीही करू शकतो आणि ते लोक तुमच्या आजूबाजूच्या परिघातीलच असतील असेही नाही. त्यांच्याजवळ तुमचे नाही तर त्यांच्या प्राथमिकतेशी संबंधित प्रश्न असतात. त्यांना तुमच्या नव्हे तर स्वतःच्या सोयीप्रमाणे त्यांचे ताबडतोब उत्तर हवे असते. जेव्हा कधी आपली मेल किंवा मेसेज बॉक्स बघून कुणा अशा व्यक्तीला ताबडतोब उत्तर देता, तर तुम्ही त्याला असा संदेश देत आहात, 'कुणाला काहीही काम असेना का, मी आपल्या हातातील काम

थांबवून त्याची प्राथमिकता पूर्ण करेन.'

हे ऐकायला वेडेपणाचे वाटते, पण तत्काळ उत्तर देणे आमच्या संस्कृतीचा भाग बनून गेला आहे. हाच बिझी बँड वॅगनचा आधार आहे.

तुम्ही हवे तर हा चमत्कारिक वाटणारा डिफॉल्टला बदलू शकता. इनबॉक्स वारंवार बघू नका आणि काही मेसेजेस जमा झाल्यावरच त्याचे उत्तर द्या. तुम्हाला वाटल्यास तुम्ही वेळ काढून हळूहळू त्यांची उत्तरे देऊ शकता, म्हणजे आपल्या लेझर मोडसाठी वेळ वाचलेला असेल आणि जर असे करण्याने तुम्ही मूर्ख ठरत असाल, तर तुम्हाला आम्ही आठवण करून देतो की एकाग्रता व वर्तमानात हजर असल्याने तुम्ही एक सहकारी व मित्र या नात्याने अमूल्य सिद्ध होता.

बिझी बँडवॅगनची तत्काळ उत्तर देण्याची संस्कृती प्रभावी आहे, तुम्हाला त्यातून निभवून जायचे असेल तरी स्वतःवर विश्वास ठेवणे भाग आहे, जेणेकरून तुमच्या विचारात बदल होऊ शकतील. आपल्या उद्दिष्टांवर विश्वास ठेवा : ते कुठल्याही अडथळ्यापासून आपल्या प्राथमिकतेला बाजूला ठेवते. लेझर मोडवर विश्वास ठेवा : आपल्या इनबॉक्सच्या गरजांना पूर्ण करण्याऐवजी एकाग्र भावाने काम करणे केव्हाही चांगले आहे. अन्य लोकांवर पण विश्वास ठेवा : जर कोणाचे काम खूप आवश्यक असेल तर तो तुम्हाला वैयक्तिकपणे भेटेल किंवा फोनवर बोलेल.

39. अपेक्षांना नव्या तऱ्हेने पूर्ण करा.

अर्थात, जेव्हा तुम्ही आपल्या ई-मेल बघण्याच्या वेळेला सीमित करता किंवा उत्तर द्यायचा वेळ वाढवता, तेव्हा तुम्हाला अन्य लोकांच्या व सहकाऱ्यांच्या अपेक्षांचे प्रबंधन करावे लागेल. तुम्ही त्यांना अशा प्रकारे सांगू शकता :

> मी ताबडतोब उत्तर देऊ शकत नाही. मला काही अत्यंत महत्त्वाच्या गोष्टींवर काम पूर्ण करायचे आहे. जर तुमचे काम खूपच आवश्यक असेल तर कृपया मेसेज करा.

हा मेसेज व्यक्तिगत रूपात, ई-मेल किंवा ऑटोरिस्पॉन्समध्ये पण देऊ शकता. हे शब्द आम्ही विचारपूर्वक निवडले आहेत. तुम्ही समोरच्याला सांगत आहात की तुम्हाला काही महत्त्वाच्या गोष्टींचे काम पूर्ण करायचे आहे आणि ही गोष्ट पूर्णपणे वाजवी व योग्य आहे. यानंतर तुम्ही असेही म्हणू शकता की जर एखादे काम आवश्यक असेल तर तुम्हाला मेसेज करावा. याप्रकारे लोकांना संदेश जाईल की, तुम्ही आपले काम टाळत नसून, केवळ आवश्यक कामांकडे प्रथम लक्ष देत आहात. आशा आहे की, ते तुम्हाला समजून घेतील आणि तुमच्यासाठी अडथळ्यांचा स्तर आधीपेक्षा बराच कमी होईल.

कदाचित तुम्हाला मेसेज पण करायची गरज पडणार नाही, तुमच्या वागण्यावरूनच ही गोष्ट स्पष्ट होईल. जसे गुगल वेंचर्सच्या दरम्यान सगळेच जाणत होते की आम्ही दोघे तत्परतेने ई-मेलचे उत्तर देत नव्हतो. जर त्यांना एखादे काम लवकर करून घ्यायचे असते तर ते आम्हाला ऑफिसमध्ये भेटले असते किंवा तसा संदेश पाठवला असता. पण आम्हाला आमच्या या कार्यपद्धतीविषयी कधीच समन्स (ओरडा) मिळाला नाही. आमची गती थोडी मंद होती आणि लोकांना ते समजले होते. ते आम्हाला आमच्या डिझाईन प्रिंटसाठी अधिक वेळ देत असत आणि लेखनासाठी तर त्याहून अधिक. दुसऱ्या शब्दात, आमच्यापाशी लेझर मोड आणि उद्दिष्टपूर्तीसाठी जास्त वेळ राहत होता.

काही कामे उदाहरणार्थ, सेल्स आणि ग्राहक सहयोग यांच्यासाठी तत्काळ उत्तर द्यावे लागते. पण बहुतांश नोकऱ्यांमध्ये तुम्ही उत्तर देण्याचा वेग मंद ठेवत इतर कामे करण्याची गती वाढवू शकता आणि ते अधिक अर्थपूर्ण काम करू शकलात तर हे तुमच्यासाठी अजून चांगलेच असेल.

40. केवळ सेंड ओन्ली मेल असा सेटअप करा.

वास्तविक फोनवर ई-मेल न येणे योग्य राहील, पण अनेकदा मेल पाठवण्यायोग्य असायला हवी. चांगली बातमी : तुम्ही वाटल्यास हे उपयोगात आणा किंवा नका आणू.

जेझी

२०१४मध्ये जेव्हा मी ठरवले की, स्वत:साठी अडथळारहित फोन वापरायचा आहे, तेव्हा मी हैराण झालो की मेल न पाठवणे हे माझ्यासाठी किती कठीण जात होते. कदाचित मला आठवत नसेल की मी स्वत:ला काहीतरी स्मरण द्यायला किंवा निकटवर्तीयांना फोटो पाठवण्यासाठी मेलचा किती वापर करीत असे. मग फाईल शेअर करत असे. मी ट्विटरवर शोधून काढले की असे एखादे आयफोन ॲप आहे का, जे सेंड ओन्ली ई-मेल अशी सुविधा देऊ शकते. पण यावरून लोक माझी टर उडवू लागले.

तेव्हा मी आपल्या सॉफ्टवेअर इंजिनियर मित्राशी - युज टेलरशी -

बोललो आणि त्याने मला काही साधी तंत्रे सांगितली :

1. असे मेल अकाउंट बनवून घे, ज्यावर तू केवळ मेल पाठवू शकशील. हे कुठेही बनवू शकतोस पण लोकप्रिय वेबमेलवर बनवल्यामुळे हे फोनशी संलग्न करणे सोपे जाईल.

2. ई-मेल फॉरवर्ड पण सेट करून घे म्हणजे नव्या अकाउंटची उत्तरे सामान्य अकाउंटमध्ये पाठवली जाऊ शकतील. याप्रकारे नव्या अकाउंटचा इनबॉक्स नेहमी रिकामा राहील.

3. नव्या अकाउंटला नियमित अकाउंटशी जोडण्याऐवजी आपल्या फोनमध्येच ठेवा.

टेलरचा हा सल्ला यशस्वी ठरला. काही महिन्यांनंतर माझ्या अजून एका मित्राला - रिझवान सत्तारला - सेंड ओन्ली मेल ॲपचा विचार सुचला. त्यानेही आयफोन ॲप बनवले आणि त्याला नाव दिले 'कंपोज.' मग जेव्हा मी अँड्रॉइड घेतला, तेव्हा अशी खूप सारी ॲप्स उपलब्ध होती. काहींसाठी तर नवे अकाउंट बनवायची पण आवश्यकता नव्हती. तुम्हाला हवे असेल, तर आमच्या वेबसाईटवरून याबाबत माहिती घेऊ शकता.

41. औपचारिक तंत्रांपासून विश्राम

तुम्हालाही कधी 'आउट ऑफ ऑफिस'सारखे ई-मेल उत्तर मिळाले आहे का:

या आठवड्यात मी रजेवर आहे आणि ई-मेल बघू शकणार नाही.
पण परतल्याबरोबर तुमचे मेलचे उत्तर नक्की देईल.

हे वाक्य वाचून असे वाटते की तुम्ही जणू एखादी रोमांचक सफर, सुनसान ओसाड पडलेली जंगले, पहाड किंवा बर्फाळ प्रदेशात गेला आहात. पण वास्तवात असे कुठे लिहिलेले नाही की तो माणूस अशा जागी आहे, जिथे इंटरनेटची सोयच नाही किंवा त्याने इतकेच सांगितले आहे की, तो पूर्ण एक आठवडा इंटरनेटद्वारे उपलब्ध असणार नाही.

तुम्ही पण सुट्टी घेत असे म्हणू शकता, मग वाटल्यास तुम्ही कुठे जात नसाल तरी तुम्ही आपल्या मर्जीने ऑफग्रिड होऊ शकता. हे थोडे कठीण वाटेल पण अनेक ऑफिसमध्ये असे करण्याची मुभा असते आणि काही ऑफिसवाल्यांना तुम्ही सुट्टीवर

असतानासुद्धा मेल्स बघावेसे वाटतात, पण तुम्ही आपल्याकडून प्रयत्न तर करू शकता.

आणि सुट्टीवर असताना पण तुमचे लेझर मोड महत्त्वाचे असते. हा सुट्टीचा वेळ सीमित आणि किमती असतो. या वेळादरम्यान तुम्ही वर्क ॲप डिलीट करा आणि लॅपटॉप घरी ठेवून द्या. तुम्हाला हवे असेल तेव्हा कधीही ऑफ द ग्रिड जाऊन स्वत:साठी सुट्टीचा आनंद घेऊ शकता.

42. स्वत:ला बाहेर कोंडून घ्या.

अनेक लोकांना स्वतःला मेल्सपासून दूर ठेवणे कठीण जाते. तुम्ही जॅकचे उदाहरण घ्या. तुम्ही हवी तर ही कार्यपद्धती बघून त्या अमलात आणू शकता. पण जर तुमच्याकडे असे करण्याची संकल्पशक्ती नसेल, तर उमेद गमावू नका. तुम्हाला असे वाटले तर स्वतःला इनबॉक्सच्या बाहेर बंद करून घ्या.

जॅक

इतक्या वर्षांमध्ये, बरेच काही जाणून घेतल्यावर पण मला मेल्सबद्दल खूपच प्रेम आहे. मी अजूनसुद्धा काही नवे व रोचक पाहण्यासाठी इनबॉक्समध्ये वारंवार जात राहतो. मला स्वतःला रोखणे खूप कठीण जाते.

हो, माझ्याकडे संकल्पशक्ती अजिबात नाही, पण मी आपल्या इमेल्सच्या सीमित प्रयोगासाठी पण कठोरपणे वागतो. माझ्यापाशी फ्रीडम नावाचे ॲप आहे आणि हेच माझे गुपित आहे. याच्या मदतीने मी स्वतःला ई-मेलवरून आऊट करतो. या प्रकारे मी डिझाईन युअर डे तंत्र लागू करतो. या तऱ्हेने मला योजना बनविण्यास सुलभ जाते, की कशा तऱ्हेने मी आपला वेळ घालवू इच्छितो. मग मी या योजनेमध्ये बदल करण्याऐवजी त्यावर कायम राहणे पसंत करतो.

एक समुचित ई-मेल टाईम-टेबल बनवण्यासाठी मी स्वतःला काही प्रश्न विचारले :

1. सकाळच्या वेळी स्वतःला ई-मेलपासून किती वेळ रोखू शकता? सकाळी १०:३० पर्यंत. मी युरोपच्या लोकांबरोबर काम करतो, जर मेल त्यानंतर बघितली तर त्यांची उत्तरे द्यायला पूर्ण एक दिवसाचा उशीर होऊ शकतो.

2. मला पहिले मेल सत्र बघायला किती वेळ हवा? ३० मिनिटे. यापेक्षा जास्त वेळ घेतला तर तो माझ्या कामात अडथळा बनेल. जर यापेक्षा कमी वेळ दिला तर आवश्यक व तत्काळ मेल्सची उत्तरे पूर्ण होणार नाही.

3. प्रत्येक दिवशी दुसऱ्या मेल सत्राचा वेळ काय असायला हवा? दुपारी ३ वाजता. याप्रकारे मला यूएसमध्ये राहणाऱ्या लोकांच्या मेलची उत्तरे द्यायची संधी मिळते. याशिवाय मी आपल्या त्या कामांवर पण लक्ष देऊ शकतो, जी माझ्यासाठी जास्त आवश्यक आहेत.

हा अभ्यास पूर्ण केल्यानंतर, मी दुसऱ्या दिवशी १०:३०पर्यंत इंटरनेटच्या बाहेर पडलेला असतो. दुसऱ्या दिवशी अर्ध्या तासाचा वेळ असतो, ज्यामध्ये केवळ मेल्स बघतो. मग पुन्हा तीन वाजेपर्यंत इंटरनेटमधून बाहेर येतो. तोपर्यंत माझे महत्त्वाचे काम पूर्ण झालेले असते आणि माझ्यापाशी इतका वेळ उरलेला असतो की, मी दिवस पूर्ण होईपर्यंत लोकांच्या ई-मेलची उत्तरे देऊ शकतो.

सर्वांत चांगली गोष्ट ही आहे की, मला रोज या हिशोबाने चालण्यासाठी स्वतःला ढकलत राहावे लागत नाही. मी फक्त एकदाच माझा डिफॉल्ट बदलला आहे आणि ॲप माझ्यावतीने आपली संकल्पशक्ती दाखवतो.

जर तुम्ही पण ईमेलच्या व्यसन किंवा प्रेमाच्या सवयीशी झगडत आहात, तर तुम्ही पण हाच उपाय अमलात आणणे योग्य होईल. वास्तवात, तुम्हाला इन्फिनिटी पूलपासून वाचायचे असेल तर असेच काहीतरी करावे लागेल. तुम्हाला हवे असल्यास आमच्या वेबसाईटवर जाऊन तुम्ही याबाबतीत विस्तृत माहिती जाणून घेऊ शकता.

टीव्हीला कधीमधी मिळणाऱ्या करमणुकी बदला

43. बातम्या बघू नका.

44. आपल्या टीव्हीला एका कोपऱ्यात ठेवा.

45. टीव्हीऐवजी प्रोजेक्टर ठेवून बघा.

46. टीव्हीशी संलग्नित असणारे नवीन विकल्प आजमावून बघा, सगळे काही बघण्याची आवश्यक नाही.

47. एखाद्या गोष्टीवर प्रेम असेल तर तिला स्वतंत्र सोडा.

मी तंत्रज्ञानाचे सर्वांत विनाशक रूप पाहिले ज्याचे नाव टीव्ही आहे, पण असे म्हणावे लागेल की, एकंदरीत पाहता टीव्ही नवलाईच्या अजब गोष्टींपेक्षा कमी नाही.

– स्टीव्ह जॉब्स

टीव्ही, आम्ही तुझ्यावर खूप प्रेम करतो. तू आम्हाला दुसऱ्या लोकांच्या जीवनाचा अनुभव घेण्यासाठी वेळ व स्थान दिले. आणि जेव्हा आमचे मेंदू पूर्णपणे थकून जातात, तेव्हा तू त्यांना ताजेतवाने करतोस. पण या ठिकाणी आम्ही तुला नियंत्रणामध्ये कसे ठेवायचे, याबद्दल विचार करू. आम्ही तुम्हाला सांगितले आहे की एक अमेरिकन माणूस एक दिवसात ४.३० तास टीव्ही पाहतो. आकडा बघून चकित झालात ना? सॉरी, टीव्ही! हेच सत्य आहे की, तू आमचा खूप सारा वेळ नष्ट करतो आहे.

जसे आम्ही पाहिले की टीव्ही पाहायच्या वेळी तुम्ही तुमचा किती वेळ नष्ट करता, जो इतर कामांसाठी उपयोगात आणू शकता. अशा स्थितीत नेहमीप्रमाणे तुम्हाला तुमचा डिफॉल्ट बदलायचा आहे : तुम्हाला तुमचा टीव्ही घेऊन फेकून द्यायचा नाही. फक्त तो रोज बघण्याऐवजी याला विशेष 'वेळेत' बदला किंवा मग जॅक आणि त्याच्या पत्नीने म्हटलेल्या वाक्याचा स्वीकार करा. ते आपल्या मुलांना सांगतात की, 'लोक रोज आईस्क्रीम यासाठी खात नाहीत की, ते खाणे कधीकधी मिळणारी नवलाईची गोष्ट / अप्रूप असते व तशीच असायला हवी.'

हा बदल सोपा नसेल. रोज टीव्ही पाहणे एक जबरदस्त डिफॉल्ट आहे आणि तुमची तो बघण्याची सवय ऑटोपायलट मोडवर आहे. तसे असणारे तुम्ही एकटेच नाहीत. बहुतांश बैठकीच्या खोलीत एक टीव्ही असतो. आमची संध्याकाळही टीव्हीच्या आसपासच जाते. कामाच्या वेळी टीव्हीवरच्या गोष्टीसुद्धा आमच्या डिफॉल्ट आहेत. आम्ही सगळे याच्याबरोबरच मोठे झालो आहोत, म्हणून आम्हाला पत्ताच लागत नाही की याने आमच्या जीवनाचा किती सारा हिस्सा व्यापला आहे.

पण जर तुम्ही या सांस्कृतिक सामान्यीकरणातून बाहेर येऊ शकलात, तर तुमचे अनेक तास वाचवू शकतात. पूर्ण दिवसभरात एक तास जरी कमी झाला, तरी मोठा बदल होऊ शकतो. हा केवळ वेळेचा प्रश्न नाही. तुम्हाला वाटल्यास तुमच्या उद्दिष्टे पूर्ण करण्यासाठी रचनात्मक ऊर्जाही मिळवू शकता. जॅकला आपल्या लेखनकामाच्या दरम्यान जाणवले की, तुम्ही सतत दुसऱ्यांचा विचार करत राहाल तर तुम्हाला स्वत:बद्दल विचार करणे कठीण जाते. या ठिकाणी तुमच्यासाठी काही प्रयोग दिले गेले, त्यांचा वापर करून तुम्ही तुमचा टीव्ही पाहण्याचा वेळ नियंत्रित करू शकता.

43. बातम्या बघू नका.

जर तुम्हाला आपल्या टीव्ही पाहण्याच्या सवयीमध्ये बदल घडवून आणायचा असेल, तर एक सवय बदलून टाका. बातम्या बघू नका. टीव्हीच्या बातम्या अजिबात कामाच्या नसतात. हे सतत बोलणाऱ्या लोकांचे, वारंवार त्याच त्या सांगितल्या जाणाऱ्या कहाण्यांचे, जाहिरातींचे आणि केवळ साउंड बाईटची अंतहीन साखळी असते. संपूर्ण दिवसाच्या खास बातम्या संक्षेपाने सांगण्याऐवजी बहुतांश टीव्हीच्या बातम्या अशा तऱ्हेने निवडल्या जातात की, त्याने तुम्ही बेजार, बेचैन व्हाल आणि दिवसभर टीव्हीसमोर बसून राहाल. दिवसातून एक वेळ किंवा आठवड्यातून एकदा बातम्या वाचण्याची सवय घालून घ्या.

44. आपल्या टीव्हीला एका कोपऱ्यात ठेवा.

साधारणतः बैठक व्यवस्था टीव्हीनुसार असते. यामुळे टीव्ही बघणे हा डिफॉल्ट होऊन जातो.

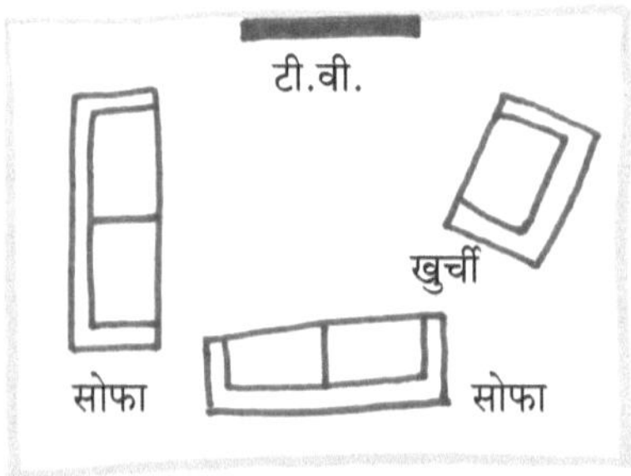

आपले फर्निचर अशा तऱ्हेने ठेवा की, तुम्हाला टीव्ही पाहणे थोडे कठीण आणि असुविधाजनक होईल. यामुळे आपापसांत बोलणे ही तुमची डिफॉल्टची होऊन जाईल.

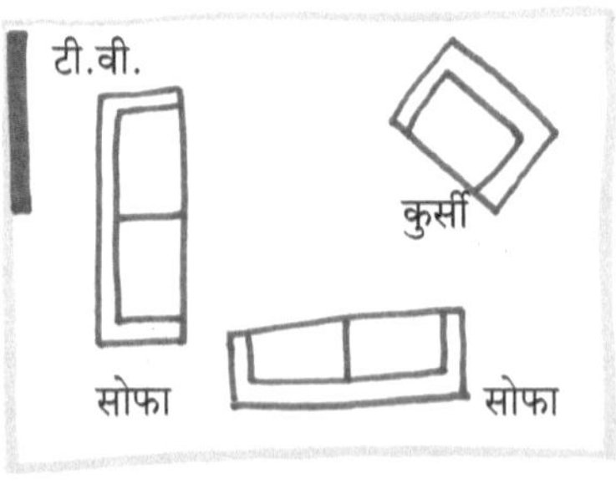

असा विचार जॅकचा मित्र सिंडी व स्टीवचा होता. त्यांना तीन मुले आहेत. ''आम्ही अजूनही एकत्र बसून शो बघू शकतो, पण नव्या व्यवस्थेने आमच्यात

आपापसांत गप्पागोष्टी करणे सोपे करून टाकले आहे.'' याप्रकारे ते काळे खोके पूर्ण खोलीचे लक्ष स्वतःकडे वेधून घेत नाही. सिंडीच्या सांगण्यात दम आहे. बंद स्क्रीनला वाटते की तुम्ही त्याला ऑन करावे. जर तुम्ही त्याला आपल्या नजरेपासून दूर ठेवाल, तर कदाचित तुम्हाला तुमच्यावर नियंत्रण ठेवणे सोपे जाईल.

45. टीव्हीऐवजी प्रोजेक्टर ठेवून बघा.

पुढच्या वेळी, जेव्हा कधी दुकानातून टीव्ही घ्यायचा असेल, तर त्याऐवजी फोल्डस्क्रीनचा प्रोजेक्टर घेण्याबाबतचा विचार करा. यामुळे तुम्हाला कमी पैशात सिनेमाचा डिस्प्ले मिळेल. प्रत्येक वेळी तो सेट करावा लागेल तरच काहीतरी बधितले जाईल. ही अडचण नक्कीच हितावह होईल, कारण या तऱ्हेने तुम्ही सहजरीत्या स्क्रीनसमोर जाणार नाही. तुम्ही केवळ विशेष प्रसंगीच प्रोजेक्टर ऑन कराल, तेव्हा तुम्हाला काही आलिशान आणि भव्य पाहण्याची संधी मिळेल. हे दोन्ही प्रकारे योग्य होईल : पाहण्याचा नवीन अनुभव व वाचलेल्या वेळेत अधिक सरस काम करण्याची संधी.

46. टीव्हीशी संलग्नित असणारे नवीन विकल्प आजमावून बघा, सगळे काही बघण्याची आवश्यकता नाही.

खरे म्हणजे सबस्क्रिप्शन असल्यामुळे अडचण ही झाली आहे की, नेहमी काही ना काहीतरी ऑनच राहते. समजा, तुमच्या बैठकीत कायम बुफे जेवण लागलेले आहे, तुम्ही आपल्या मर्जीनुसार कधीही काहीही खाऊ शकता. प्रयत्न करा की तुम्ही केबल, नेटफ्लिक्स, एचबीओ, हुलू वगैरेंचे पैसे भरणार नाही आणि सिनेमा किंवा एपिसोडचे भाडे देऊन पाहाल. याप्रकारे तुमचा डिफॉल्ट या दोन वाक्यांमध्ये बदलून जाईल 'आज काय बरे बघायचे?' आणि 'मी खरंच काही पाहू इच्छितो का?' हे ऐकायला अजब वाटते, पण तुम्ही हा तात्पुरता प्रयोग करून पाहू शकता. तुम्ही जर पुनश्च आपल्या डिफॉल्टमध्ये जाल, तर साइन अप करायला वेळ लागत नाही.

47. एखाद्या गोष्टीवर प्रेम असेल तर तिला स्वतंत्र सोडा.

तुम्हाला टीव्ही बघणे बंद करायची आवश्यकता नाही, पण जर तुम्हाला टीव्ही पाहण्याचे तास कमी करणे कठीण जात असेल तर एक संपूर्ण महिना टीव्ही बंद ठेवा. किल्ली कपाटात ठेवा किंवा दहा मैल अंतरावर असलेल्या स्टोअरेज लॉकरमध्ये लपवून ठेवा. जे काही करू शकता तेच करा, पण टीव्हीपासून एक महिनाभर दूर राहा. जेव्हा महिना पूर्ण होईल तेव्हा विचार करा की, त्या वेळात तुम्ही काय काय केले. मग हे ठरवा की तुम्हाला टीव्ही परत आणायचा आहे की नाही!

जॅक

माझ्या टीव्ही बघण्याच्या सवयी अचानक बदलल्या, जेव्हा माझा परिवार २००८मध्ये स्वित्झर्लंडला आला होता. आम्ही ठरवले की, आपला टीव्हीचा जुना सेट तिकडेच सोडून द्यायचा आणि मग १८ महिने तसेच निघून गेले. आम्ही सभ्यतेपासून पूर्णपणे तुटलो नव्हतो. आठवड्यातून एकदा ९९ सेंट देऊन 'द कॉल बर्ड रिपोर्ट'चा एपिसोड डाउनलोड करून तो टीव्हीवर आम्ही बघायचो. पण बहुतांश वेळा आमच्यापाशी बघायला टीव्हीवर काहीच नसायचे.

मी टीव्हीबरोबरच लहानाचा मोठा झालो आणि मला अशी कोणतीही वेळ आठवत नाही, जेव्हा टीव्ही माझ्या जीवनाचा हिस्सा नव्हता. मला हे बघून आश्चर्य वाटले की, मला त्याची आठवणही झाली नाही. माझ्यापाशी काही ना काही करण्यासारखे होते : कुटुंबासोबत खाणेपिणे, आपल्या मुलाबरोबर लेगो ब्रिक्स खेळणे, प्रवासाला जाणे किंवा वाचन, आम्हाला जर खरोखरीच एखादा सिनेमा बघायचा असला तर डीव्हीडी घेऊन कॉम्प्युटरवर टीव्ही बघत असू. अर्थात कधी कधी सिनेमा बघायला पण जात असू, पण ते क्वचितच एखाद्या प्रसंगी असे.

आम्ही जेव्हा युएसला परत आलो, तेव्हा काही काळ गेल्यावर लक्षात आले की आमच्यापाशी टीव्ही नाही. आम्हाला तो पुन्हा आमच्या जीवनात आणायचा नव्हता. आम्हाला दुसऱ्या कामांसाठी वेळ द्यायची सवय होऊन गेली होती. आम्हाला माहीत होते की, टीव्हीच्या परत येण्याने आम्ही पुनश्च तो ऑन ठेवण्याच्या डिफॉल्टवर येऊ.

माझ्या जीवनात मागील एक दशकापासून टीव्ही कधीतरी मिळणाऱ्या मेजवानीसारखा झाला आहे आणि ही चांगली गोष्ट आहे. मला अजूनही सिनेमा व सिरीज बघणे आवडते. पण जेव्हा मी तसे करतो तेव्हा त्या वेळेवर माझा ताबा असतो. आता मी आपल्या लिखाणाला व मुलांना जास्त वेळ देऊ लागलोय. पूर्ण दिवसभर आईस्क्रीम खाण्याऐवजी कधीमधी खाण्यात जो आनंद मिळतो, तोच आनंद कधीमधी टीव्ही बघण्यात येतो.

लेझर उपाय

प्रवाहात राहा

48. दरवाजा बंद करा.

49. डेडलाईन ठरवा.

50. आपले उद्दिष्ट छोट्या तुकड्यांत विभाजित करा.

51. एक लेझर साउंड ट्रॅक चालवा.

52. पाहण्यालायक टायमर सेट करा.

53. सुंदर साधनांच्या प्रलोभनांपासून दूर राहा.

54. कागदावर आरंभ करा.

48. दरवाजा बंद करा.

तुमचा बंद दरवाजा जगाला आणि स्वतःला हे दाखवायचा प्रकार आहे की, तुम्हाला फक्त आपल्या कामाशी मतलब आहे.

– स्टीफन किंग ऑन राइटिंग

स्टीव्ह योग्य तेच सांगत आहेत. जर तुमच्या उद्दिष्टांवर लक्ष केंद्रित करण्याची गरज असेल तर दरवाजा बंद करून स्वतःवरच उपकार करा. जर तुमच्या खोलीला दरवाजा नसेल तर अशा कुठल्यातरी खोलीत बसा, ज्याचा दरवाजा काही वेळ बंद राहील. आणि जर असा कुठला दरवाजा मिळाला नाही, तर हेडफोन घालून घ्या. भले तुम्ही संगीत ऐकत नसाल तरी.

हेडफोन व बंद दरवाजे प्रत्येकाला सूचना देतात की, तुमच्या कामात अडथळा आणू नये, त्यामुळे तुम्हाला स्वतःला पण संकेत मिळतो. तुम्ही स्वतःला म्हणत आहात, 'मला आता या ठिकाणी इथेच लक्ष द्यायचे आहे.' तुम्ही स्वतःला म्हणत आहात की ही लेझर मोडमध्ये जाण्याची वेळ आहे.

49. डेडलाईन ठरवा.

फोकस करायला एका डेडलाईनव्यतिरिक्त चांगले कधी काही असत नाही. जर दुसरा कोणी परिणामांच्या प्रतीक्षेत असेल, तर लेझर मोडमध्ये जाणे सोपे जाते.

कठीण हे आहे की साधारणपणे डेडलाईन त्या कामांसाठी असते, ज्यापासून आम्हाला भय वाटते – जसे टॅक्स भरणे. ती या कामांसाठी नसते, जी आम्हाला करायची आहेत. उदाहरणार्थ, गिटारचा सराव. आपण ही समस्या सोडवू शकतो. तुम्ही एक डेडलाईन बनवू शकता.

आमच्या डिझाईन प्रिंटमध्ये डेडलाईनचा शोध एक गुप्त सामग्री होती. टीम प्रत्येक स्प्रिंट सप्ताहात शुक्रवारी ग्राहकांचा इंटरव्ह्यू घेत असते, म्हणजे सोमवारी आल्याबरोबर सर्वांना आठवण होईल की घड्याळाचा काटा पुढे सरकतो आहे. त्यांना आपल्या आव्हानाला तोंड देऊन, गुरुवार रात्रीच्या आधी प्रोटोटाईप तयार करायचा असेल. 'सर्व जण शुक्रवारी बघायला येणार आहेत.' ही डेडलाईन खरी नसे, पण टीमला पूर्ण पाच दिवस लेझर मोडमध्ये राहणे सोपे जात असे.

तुम्ही गरज वाटल्यास डेडलाईनच्या मदतीने आवश्यक कामे करण्यासाठी वेळ काढू शकता. मित्रांना पास्ता डिनरसाठी बोलवा. पाच किलोमीटर धावण्याच्या शर्यतीसाठी नाव नोंदवा. चित्रे रंगवण्याआधी आर्ट गॅलरीमध्ये प्रदर्शनासाठी तारीख

बुक करा किंवा आपल्या दोस्ताला सांगून टाका की, आजचे तुमचे उद्दिष्ट काय आहे. त्याला सांगा की आपले काम आजच पूर्ण करायला त्याने तुम्हाला भाग पाडायला हवे.

जेझी

मी शाळेत क्रॉसकंट्री आणि ट्रॅकवर धावत असे, पण कॉलेजच्या चार वर्षांत कॅम्पसच्या आसपास जॉब करायलासुद्धा जाऊ शकलो नाही. मी अगदी व्यस्त होतो हे खरेच, पण पिझ्झा व बीअर यांच्या जीवनशैलीमध्ये जास्त लक्ष होते. जेव्हा मी ग्रॅज्युएट होऊन शिकागोला आलो, तेव्हा मी पुनश्च धावण्याच्या शर्यतीत भाग घेण्याची संधी शोधत होतो. फक्त स्वत:साठी वेळ काढणे जिकिरीचे बनले होते.

पहिल्या उन्हाळ्यात माझा मित्र मॅट शोभने विचारले की, मला शिकागो बेस्टीले डे फाईव्हच्या धावण्याच्या शर्यतीत भाग घ्यायचा आहे का? माझे पहिले उत्तर हेच होते की माझी तयारी झालेली नाही. तो दिवस एक महिन्यानंतरचा होता. माझ्यापाशी सरावासाठी भरपूर वेळ होता. आणि मी तर ते करण्यासाठी एक बहाणाच शोधत होतो. मी त्याच इव्हेंटला स्वतःसाठी प्रेरणा बनवले.

जेव्हा माझ्यासमोर ही डेडलाईन आली, तेव्हा मी सराव करायला सुरुवात केली. आणि मेहनत करू लागलो. सराव करण्यात खूप मजा आली आणि मी वीस मिनिटांतच माझे उद्दिष्ट पूर्ण करू शकलो. तेव्हापासून मला डेडलाईन ठरवण्याची खूपच आवड निर्माण झाली.

50. आपले उद्दिष्ट छोट्या तुकड्यांत विभाजित करा.

जेव्हा तुम्हाला कुठून सुरुवात करावी, हे ठामपणे सांगता येत नसेल, तेव्हा आपले काम सहजपणे पूर्ण होणाऱ्या छोट्या भागांत वाटून टाका. उदाहरणार्थ, जर वेळेची योजना बनवणे हेच तुमचे उद्दिष्ट असेल तर तुम्ही त्याचे असे छोटे छोटे तुकडे करू शकता.

- सुटीच्या दिवसांसाठी कॅलेंडर बघा.
- संभाव्य जागांची सूची तयार करा.
- परिवारासोबत चर्चा करीत, मनपसंत जागा निवडा.
- ऑनलाइन हवाई उड्डाणाचा शोध घ्या.

लक्षात ठेवा की, तुमचे प्रत्येक काम छोटे आणि सुलभ असायला हवे. आम्ही हे तंत्र उत्पादकता विशेषज्ञ डेव्हिड अॅलनकडून शिकलो आहोत, जो याला 'परियोजनांना भौतिक कार्यामध्ये बदलणे' असे म्हणतो :

आपला फोकस एखाद्या अशा कामावर लावा, जे पाहताच मनाला वाटेल की, हे केले जाऊ शकते. काम पूर्ण करण्याने सकारात्मक ऊर्जा वाढेल, दिशा आणि प्रेरणा मिळेल.

'मेक टाइम' या शब्दांनी करण्यासारख्या छोट्या कामांपासून तुम्हाला तुमची लय सांभाळायला मदत मिळेल आणि तुम्ही लेझर मोडमध्ये येऊ शकाल. जर तुम्हाला तुमचा हायलाईट खूप मोठा वाटत असेल, तर त्याला थोडीशी आग लावा.

51. एक लेझर साउंड ट्रॅक चालवा.

जर तुम्हाला लेझर मोडमध्ये यायला त्रास होत असेल तर हे आजमावून बघा:

एखादा संकेत असा ट्रिगर असतो, ज्यामुळे तुम्ही सचेतन किंवा अचेतन स्तरावर काम करता. हा हॅबिट लूपचा पहिला चरण आहे. चार्ल्स डूहिगने 'द पावर ऑफ हॅबिट'मध्ये याबाबत सांगितले आहे : पहिला, एक असा संकेत शब्द तुमच्या मेंदूला आरंभ करायला प्रेरित करतो. हा संकेत तुम्हाला चालना देतो की तुम्ही विचार केल्याशिवाय ऑटो पायलटवर रुटीन चालू करा. शेवटी, तुम्हाला बक्षीस मिळते : एक असा परिणाम जो तुमच्या मेंदूला तरलतेचा अनुभव देतो आणि प्रोत्साहित करतो की तुम्ही वारंवार त्याच रुटीनची पुनरावृत्ती करा.

असे खूप सारे संकेतसूत्र आमच्या जीवनातच आहेत, उदाहरणार्थ, फ्रेंच फ्राईजचा सुगंध – जो आम्हाला दोन चीज बर्गर खायला विवश करतो; पण तुम्ही वाटल्यास एक चांगली सवय घालण्यासाठी आपले संकेतसूत्र स्वतः बनवू शकता. उदाहरणार्थ, लेझर मोड.

आम्ही तुम्हाला लेझर मोडसाठी संगीताची निवड करण्याचा सल्ला देऊ. जेव्हा कधी तुम्ही आपल्या उद्दिष्टांसाठी काम सुरू करता, तेव्हा असा प्रयत्न करा की तुम्ही प्रत्येक उद्दिष्टासाठी वेगळ्या प्रकारचा अल्बम आणि गाणे निवडाल. उदाहरणार्थ,

जॅकला आपला शॉर्ट वर्कआउट सुरू करायचा असेल तर तो मायकल जॅक्सनचे गाणे लावतो 'बिलीजिन' आणि 'ब्रिट इट'. जेव्हा त्याला आपल्या रोमांचक कादंबरीवर काम करायचे असते, तेव्हा तो 'हरीअप वी आर ड्रिमिंग' हा अल्बम सुरू करतो. आणि जेव्हा कधी आपल्या मुलासह खेळतो, तेव्हा एक वेगळेच गाणे लावतो. ही गाणी त्याच्या आवडीची आहेत आणि त्याने ती आपल्या कामांसोबत जोडून घेतली आहेत. काही गाणी ऐकल्यावर त्याचे पूर्ण लक्ष आपल्या कामावर केंद्रित होते. हे संगीत त्याच्या मेंदूला आठवण देते की, त्याला कोणत्या रुटीनवर काम यायचे आहे!

तो इतर वेळी गाणी लावत नाही. ती या खास प्रसंगासाठी तो राखून ठेवतो. काही वेळा पुनश्च वाजवल्यावर ते संगीत त्याच्या सवयीचा 'हॅबिट लुक'चा भाग बनते आणि त्याच्या मेंदूला लेझर मोडशी जोडायला मदत करते.

जर तुम्हाला पण आपला साउंड ट्रॅक शोधायचा असेल तर अशी गाणी ऐका, जी तुम्हाला खरंच आवडतात पण तुम्ही ती नेहमी ऐकत नाही. जेव्हा तुम्ही तुमच्या साउंड ट्रॅकची निवड करता, तेव्हा हे लक्षात ठेवा की, आपल्या लेझर मोडमध्ये येण्यासाठी तुम्हाला तीच लावायची आहेत. हे लक्षात घ्या की, हा लेझर साउंड ट्रॅक तुमच्या आवडीचा असेल. या तऱ्हेने तो ट्रॅक ऐकणे म्हणजे तुमचे संकेतसूत्रही असेल आणि तुम्हाला उत्साही वाटेल.

जे लोक यासाठी तयार आहेत, त्यांना आम्ही सलाम करतो.

52. पाहण्यालायक टायमर सेट करा.

वेळ अदृश्य आहे पण ते तसे असायला नको.

आम्हाला तुमची टाईम टायमर्सशी भेट घालून द्यायची आहे आणि आम्हाला असेही म्हणायचे आहे की आम्हाला टाईम टायमर सेल्सकडून कुठलेही कमिशन मिळालेले नाही; कारण कदाचित तुम्हाला असे वाटू शकते की आम्ही हा माल विकण्यासाठी हे सर्व म्हणतो आहोत.

आम्हाला टाईम टायमर आवडतो. आम्हाला हे नाव आवडते आणि आम्ही आमच्या प्रत्येक डिझाइन्स प्रिंटमध्ये याचा उपयोग करतो. जॅकपाशी घरी असे पाच टायमर्स आहेत. ही एक विलक्षण वस्तू आहे.

हे एक खास तऱ्हेचे घड्याळ आहे, जे मुलांसाठी तयार केले गेले. तुम्हाला ते एकपासून ६० मिनिटांच्या फरकाने सेट करायचे आहे आणि वेळेत पुढे जात असताना त्यावरील लाल चकती हळूहळू धूसर होत जाईल. जेव्हा ती शून्यवर येईल,

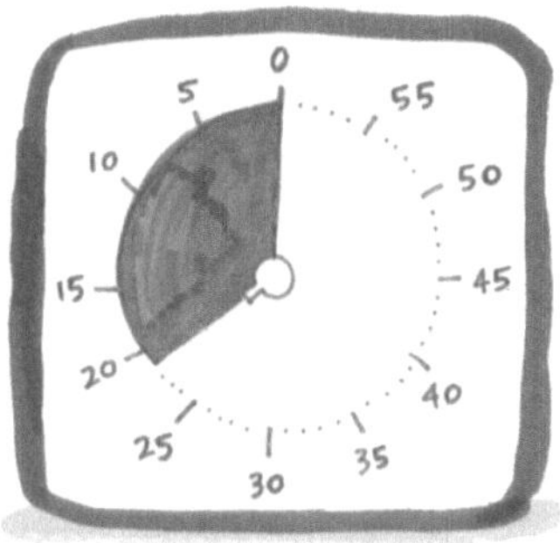

तेव्हा टायमर बीप आवाज करेल. हे खूप सोपे आहे. हे एक कमालच आहे, हे वेळेला जणू अदृश्य करते.

जर तुम्ही लेझर मोडमध्ये येण्याआधी टायमर बघाल तर तुम्हाला असे वाटेल की वेळ पुढे पुढे जातो आहे, आता तत्काळ काम पूर्ण करायला हवे. अशा तऱ्हेने वेळ निसटत चाललाय हे बघून तुम्ही हातात घेतलेल्या कामावर लक्ष केंद्रित कराल.

जॅक

मी बऱ्याचदा आपल्या छोट्या मुलाशी खेळताना टायमर लावतो. हे ऐकायला अजब वाटते. हवे तर तुम्ही माझ्या बाबतीत विचार करू शकता पण या तऱ्हेने काम केल्यास त्यालाही स्पष्टपणे कळते की, आपल्यापाशी खेळायला किती वेळ आहे. हे किमती आहे. वेळ पुढे जात चालला आहे आणि मला या क्षणांचा पुरेपूर आनंद घ्यायचा आहे.

53. सुंदर साधनांच्या प्रलोभनांपासून दूर राहा.

सर्वांत उत्तम टू डू लिस्ट ॲप कोणते आहेत? नोट्स घेण्यासाठी आणि स्केच बनवण्यासाठी नोटपॅड व पेन? सर्वांत उत्तम स्मार्टवॉच?

प्रत्येकाची काहीना काही व्यक्तिगत आवड असते. इंटरनेटवर एकाहून एक उपयोगी व प्रभावी साधने उपलब्ध आहेत. (कुल न्यू वे टू डू दॅट) पण ही सर्व साधने तुमची दिशाभूलही करू शकतात. जर तुम्ही सुतार, मेकॅनिक किंवा सर्जन नसाल, तर असे कुठलेही साधन तुमच्यासाठी अडथळा बनू शकते. तुम्ही स्वतःचे काम करण्याऐवजी त्याच्यातच गुंतून जाल.

जो स्क्रीन प्ले लिहिण्याचे तुम्ही स्वप्न बघत आहात, त्याऐवजी आपल्या लॅपटॉपवर एक चांगलेसे रायटिंग सॉफ्टवेअर इन्स्टॉल करणे सोपे असेल. स्केचिंग सुरू करण्याऐवजी स्वतःसाठी जपानी नोटपॅड आणि इटालियन पेन घेणे सोपे आहे आणि फेसबुक बघण्याऐवजी (जे सर्वांना माहीत आहे की ते उत्पादक नाही तरीही) सुंदर साधनांशी झटापट करणे आणि संशोधन करणे म्हणजे काम केल्यासारखे वाटते, पण तसे ते नसते.

जेव्हा तुम्ही सहजपणे उपलब्ध असलेल्या साधनांचा उपयोग करता, तेव्हा तुमच्यासाठी लेझर मोडमध्ये येणे सोपे असते. या तऱ्हेने जेव्हा काहीतरी तुटते किंवा तुमची बॅटरी संपून जाते, किंवा तुम्ही तुमचे साधन घरी विसरून येता, तेव्हाही तुमचे काम थांबत नाही.

जेझी

मी अशा टूल्सने मार खाल्लाय. २००६मध्ये मला एक खूपच उत्पादक सॉफ्टवेअर मिळाले. हे एक 'मोरी' नामक सुलभ आणि शक्तिशाली ॲप होते, ज्यामुळे कस्टमाइझ नोट्स घेण्याव्यतिरिक्त फायलिंगही केले जाऊ शकत होते.

मी खूप आनंदात होतो आणि लॅपटॉप वर मोरीला लावून आपले सारे प्रोजेक्ट त्यावर घालवण्यासाठी तासन् तास घालवत होतो. माझे बरोबर होते - मोरी खरेच उत्तम होते. ते तर माझ्या मेंदूचा जणू काही विस्तार बनले.

पण काही महिन्यांनंतर सगळी गडबड होऊ लागली. मी कॉम्प्युटरची ऑपरेटिंग सिस्टीम अपग्रेड केली आणि पत्ता लागला की, मोरी या नवीन व्हर्जनसाठी बनलेच नव्हते. मी घरी आपल्या नोट्स बघायला जायचो, तर कळायचे की लॅपटॉप ऑफिसमध्ये राहून गेला. शेवटी डेव्हलपरने मोरी बंद करून टाकले. मला तर वेड लागायची वेळ आली.

दुसऱ्या फॅन्सी टूल्सबाबत पण हीच समस्या होती : ते खूप नाजूक होते. माझ्याकडून कुठली तरी तांत्रिक कमतरता किंवा विसरभोळेपणा व्हायचा ज्यामुळे मी लेझर मोडमध्ये येऊ शकत नव्हतो आणि माझा उद्दिष्टपूर्तीचा वेळ कमी होऊन जायचा.

मोरी काढून टाकल्यावर मी आपल्या कामासाठी सोपे आणि साधे साधन वापरायला सुरुवात केली : माझ्या कॉम्प्युटरच्या फाईली, फोनच्या नोट्स, पोस्ट इट्स, हॉटेलमध्ये मिळणारे फुकटचे पेन इत्यादी. तेव्हापासून दहा वर्षांहून अधिक काळ माझे हे टूल्स जवळपास तेच आहेत आणि जेव्हा कधी मी कुठल्या नवीन टूल्सकडे आकर्षित होतो, तेव्हा मला मोरीची आठवण येते.

54. कागदावर आरंभ करा.

आमच्या डिझाईन्स स्प्रिंटमध्ये आम्हाला असे आढळून आले की, आम्ही आपले लॅपटॉप बंद करून, हातात पेन आणि पेपर घेऊन अधिक चांगले काम करू शकतो. आणि हे तुमच्या स्वतःच्या योजनांसाठी पण योग्य आहे.

कागदावर कामाकडे अधिक चांगले लक्ष केंद्रित करता येते. कारण तुम्ही आपल्या हायलाईटवर काम करण्यासाठी एखादा योग्य फॉन्ट शोधण्यात किंवा वेब सर्च करण्यात वेळ घालवत नाही. पेपरवर काम करणे सोपे आहे. जर एखाद्या सॉफ्टवेअरचा तुम्ही प्रयोग करता, तर तुम्हाला बऱ्याच गोष्टींचे पालन करावे लागते, जे तुम्हाला तयार उत्पादनांपर्यंत घेऊन जातील. पेपरच्या मदतीने तुम्ही सहजपणे आपल्या विचारांना कागदावर उतरवू शकता. कागद अनेक शक्यता उघड करतो, कारण 'वर्ड' टेक्स्टच्या लाइनिंगसाठी आणि 'पावर पॉइंट' ग्राफ व बुलेट पॉईंटसाठी तयार केले गेलेत, पण कागदावर तुम्ही कुठलेही काम सहज करू शकता.

पुढच्या वेळेस कधीही जेव्हा तुम्हाला लेझर मोडमध्ये येण्यास कठीण जात असेल तर सरळ आपला कॉम्प्युटर किंवा टॅब बाजूला ठेवा आणि पेन उचला.

लेझर उपाय

झोनमध्येच राहा

55. एक रँडम प्रश्नसूची तयार करा.

56. आपल्या एका श्वासावर लक्ष ठेवा.

57. कंटाळून जायला शिका.

58. कामात गुंतून राहा.

59. एक दिवसाची सुट्टी घ्या.

60. मनापासून काम करा.

लेजर मोडमध्ये येणे हीच अर्धी लढाई जिंकण्यासारखे आहे. यानंतर तुम्हाला आपल्या झोनमध्ये राहून आपल्या हायलाईटवर पूर्ण लक्ष द्यायचे आहे. लक्ष केंद्रित करणे हे मोठ्या मेहनतीचे काम आहे आणि तुमचे ध्यान अडथळ्यांमुळे नक्कीच विचलित होईल. इथे मी तुम्हाला प्रलोभनांपासून दूर राहण्याचे व मुख्य कामावर लक्ष केंद्रित करण्याचे योग्य व मनपसंत उपाय देत आहे.

55. एक रँडम प्रश्नसूची तयार करा.

आपल्या फोनची किंवा ब्राउझरची आठवण येणे स्वाभाविक आहे. तुम्हाला वाटत असणार की एखादी नवीन मेल तर आलेली नाही ना? किंवा त्या फलाण्या सिनेमात कोणता अभिनेता काम करतोय?

मनात येणाऱ्या प्रत्येक गोष्टीला किंवा जिज्ञासेला कागदावर उतरवा (जसे ॲमेझॉनवर लोकरी मोज्यांची किंमत किती आहे? फेसबुकवर नवीन काय आले आहे?) मग तुम्ही सहजपणे लेझर मोडमध्ये राहू शकता, कारण तुम्ही त्या सर्व गोष्टी कुठेतरी लिहून ठेवल्या आहेत, ज्यांच्या बाबतीत तुम्ही थोड्या वेळानंतर माहिती करून घेणारच आहात.

56. आपल्या एका श्वासावर लक्ष ठेवा.

एकुलत्या एका श्वासावरच्या संवेदनेवर लक्ष केंद्रित करा.

1. आपल्या नाकाने श्वास आत घ्या. असे बघा की, छातीत हवा भरत आहे.
2. तोंडाने हवा बाहेर काढा.
3. आपल्या शरीराला शिथिलता येते आहे, याचा अनुभव घ्या.

तुम्ही याची पुनरावृत्ती करू शकता/ पण एकच श्वास तुमचे लक्ष परत आणण्यासाठी पुरेसा आहे. आपल्या शरीराकडे लक्ष देण्यामुळे मनात, मेंदूत चालणारा कोलाहल बंद होतो. आणि त्या एका श्वासाला रोखणेच तुमच्या लक्ष्याला तिथे घेऊन जाईल, जिथे उद्दिष्ट तुम्ही नेऊ इच्छिता.

57. कंटाळून जायला शिका.

जेव्हा तुमच्या मार्गात कुठलाच अडथळा येणार नाही, तेव्हा तुम्हाला कंटाळा येऊ लागेल; पण कंटाळा येणे किंवा नीरसता एक चांगली गोष्ट आहे. कंटाळा आल्याने तुमच्या मनाला भटकण्याची व मजेदार जागांवर जाण्याची संधी मिळते. पेन स्टेट आणि युनिव्हर्सिटी ऑफ सेंट्रल लँक शायरमध्ये असे आढळून आले की, जे लोक कंटाळवाण्या स्थितीला सामोरे गेले – त्यांनी इतर लोकांच्या तुलनेत, रचनात्मक समस्या समाधानाचे चांगले परिणाम दिले, जे कंटाळले नव्हते. तेव्हा पुढच्या वेळी जेव्हा तुम्हाला कंटाळा येईल, तेव्हा काही वेळ त्याच उदास मन:स्थितीत बसून राहा.

बघा, तुम्हाला कंटाळा येतोय! तुम्ही नशीबवान आहात!

58. कामात गुंतून पडा.

कामात गुंतून राहणे हे कंटाळा येण्यापेक्षा थोडे वेगळे आहे. जेव्हा तुम्हाला कंटाळा येतो, तेव्हा तुमच्यापाशी करायला काही नसते; पण जेव्हा तुम्ही एखाद्या कामात गुंतून पडता, तेव्हा तुम्हाला चांगले माहीत असते की तुम्हाला काय करायचे आहे - तुमच्या मेंदूला हे कळत नाही की त्या कामाला पुढे कसे घेऊन जायचे? कदाचित तुम्हालाही हे समजत नाही की पुढे काय लिहायचेय किंवा कुठली परियोजना कुठून सुरू करायची.

यामधून सुटकेचा एकच मार्ग आहे, तुम्ही दुसरे कुठले काम करावे. आपला फोन किंवा टीव्ही पाहू शकता, पण या गोष्टी सहजपणे तुमच्या हायलाईटचा वेळ नष्ट करेल. त्यापेक्षा उत्तम हे असेल की आहे तिथेच अडकून पडा. हार मानू नका. कोऱ्या स्क्रीनकडे बघत राहा. कागदावर काहीतरी लिहा. इकडे तिकडे फिरून या, पण आपला फोकस मात्र हातात घेतलेल्या कामावरच ठेवा. कदाचित तुमचे चेतन मन थोडे त्रस्त असेल, पण तुमच्या मेंदूचा काही शांत भाग आपले काम करीत आहे. हळूहळू तुम्ही त्या स्थितीतून बाहेर याल आणि तुम्हाला आनंद होईल की, तुम्ही काम मध्येच अर्धवट सोडले नाही.

59. एक दिवसाची सुट्टी घ्या.

जर तुम्ही या साऱ्या तंत्रांमुळे थकून गेलात आणि अजूनही आपल्या लेझर मोडमध्ये येऊ शकला नाही, तरी निराश होऊ नका. कदाचित तुम्हाला थोडी मोकळीक हवी आहे. ऊर्जा- रचनात्मक ऊर्जा- यामध्ये उतार-चढाव येऊ शकतो आणि अनेकदा तुम्हाला त्याची भरपाई करावी लागते. आमच्यापैकी अनेक लोक मनाला वाटेल तेव्हा सुट्टी घेऊ शकत नाही, पण तुम्हाला हवे असल्यास सगळे काही थोडेफार सोपे करू शकता. दिवसातून अनेकदा ब्रेक घ्या आणि एखादा असा आनंददायक हायलाईट निवडा, जो तुमच्या ऊर्जेची भरपाई करेल.

60. मनापासून काम करा.

आम्ही सगळे विश्रांती घेण्याच्या पक्षात असतो, पण त्यासाठी पण एक पर्याय आहे. इथे तुम्हाला एक प्रामाणिक व सालस आधुनिक संन्याशाकडून आलेला एक विचार देत आहोत :

> तुम्हाला माहीत असेल की थकव्यावरचा उतारा नेहमीच आराम असतो असे नाही ...।
> थकव्याचा उतारा असतो पूर्णपणे स्वतःला रमवणे.
>
> - ब्रदर डेविड स्टेंडल-रास्ट

ठीक आहे, या विचाराबद्दल बोलूया. हा पूर्ण तऱ्हेने वचनबद्ध होण्याचा प्रकार आहे. त्यात तुम्हाला थोडीसुद्धा कसर सोडायची नाही. तुम्हाला तुमच्या कामाशी संबंधित किंवा परियोजना इत्यादींवर पूर्ण लक्ष द्यायचे आहे. स्वतःला पूर्ण उत्साह आणि गंभीर्याने वर्तमान क्षणांमध्ये बुडवून घ्यायचे आहे.

आमचे म्हणणे आहे की कुठल्याही कामात मन रमवणे हीच खूप मोठी गोष्ट आहे आणि हे पुस्तक याच विषयावरचे आहे : उपस्थिती, ध्यान, आवश्यक व सार्थक कामांसाठी वेळ काढणे. आणि ब्रदर डेव्हिडचा उपाय पण लेझर मोडपर्यंत पोहोचवण्यासाठी लक्षणीय होता. (कमीत कमी आपल्यासाठी तर नक्कीच.)

हे खरे आहे की, मानसिक आणि शारीरिक आराम गरजेचा असतोच, पण जर तुम्ही अतिशय थकलेले असाल आणि त्यामुळे कामावर लक्ष केंद्रित करू शकत नसाल, तर ब्रदर डेव्हिड म्हणतात की, तुम्हाला यासाठी नेहमी थोडी विश्रांती घ्यायची गरज नसते. अनेकदा, तुम्ही जर अगदी मनापासून हातात घेतलेले काम स्वीकारलेत, तर त्यावर लक्ष केंद्रित करणे सोपे होऊन जाईल. असे होऊ शकते की, तेवढी ऊर्जा आधीपासूनच तुमच्याजवळ असते.

हे ऐकायला थोडे वेगळे वाटू शकते पण आम्ही पाहिले की, एखाद्या डिझाईन स्प्रिंटमध्ये जर पूर्ण टीम एखाद्या कामाला मन लावून भिडलेली असते, तेव्हा हातात घेतलेल्या योजनेला सहजतेने आणि उत्साहाने पूर्ण करते. आम्ही स्वतः हे अनुभवले आहे.

जॅक

त्या संध्याकाळी मी जेव्हा माझ्या फोनवरून सगळे काही डिलीट केले, तेव्हा मला हेच अनुभवाला आले. या आधी माझे लक्ष माझ्या फोनवर आणि मुलांच्या खेळावर होते. मी माझ्याकडून ऊर्जा वाचवायच्या प्रयत्नात होतो आणि आपल्या फोनवर काम करीत होतो. मग फोन समोरून हटवल्यावर मी आपल्या मुलांसह लाकडी रेलगाडीच्या रुळांचे भाग जोडण्याचे काम मनापासून केले आणि गाडीचा छकछक असा आवाज ऐकल्यावर माझा सगळा थकवा दूर झाला.

जेझी

मी जेव्हा कधी नौकाविहाराला निघतो, तेव्हा मला हेच अनुभवाला येते. अतिशय सावध राहणे, हलणाऱ्या नावेत फेरफटका मारणे, दोन-तीन तासांच्या काळात झोप घेणे, हा अनुभव पूर्ण मनापासून मिळतो. मला काहीही वाटले तरी जेव्हा मी समुद्रसफरीवर निघतो, तेव्हा मी ते आव्हान मनापासून स्वीकारतो. कुठलीही बेचैनी, तणाव व थकवा पटदिशी दूर होऊन जातो.

मन लावून काम करणे सोपे नसते, विशेषतः जेव्हा तुम्ही बिझी बँड वॅगनमध्ये असता. तुम्हाला यासाठी थोडा अभ्यास करावा लागेल, पण तुम्ही यशस्वी झालात तर हे तुमच्याकरता ते महत्त्वपूर्ण ठरू शकते.

कदाचित सर्वांत मोठा अडथळा तेव्हा असतो जेव्हा तुम्हाला वास्तवात काम करणे टाळायचे असते. जसे तुम्ही असे कुठले तरी काम करीत आहात, जे तुमच्यासाठी योग्य नाही. खरे तर ब्रदर डेव्हिडने सांगितलेल्या गोष्टीचा हाच संदर्भ आहे : ते एका अशा मित्राला सल्ला देत होते, जो कामाने थकला होता. ते त्याला असे सांगत होते की त्याने आपल्या ध्येयावर लक्ष द्यायला हवे. आम्ही तुम्हाला आपले काम सोडण्याचा सल्ला देत नाही, तर तुम्हाला आठवण देत आहोत की तुम्हाला ते क्षण शोधायला हवेत, जेव्हा तुम्ही आपल्या कामाशी संबंधित ध्येय अनुभवू शकाल. जर तुम्ही वेळ घालवण्याची उत्साहवर्धक पद्धत शिकू शकलात तर मन लावून काही करणे तितके कठीण नाही.

एनरजाईज

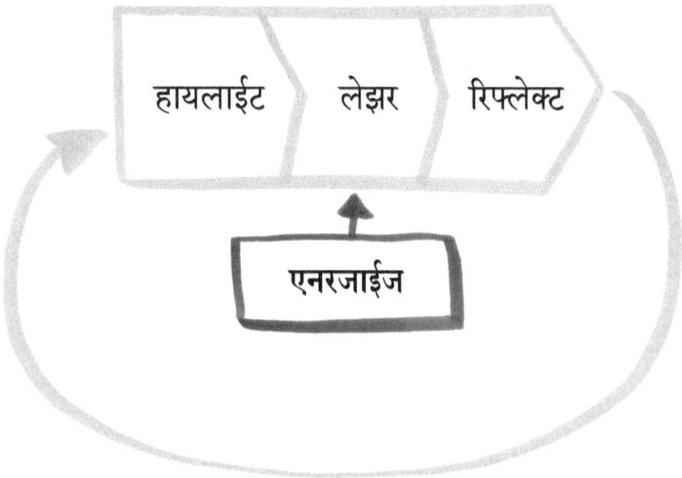
हायलाईट
लेझर
रिफ्लेक्ट
एनरजाईज

मला विद्यापीठाचे प्रोफेसर आवडतात, पण तुम्ही तर जाणताच ते आपल्या शरीराला मेंदूपर्यंत जाण्याचे साधन मानतात, हो ना? ते या तऱ्हेने आपल्या मेंदूला मीटिंग्सपर्यंत घेऊन येतात.

- सर केन रॉबिन्सन

आम्ही या पुस्तकात आत्तापर्यंत तुमच्याशी त्या पद्धतींबद्दल बोललो, ज्यांच्यामुळे तुम्ही ही निवड करू शकता की तुम्ही आपल्या कॅलेंडरवर काम करून, अनेक साधनांचा स्वीकार करून, अडथळ्यांना स्वतःपासून कसे दूर ठेवू शकता. म्हणजेच समोर असलेल्या कामावर लक्ष केंद्रित करता येईल. पण बचतीचा एक अजून उपाय पण आहे. जर तुम्ही रोज आपल्या ऊर्जेला वाढवू शकाल, तर तुम्ही मानसिक व शारीरिक थकव्याने भरलेल्या क्षणांना आपल्या उद्दिष्टपूर्तीच्या कामी येणाऱ्या क्षणांमध्ये बदलू शकता.

तुम्ही एका मेंदूपेक्षा बरेच जास्त आहात.

कल्पना करा की, तुमच्या आत एक बॅटरी आहे. तुमची सगळी ऊर्जा त्या बॅटरीत आहे. आणि तुमच्या फोनच्या, लॅपटॉपच्या बॅटरीसारखे हिला पण शंभर टक्के चार्ज करू शकता किंवा ती शून्यापर्यंत येऊ शकते.

जेव्हा तुमची बॅटरी रिकामी होते, तेव्हा तुम्ही अतिशय थकून जाता. तुम्ही पिळवटून गेल्यासारखे होता आणि तुम्हाला निराश झाल्यासारखे वाटते. अशातच तुम्ही फेसबुक किंवा ई-मेलसारख्या इन्फिनिटी पूलचे शिकार होता. मग तुम्हाला अजूनच नीरस वाटू लागते, कारण तुम्ही थकले आहात आणि तुम्हाला तुमचा वेळ वाया जात असल्याने चीड येते. हे शून्य टक्के आहे आणि खूप वाईट आहे.

आता कल्पना करा की, जेव्हा तुमची बॅटरी पूर्णपणे भरलेली असेल तेव्हा तुम्हाला कसे वाटत असेल. तुमच्या चालीत एक तरतरीतपणा येतो. तुम्हाला वाटते की तुम्ही पूर्ण आराम केलेला आहे, तुमचा मेंदू वेगाने चालतो आहे, शरीर सावध व उत्साही आहे, तुम्ही कुठल्याही परियोजनेवर काम करायला तयार आहात. केवळ तयारच नाही तर पूर्णपणे उत्साहित आहात. तुम्ही या भावनेचे मानसिक चित्रण करू शकता का? अगदी करू शकता, हो ना? हेच १००% आहे.

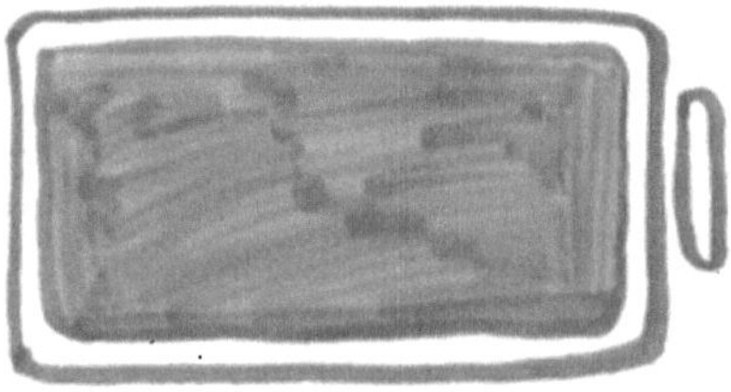

एका हायलाईटची निवड करून लेझर मोडमध्ये येणे हेच 'मेक टाइम'चे सार आहे; पण ऊर्जा परिपूर्ण असण्याला याची गोपनीय सामग्री म्हटले जाऊ शकते. आम्ही तर सरळ शब्दात हेच म्हणू शकतो : जर तुमच्याजवळ ऊर्जा असेल तर तुमच्यासाठी स्वतःचे केंद्र व प्राथमिकतांवर लक्ष केंद्रित करणे सोपे जाईल. मग तुम्ही अडथळे व मागण्यांपासून स्वतःला दूर ठेवू शकाल. जर तुमची बॅटरी पूर्णपणे भरलेली असेल, तर तुमच्यापाशी वर्तमानात राहणे, स्पष्ट रूपात विचार करणे आणि अशा गोष्टींवर वेळ घालवण्यासाठी वेळ असेल, जो तुमच्यासाठी सार्थ आहे, आणि तुम्ही तो त्या कामांवर वेळ घालवणार नाही, जे एका डिफॉल्टच्या रूपात तुमच्या समोर आहेत.

तुम्हाला लक्ष केंद्रित करायला जी ऊर्जा लागते, मेंदूची उत्पादक क्षमता वाढवायला जी ऊर्जा लागते, ती तुम्हाला स्वतःच्या शरीराची देखभाल करूनच मिळेल. नि:संशय रीतीने प्रत्येक जण जाणून असतो की, आमचा मेंदू व शरीर यांचा आपसात संबंध आहे. पण आजकाल लोकांना ही समजूत चांगली वाटू लागली आहे की, केवळ मेंदूच आमच्या कामी येतो. जेव्हा आम्ही कधी कॉन्फरन्स कक्षात

बसतो, कार चालवतो, कॉम्प्युटर चालवतो, फोनवर बोलत बोलत काहीतरी पितो, तर आम्ही आपल्या मेंदूत जगत असतो. बेलाशक आम्ही सीटवर बसलेलो आहोत, आणि हात काम करतात, पण शरीर त्या वेळी मेंदूचा गुलाम बनलेले आहे, हे त्याच्यासाठी सेग्वेज स्कूटरसारखे आहे, ज्याला दळणवळणाचे चमत्कारिक साधनच मानले जाईल.

शरीर व मेंदू या खरंतर दोन वेगवेगळ्या गोष्टी आहेत, ही भावना लहानपणीच कळते आणि संपूर्ण आयुष्यभर यावरच जोर दिला जातो. जेव्हा आम्ही दोघे मोठे होत होतो (जॅक वॉशिंग्टनच्या खेडवळ भागात आणि जेझी विस्कॉन सीनच्या खेडेगावात) तेव्हा आमचा मेंदू गणित, इंग्रजी आणि सामाजिक विज्ञान शिकत होता आणि आम्ही जिम, क्लास व खेळांच्या चमूबरोबर शारीरिक व्यायाम करीत होतो. दोन वेगवेगळी विश्‍व. मेंदू या ठिकाणी, शरीर त्या ठिकाणी.

कॉलेजमध्ये मेंदूवर जास्त भार आला आणि आमच्या दिनचर्येत व्यायाम राहिला नाही. जेव्हा आम्ही ऑफिसात पूर्णवेळ नोकरी करू लागलो, तेव्हा आमचे मेंदू व्यस्त होते पण कॅलेंडर भरलेले होते आणि आपल्या शरीराची देखभाल करणे अधिकच असुविधाजनक झाले होते. आम्ही तेच केले जे बहुतांश लोकांनी केले. आम्ही मेंदूला तरतरीत बनवण्यासाठी प्रत्येक संभाव्य तंत्र आजमावून बघू लागलो– आम्ही आमची शरीरे एका बाजूला सारली. दोन वेगवेगळ्या दुनिया. मेंदू या ठिकाणी काम करीत होता, शरीर त्या ठिकाणी काम करीत होते.

आजच्या जगाचा डिफॉल्ट हेच मानतो की, मेंदूच गाडी चालवतो आहे; पण वास्तव तसे नसते. जेव्हा तुम्ही शरीराकडे लक्ष देत नाही, तेव्हा मेंदू आपले काम करू शकत नाही. जर तुम्ही आळसात आहात किंवा जेवणानंतर काम करू शकत नाही किंवा व्यायामानंतर मन शांत झालेले आणि शरीर उत्साहाने सळसळते आहे, असे वाटत असेल तर कदाचित तुम्हाला आमचे म्हणणे पटेल. जर तुम्हाला मेंदूसाठी ऊर्जा हवी असेल, तर तुम्हाला आपल्या शरीराकडे लक्ष ठेवावे लागेल.

पण कसे? असंख्य वैज्ञानिक अभ्यास, ब्लॉग पोस्ट आणि टॉक शो गेस्ट तुम्हाला हेच सांगतात की, तुम्ही तुमची ऊर्जा कशी वाढवू शकता. हे बरेच भ्रामक असू शकते. तुम्हाला अधिक झोप घ्यायला हवी की कमी झोप घेण्याचे प्रशिक्षण घ्यायला हवे? ॲरोबिक व्यायाम ठीक राहील की स्ट्रेंथ ट्रेनिंग करायला हवे? आणि जेव्हा वैज्ञानिक इशारा बदलेल – जसे – जेव्हा तुम्हाला चरबीयुक्त खाण्यापासून मनाई करण्यानंतर पुन्हा चरबीयुक्त अन्नाचं सेवन करायला सांगितले जाईल – तेव्हा तुम्हाला काय करायला हवे? आम्ही या सर्व सल्ल्यांना समजून घ्यायला वर्षांवर्षांचा

वेळ दिला आहे, विशेषतः आम्ही मेंदूला ऊर्जा देण्याचे उपाय शोधले, म्हणजे आपला हायलाईट पूर्ण करण्यासाठीचा वेळ वाचवता येईल. मग हळूहळू आम्हाला असे आढळून आले की, तुम्हाला ऊर्जा वाढवण्यासाठी काय करावे लागेल? याचे उत्तर ९९% मानवी जीवनाच्या इतिहासातच लपलेले आहे. फक्त, तुम्हाला काळाच्या मागे जाऊन ते बघावे लागेल.

तुम्ही सेबर टूथ टायगरच्या डरकाळीने जागे होता.

तुम्ही डोळे चोळत जांभई देता. तुम्ही दाट जंगलात गवतावर लोळत आहात. पहाट होताच धूसर प्रकाश झाडांवर दिसत आहे. तुमच्याजवळ एक कागद पडलाय, ज्यावर लिहिले आहे :

हाय! तुम्हाला 50,000 वर्षे मागे पाठवून दिले आहे.

तुमच्या पोटात ढवळायला लागते व डोके गरगरू लागते. तुम्हाला हवे तर तुम्हीं कॉफी व क्रोसीन घेऊ शकत होता, पण आता इटली व फ्रान्सच्या शोधाला युगे लागतील. कुठेतरी दूर पहाडावर गर्जनेचा आवाज ऐकू येतोय. तुम्हाला वाटते की, आज तर संपलेच सगळे.

पण तेव्हाच तुमची एका सोबत्याशी भेट होते.

प्रथम तुम्ही उर्क नामक एका स्थानिक शिकाऱ्याला व संग्रहकाला भेटता. तो एका आदिवासी माणसासारखा दिसतो. त्याने पहाडी वाघाचे कातडे पांघरले आहे आणि दाढी तर अशी वाढवली आहे की कोणा हिप्पीलाही लाज वाटेल.

उर्क तुम्हाला बघून अवाक् होतो. तो आपली दगडाची कुऱ्हाड फिरवतो, पण तुमचे अजब कपडे व केस बघितल्यावर त्याला कळून चुकते की, तुमच्यापासून त्याला काही धोका नाही. उर्क हसतो. तुम्ही पण हसता आणि दोघांची ओळख होते.

उर्कने अंगात घातलेली पहाडी वाघाच्या चामड्याची वस्तू मळकी आहे व धुण्यायोग्य झाली आहे. त्याला कुठलेच शिष्टाचार माहीत नाहीत, पण तो मात्र चांगला आहे. तो तुम्हाला त्याच्या टोळीच्या लोकांशी भेट घालून देतो आणि ते तुम्हाला बोरे वेचायला घेऊन जातात. मैलोन् मैल चालणे होते आणि संध्याकाळ होईपर्यंत तुम्ही थकून जाता. तुम्ही त्यांच्यासह रात्रीचे जेवण करता आणि ताऱ्यांनी भरलेले आकाश बघत झोपून जाता. तुम्हाला अशी गाढ झोप किती काळापासून लागलेली नव्हती.

पुढच्या काही आठवड्यांत ते तुम्हाला पायाभूत गोष्टी शिकवतात : स्वत:साठी दगडाची कुऱ्हाड कशी बनवायची, विषारी झाडे कशी ओळखायची आणि कसे आपले हात हलवून हरणांना भाले चालवणाऱ्या शिकाऱ्यांकडे हाकलायचे.

तुम्ही रोज मैलोन् मैल चालता. रोज तुम्हाला दुसऱ्यांबरोबर भोजन करण्यास, आपल्या हत्यारांना तीक्ष्ण करण्यात आणि दिवसा स्वप्न पाहण्यासाठी पण वेळ मिळतो. शरीर मजबूत आणि मन शांत होत जाते. एका संध्याकाळी, जेव्हा तुम्ही लोक एका गुहेत असता, तेव्हा अचानक तुम्हाला एक प्रेरणा मिळते. 'या गुंफेत चित्रे का काढू नयेत?'

ते लोक या प्रश्नाचे उत्तर देत नाहीत, कारण त्यांना इंग्रजी येत नाही. पण तुम्हाला त्याची पर्वा नाही. तुम्ही नेहमी स्वतःला सांगत आला आहात की, तुम्ही एखाद्या दिवशी चित्रे रंगवायला शिकाल आणि आज तुमच्यावर तो प्रसंग आलेला आहे.

एकविसाव्या शतकात तुमचे पुन्हा स्वागत आहे. चिंता करू नका, आम्ही तुम्हाला पॅलिओ म्हणजे प्राचीन युगात जाणण्यासाठी केवळ काजूचा आहार घेण्यासाठी किंवा वाघाचे कातडे गुंडाळून पळायला सांगत नाही. आम्ही एका खास कारणासाठी उर्कची व तुमची भेट घडवली आहे. आमचे म्हणणे आहे की, आम्ही त्याच्याकडून बरेच काही शिकू शकतो – तो आम्हाला आमच्या शरीर व मेंदूबद्दल बरेच काही शिकवू शकतो – प्रागैतिहासिक मानवाकडून. जेव्हा आधुनिक जग वेड लागल्यासारखे वाटत आहे, तेव्हा होमोसेपिअन्स शिकारी संग्रहक झाले हे स्मृतीत ठेवणे साहाय्यक होऊ शकते, ते स्क्रीनवर टिचक्या मारणारे किंवा पेन्सिल घासणारे नव्हते.

प्रागैतिहासिक मनुष्य संपूर्ण दिवसात अनेक प्रकारचे अन्न घेत असे आणि समुचित भोजन करण्यासाठी पूर्ण दिवसभर वाट बघत असे. तो सतत चालत, धावत असे आणि अधूनमधून कठोर मेहनत करीत असे. तरीसुद्धा त्याच्यापाशी आपल्यासाठी व आपल्या परिवारासाठी पूर्ण वेळ राहत असे. मानसशास्त्रज्ञ असे म्हणतात की, प्राचीन मानव आठवड्यातून फक्त तीस तास काम करीत असे. तो अशा टोळ्यांमध्ये राहत असे, ज्यांना समोरासमोर संप्रेषण करण्याशिवाय दुसरा उपाय नव्हता आणि अर्थात ते भरपूर झोप घेत असत, अंधार पडल्यावर ते झोपी जात आणि सूर्य उगवल्यावर उठत.

आम्ही त्याच प्राचीन मानवाचे वंशज आहोत, पण आमची जात आमच्या आसपासच्या जगाएवढी विकसित झालेली नाही. याचा अर्थ असा आहे की आम्ही अजूनही एका अशा जीवनशैलीसाठी तयार आहोत, ज्यामध्ये सतत हालचाल, विविध पण हलका आहार, शांत वातावरण, एकमेकांना समोरासमोर भेटणे आणि शांत, निर्घोर झोप हेच आमच्या दिनचर्येच्या रूपरेखेशी मिळतेजुळते आहे.

आमची आधुनिक दुनिया छान आहे पण वेगळ्या जीवनशैलीसाठी डिफॉल्टमध्ये आहे. भौतिक हालचालीचा डिफॉल्ट बसण्यात बदलला आहे. मानवीय संभाषण स्क्रीन बघण्यात बदलले आहे. जेवण प्लास्टिकमध्ये गुंडाळलेले असते आणि अनेकदा शांत झोप लागत नाही. आमची ही दुर्दशा कशी झाली?

आधुनिक जीवनशैली एक दुर्घटना आहे.

होमो सेपिअन्स साधारण दोन लाख वर्षांपूर्वी प्रथम आफ्रिकेत आले. पुढच्या १,८८,००० वर्षांमध्ये सर्वांपाशी एकच काम होते, ते शिकारी संग्रहक होते आणि आमचे दिवस उर्कच्या दिवसांसारखे वाटत होते. मग जवळपास १२,००० वर्षं प्रागैतिहासिक माणूस शेती करू लागला आणि आमच्यापैकी बहुतांश लोक भटके

जीवन सोडून कुठे ना कुठे स्थायिक झाले. याला ‘कृषी क्रांती’चे नाव दिले गेले. हे ऐकायला छान वाटते, हा बदल एक संयोग होता आणि अनेक पिढ्यांदरम्यान हळूहळू झाला. एका शिकारी संग्रहकाच्या जीवनाची तुलना केली तर गावातले जीवन तेवढे चांगले नाही. हिंसा व रोग वाढतच चालले आहेत. मोठ्या दुःखाने म्हणावे लागते की, आता परतीची कुठलीच वाट उरली नाही.

आम्ही सातत्याने पुढे जात आहोत. अनेक शतकांच्या दरम्यान आम्ही लाकडापासून जीवाश्म इंधनावर आलो. आम्ही वाफ व विजेचा आविष्कार केला. मग मागच्या दोन शतकांमध्ये तर सगळेच बदलून गेले. आम्ही कारखाने निर्माण केले. आम्ही टीव्ही बनवला, ज्याच्या व्यसनाची शिकार झालो आणि मग रोज टीव्ही पाहण्यासाठी झोपेची तंत्रे बदलली. आम्ही होम कम्प्युटर, इंटरनेट व स्मार्टफोन तयार केले. प्रत्येक वेळी आम्ही आपल्या जीवनाला नव्या आविष्कारापाशी केंद्रित केले. प्रत्येक वेळी आमच्याजवळ परतीचा मार्ग उरला नाही.

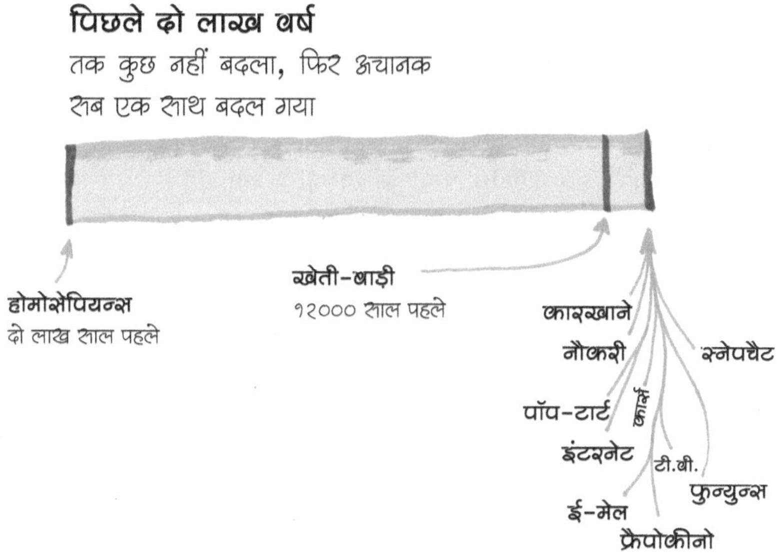

आजचे जग असे आदर्श नाही, ज्याची योजना आमच्या हुशार लोकांनी बनवली होती. हे जग मागच्या काही शतके, दशके व वर्षांच्या दरम्यान आम्ही बनवलेल्या तंत्रज्ञानांनी रातोरात बदलून गेले आहे. आम्ही एका जगासाठी बनलो आहोत, पण आम्ही दुसऱ्याच दुनियेत राहत आहोत. आम्ही आपले स्मार्टवॉच, सुंदर हेअर कट व कारखान्यांमध्ये बनवलेल्या डिझायनर जीन्समधील उर्कच तर आहोत.

तर मग आम्ही आपल्या आदिमानववाल्या मेंदू व शरीराला अशी ऊर्जा कशी देऊ शकतो की ते आधुनिक जगात काम करू शकतील? वैज्ञानिक, स्वास्थ्यगुरू आणि तथाकथित सेल्फ हेल्प लेखकांकडून मिळणाऱ्या विरोधाभासी आणि कठीण सल्ल्यांच्या दरम्यान उर्कच तुमच्या मदतीला येईल. तुम्ही उर्कसारखे जीवन जगताना आपले पायाभूत जीवन पुनश्च मिळवू शकता. त्या जीवनशैलीच्या थोडे नजीक जाऊ शकता, ज्यासाठी मानवाला बनवले गेले होते, पण याबरोबरच तुम्हाला या आधुनिक जगातसुद्धा काही गमवायला लागणार नाहीत.

आमच्याबद्दल गैरसमज करून घेऊ नका. 'प्रागैतिहासिक काळात खूप मस्ती किंवा मौजमजा, खेळ नव्हते. उर्ककडे अँटिबायोटिक किंवा चॉकलेट नव्हते आणि तो दातांना दातवणाने स्वच्छ करीत असे. पण जर तुम्ही उर्कसारख्या काही दैनंदिन गोष्टी जीवनात सामील करून घ्याल, तर तुम्ही एकविसाव्या शतकातील उत्कृष्ट गोष्टी मिळवण्याबरोबरच आपल्या पुराण्या होमोसेपिन्सकडूनसुद्धा काही अनमोल मोती घेऊ शकता.

ऊर्जा बनवण्यासाठी आदिमानवासारखे वागा.

त्या पायाभूत जीवनशैलीकडे जाण्याचा विचार यासाठी दिला जातोय की, तो तुम्हाला मोठी संधी देऊ शकतो. सर्वांत जास्त लाभ देणारे विचार तेच असतात. ज्यामध्ये एक छोटासा बदल पण मोठा लाभ देऊन जातो- या नियमांचे पालन करा:

1. **सातत्याने गतिशील राहा**

   उर्क सतत चालणे, वस्तू उचलणे, काम करण्यात व पळण्यात व्यस्त होता. आमचा मेंदू आणि शरीर गतिशील असले की चांगले काम करते. आपली बॅटरी चार्ज करण्यासाठी तुम्हाला एखाद्या मॅरेथॉनसाठी प्रशिक्षण घ्यायची आवश्यकता नाही. फक्त २० ते ३० मिनिटांचे सत्र मन:स्थिती सुधारेल आणि तुम्हाला चांगली झोप लागेल, पुढच्या दिवसासाठी चांगली ऊर्जा मिळेल- एक छानसा आणि गोड सकारात्मक फीडबॅक लूप. आम्ही तुमच्या दिवसाला अजून गतिशील बनवण्याचे अजून काही उपाय पण सुचवू.

2. **शुद्ध व सात्त्विक जेवण करा**

   उर्क तेच खात असे जे तो पकडू शकत असे : फळे, भाज्या, मेवा व जनावरे. आजकाल आमच्याजवळ तयार भोजन आहे. आम्ही तुम्हाला पूर्णपणे आहार बदलायला सांगत नाही, पण तुम्हाला त्यात काही बदल करावे लागतील,

म्हणजे तुम्ही कमी प्रतीच्या भोजनापासून दूर राहाल व उर्कसारखे शुद्ध भोजन घेऊ शकाल.

3. **कॅफिन योग्य मात्रेत घ्या**

उर्कच्या जमान्यात कॉफी शॉप नव्हते हे मान्य आहे, पण जेव्हा आम्ही शरीर व मेंदूबद्दल बोलतो, तेव्हा कॉफीबद्दल बोलणे आवश्यक होते. ही एक अशी गोष्ट आहे जी तुमच्या ऊर्जेच्या स्तरात सुधारणा करण्याचे कार्य करते.

4. **विश्रांती घ्या**

उर्कच्या जगात फारसे काही घडतच नव्हते. कधी कधी एखाद्या जनावराच्या मागे पळण्याशिवाय काहीच खळबळजनक नसायचे. लोक शांत असत आणि आपल्या मनाला उत्पादक विचार किंवा केंद्रित कामांसाठी उपयोगात आणत असत. आजच्या सततच्या आवाजाच्या व धुमाकुळाच्या स्थितीमध्ये, तुमच्या ऊर्जेच्या व ध्यानाच्या अवधीला प्रचंड नुकसान पोहोचले आहे. आम्ही तुम्हाला असे सोपे उपाय देऊ, ज्यामुळे तुम्ही शांत भावाने, कॉम्प्युटरवर काम करण्याच्या तासांमध्ये विश्रांती घेऊ शकता आणि आपले हेडफोन घरी सोडून येऊ शकता.

5. **हे फक्त तुमच्यापुरतेच मर्यादित ठेवा**

उर्क एक सामाजिक प्राणी होता, तो मित्रांना प्रत्यक्ष भेटत असे. आज-काल आम्ही लोक स्क्रीनवरच भेट घेतो, पण तुम्हाला हवे असेल तर जुन्या मित्रांना भेटून बॅटरी चार्ज करू शकता आणि एकत्र जमून गप्पा मारत बसू शकता. हा एक पॉलिओलिथिक (पाषाण काळ) च्या काळातला मन:स्थिती सुधारण्याचा सोपा उपाय आहे.

6. **गुहेमध्ये झोप काढा**

अमेरिकेच्या मिशिगन युनिव्हर्सिटीच्या २०१६मध्ये झालेल्या एका अभ्यासानुसार अमेरिका, ब्रिटन, कॅनडा आणि फ्रान्सचे लोक रात्री आठ तास अंथरुणात असतात, पण इतका वेळ अंथरुणात राहूनसुद्धा ते पूर्ण झोप घेऊ शकत नाहीत. हा काय प्रकार आहे? झोपेच्या वेळेपेक्षा तिची गुणवत्ता जास्त महत्त्वाची असते आणि आमची दुनिया अडथळ्यांनी भरलेली आहे - स्क्रीन, दिनचर्या आणि कॉफी - हे तुम्हाला पूर्ण झोप घेऊ देत नाहीत. उर्कच्या सगळ्या

संध्याकाळ एका लयीत बांधलेल्या असायच्या. तो अंधार झाला की झोपून जायचा. अर्ध्या रात्रीपर्यंत ई-मेलमध्ये तो डोके खुपसून बसायचा नाही. आम्ही तुम्हाला सांगतो की, तुम्ही त्याचे अनुकरण करून चांगली विश्रांती, चांगली जाणीव व चांगले विचार कसे करू शकाल.

असे पाहा, आम्हाला आता कळलेय. या तऱ्हेचा सल्ला देणे सोपे आहे. व्यायामाचा अवधी वाढवा! पौष्टिक जेवण करा आणि आदिमानवासारखी झोप घ्या. हे सल्ले पाळणे कठीण असते, म्हणून हेच कारण आहे की आम्ही तुम्हाला उच्चस्तरीय तत्त्वज्ञान सांगण्याऐवजी सुनिश्चितपणे हे सांगणार आहोत की हे विचार पायऱ्या पायऱ्यांनी व्यवहारात कसे आणायचे. चला, तर मग आपली बॅटरी चार्ज करा.

एनरजाईज युक्ती

सतत गतिशील राहा

61. रोज व्यायाम करा पण हिरो बनू नका.

62. पायी चाला.

63. स्वतःला अडचणीच्या परिस्थितीत टाका.

64. सुपरशॉट वर्कआऊट करा.

61. रोज व्यायाम करा पण हिरो बनू नका.

कधी-कधी केल्या जाणाऱ्या कामाऐवजी हे जास्त महत्त्वाचे आहे की तुम्ही रोज काय करता.

– ग्रेचन रुबिन

बॅटरी चार्ज करण्याची पद्धत हीच असेल की तुम्ही आपल्या शरीराला गतिशील ठेवा, पण तुम्हाला दीर्घ व कठीण वर्कआउट करायचे नाहीत. हिरो बनू नका. आमचा आदर्श अगदी सोपा आहे.

वीस मिनिटांपर्यंत व्यायाम करा...

संशोधन सांगते की, वीस मिनिटांच्या व्यायामानेच तुम्ही हृदय, मेंदू व शरीराला मिळणारे सगळे लाभ घेऊ शकता.

...प्रतिदिन ...

व्यायामाने मिळालेली ऊर्जा व मन:स्थितीचा फायदा एक दिवसापर्यंत टिकतो, म्हणून रोज स्वस्थ राहण्यासाठी रोज व्यायाम करायला हवा. याशिवाय दैनिक सवयी, कधीतरी स्वीकारायच्या सवयींपेक्षा सोप्या असतात.

आणि स्वतःला आंशिक श्रेय द्या.

परिपूर्णतेची आस धरू नका. जर तुम्ही या आठवड्यात सातपैकी चारच दिवस व्यायाम करू शकलात, तरीसुद्धा चार दिवस तीन दिवसांपेक्षा अधिक बरे असतात. जर आज तुम्ही २० मिनिटे वर्कआउट करू शकला नाहीत, तर १० मिनिटे करा. कधी कधी १० मिनिट फिरणे किंवा पोहणे पण २० मिनिटांच्या व्यायामाबरोबरची होऊ शकतात. अनेकदा काही करताना इतके छान वाटते की, तुम्ही मिनिटांची सीमा पण विसरून जाता. अनेकदा १० मिनिटेच खूप होतात. ते शून्यापेक्षा चांगले आहेत आणि तुम्हाला वाढीव ऊर्जा प्राप्त होते आहे.

याशिवाय, वर्कआउट गिअर घालूनसुद्धा तुमची व्यायाम करण्याची सवय मजबूत होऊ शकते. तुम्हाला येणाऱ्या काळासाठी स्वतःला दीर्घ वर्कआउटसाठी तयार करणे सोपे होईल.

'इतकेच खूप आहे' या भूमिकेच्या विचारात बदल हवा, कारण आम्ही आधीपासूनच आपल्या मनात आधीच ठरवलेल्या धारणा ठेवतो. बहुतेक वेळा त्या

आमच्या 'अहं'शी जुळलेल्या असतात. आम्ही वाटल्यास बास्केटबॉल खेळाडू असू, नाहीतर गिर्यारोहक, योगी असू नाहीतर धावपटू, सायकलिस्ट असू किंवा जलतरणपटू असू किंवा मग इतर काही असू. आम्ही याबाबतीत पूर्वग्रह ठेवतो की कोणती क्रिया खराखुरा व्यायाम असतो. त्याहून कुठलीही क्रिया आम्हाला आदर्श वाटत नाही. ती आमच्या जीवनात पूर्णतः चपखल बसत नाही.

आधुनिक संस्कृती व्यायामाबाबत आमच्या खोट्या अपेक्षांना उत्तेजना मिळावी म्हणून आम्हाला प्रोत्साहित करते की पादत्राणाची कंपनी तुम्हाला अधिक सरस जलद व्यायाम करायला सांगते. वृत्तपत्रांच्या पानांवर जाहिराती येतात की, तुम्ही सिक्स पॅक ॲब्स कसे बनवू शकता? लोक गाड्यांवर '२६.२'चे स्टिकर लावून आपल्या मॅरेथॉन दौऱ्याचा गाजावाजा करतात आणि '५०' आणि '१००' स्टिकर लावून देखावा करणाऱ्या मॅरेथॉन धावपटूंची कमतरता अजिबात नाही.

आम्हा सामान्य माणसांना कसे वाटायला हवे, व्यायाम तेव्हाच महत्त्वपूर्ण ठरतो का, जेव्हा आम्ही कोणी एखादी भारी रेस करू किंवा मग आपल्या दातांनी चेन पकडून कुठली गाडी खेचू? याचे उत्तर असेल 'नाही'. मॅरेथॉन धावपटूंना शुभकामना दिल्यानंतर दुर्लक्ष करा. थोडा व्यायाम करा पण रोज करा किंवा अधूनमधून नेहमी करा.

वर्कआउट इतके अतीही नको की, ते करायच्या कल्पनेचेच ओझे बनेल. तुम्हाला सर्व कार्यांमध्ये परिपूर्ण व्हायचे नाही. व्यायामाऐवजी दुसऱ्या कार्यकलापांनी पण काम चालू शकते.

जॅक

मी स्वतःला बास्केटबॉलचा एक चांगला खेळाडू समजत होतो. हे तोपर्यंत खरे नव्हते जोपर्यंत मी आठवड्यातून चार दिवस तीन तास खेळत नसे. पण नोकरी व मुलांबरोबर राहाताना नेहमी असे करणे शक्य नव्हते. अनेकदा मी बरेच दिवस सतत खेळात भाग घेई व अतिशय थकून जाई, जखमी होत असे, आणि मग काम करणे मागेच पडायचे. यानंतर काही दिवस, आठवडे आणि महिन्यांपर्यंत व्यायामाचे नामोनिशाण राहत नसे. एक तर सर्व काही व्हायचे, नाहीतर काहीच

नाही.

मला आठवते, जेव्हा मी व्यायामाशी संलग्न असलेले विचार बदलले, मी ऑफिसनंतर तीन तासांच्या बास्केटबॉल सत्रानंतर घरी परतलो होतो. मी पायाने लंगडत होतो. मानसिक व शारीरिक थकव्याने मी तिथे टेबलावरच आडवा झालो. काम करण्याची शक्ती उरली नव्हती. जणू काही माझ्या कॉम्प्युटरच्या माऊसचे वजनच शंभर पाउंड झाले होते.

मग अचानकच माझ्यासमोर दृश्य तरळून गेले, जेव्हा मी आधी सकाळी दहा मिनिटांच्या जॉगनंतर आपल्या छोट्या मुलाला स्ट्रॉलर्समध्ये फिरवले होते, म्हणजे तो थोड्या मोकळ्या हवेत फिरू शकेल. तेव्हा मी विचार करू लागलो की तेव्हा मला कसे वाटत होते. माझ्या ॲथलिट अहंला या तऱ्हेचा हलका व्यायाम अपूर्ण वाटत होता, तो कुठल्याच गणतीमध्ये येत नव्हता. तरी पण त्या जॉगनंतर मी दिवसभर मन लावून काम केले आणि एका आवश्यक डिझाईन परियोजनेवर काम पण पूर्ण झाले.

मी विचार केला, 'अरे देवा, मला आपला दृष्टिकोन बदलायला हवाय. अर्थात मला बास्केटबॉलमध्ये मजा येतच होती. हा एक चांगला वर्कआउट होता, पण मी प्रत्येक वेळी खेळाचा अतिरेक करीत होतो आणि ते माझ्यासाठी थकवा व जखमी होण्याचे कारण ठरत होते.

मी त्याच वेळी ठरवले की, मला माझ्या वर्कआउटचा मापदंड कमी करायला हवा आणि मग कितीही छोटे असे ना, त्या व्यायामाचे श्रेय स्वतःला द्यायला हवे. बास्केटबॉल जर खेळता आला नाही तर धावणे ठीक होते आणि जेव्हा ते पण होऊ शकणार नव्हते, तर फिरून येणे पण वाईट नव्हते.

माझा हा अनुभव विज्ञानाशीही मेळ राखत होता. कमी व्यायामासह मला छान वाटत होते, तणाव कमी होत होता, ऊर्जा टिकून राहत होती आणि मी आनंदी होतो. ह्या योग्य व्यायामाचा एक दैनंदिन नित्यक्रम राखला जाऊ शकत होता. हळूहळू पळणे आणि चालणे अंगवळणी पडले. मी आतासुद्धा कधीतरी बास्केटबॉल खेळतो पण आता तो व्यायाम म्हणून नाही. मी रोज थोडा थोडा व्यायाम करण्याची स्वतःला परवानगी देऊन योग्यच केले, कारण आता मी खूप खूश असतो.

62. **पायी चाला.**

आम्ही पायी चालण्यासाठी जन्मलो आहोत. मानवाच्या इतिहासात पायी चालण्याची योग्यता आमच्या मोठ्या व विचार करणाऱ्या मेंदूच्या आधी आली होती, पण आधुनिक जगात आमचे डिफॉल्ट मोटरवाले वाहन होऊन गेलेत. आमच्यापैकी बहुतांश लोकांना नेहमी कार, बस किंवा गाडीची सोय उपलब्ध असते, ज्यामुळे पायी चालण्याची संधीच मिळत नाही व याच डिफॉल्टमुळे आमची भरपूर ऊर्जा टिकवून ठेवण्याची संधी पण हिरावून घेतली आहे.

जर तांत्रिक भाषेत सांगायचे तर पायी चालणे तुमच्यासाठी फार चांगले आहे. हॉर्वर्ड व मेयो क्लिनिकच्या अहवालांप्रमाणे पायी चालल्याने तुमचे वजन कमी होते, हृदयरोगांपासून बचाव होतो, कॅन्सरचा धोका कमी होतो, रक्तदाब कमी होतो, हाडांमध्ये मजबुती येते आणि पीडा निवारक ॲण्डॉर्फिन स्रवल्यामुळे मन:स्थितीत पण सुधारणा होते. पायी चालणे हे आपल्यासाठी एखाद्या जादूच्या गोळीपेक्षा कमी नाही.

पायी चालल्याने तुम्हाला विचार करायला, स्वप्न बघायला किंवा ध्यान करायला वेळ मिळतो. जेझी अनेकदा पायी चालताना आपल्या उद्दिष्टांचा विचार क़रतो. अनेकदा तो एखादे नवीन प्रकरण सुरू करण्याबद्दल विचार करतो किंवा त्याच्या डोक्यात एखादा ब्लॉग स्पॉट किंवा कहाणी असते. पायी चालायला कुठली विशिष्ट वेळ हवी असे जरुरी नाही. पायी चालण्याच्या वेळी तुम्ही वाटल्यास पॉडकास्ट किंवा ऑडिओ बुक्स पण ऐकू शकता. तुम्ही वाटल्यास फोनवर बोलू शकता, तुम्ही कुठल्या जागी चालत आहात, तिथे हलका आवाज तर नाही ना, या गोष्टीवर अवलंबून असेल (अगदी असेच असले तरी तुम्ही आईला हाय, हॅलो तर करू शकता).

रोजचे चालणे म्हणजे 'एक काम' अशा तऱ्हेने करू नका. तुम्ही आपल्या येण्या-जाण्याच्या साधनाच्या वापराऐवजी पायी चालण्याचा पर्याय निवडू शकता. जर तुम्हाला खूप दूर जायचे असेल तर थोडे अंतर तुम्ही पायी जाऊ शकता. बस किंवा गाडीतून एक स्टॉप आधीच उतरून बाकी अंतर पायी चालत जा. पुढच्या वेळी पार्किंग लॉटमध्ये गाडी अशा जागी पार्क करा, ज्यासाठी तुम्हाला पायी चालून परत यावे लागेल. 'जेव्हा शक्य असेल तेव्हा गाडीने जाऊ'च्या डिफॉल्ट ला 'जेव्हा शक्य असेल तेव्हा पायी चालू'मध्ये बदलून टाकले तर तुम्हाला सगळीकडे असे करण्याची संधी दिसेल.

एकूणच, पायी फिरणे हा जगातील सर्वांत सोपा व सुविधाजनक व्यायाम आहे पण तो सोपा असला तरी त्यामुळे तुमची बॅटरी शक्तिशाली होते. न्यांसी सिनात्राचे

म्हणणे आहे की तुमचे पाय पायी चालण्यासाठी बनले होते आणि त्यांना हे करायला हवे.

जेझी

२०१३मध्ये माझे ऑफिस शहरातच आले होते. जे माझ्या घरापासून दोन मैलांच्या अंतरावर होते. मी ठरवले की पायीच ऑफिसला जायचे. आणि का नाही? सॅन फ्रान्सिस्कोचा मौसम छान असतो, बसमध्ये गर्दी असते आणि मी शहरातील डाऊनटाउन पार्किंगचे पैसे भरायला तयार नव्हतो.

जेव्हा पायी चालणे ही माझी दिनचर्या होऊन गेली, तेव्हा मी एक विलक्षण गोष्ट बघितली : मला असे वाटू लागले की, पायी चालत असता मला अधिक वेळ मिळू लागला. तांत्रिक दृष्टीने पाहता कार किंवा बसने जाण्याऐवजी पायी चालण्यात जास्त वेळ लागत होता, पण असे नव्हते, कारण मी त्या दरम्यान काही विचार करू शकत होतो किंवा मनातल्या मनात आपल्या उद्दिष्टांवर काम करू शकत होतो.

63. स्वत:ला अडचणीच्या परिस्थितीत टाका.

ठीक आहे, जसे की आपण सगळे जाणतोच की, आम्ही तुम्हाला पायी चालण्याचा सल्ला दिला आहे आणि बरेचदा तो फारसा सोयीस्करही नसतो. पण असे आम्ही जाणूनबुजून केले आहे. आम्हाला वाटते की, जेव्हा तुम्ही अडचणीच्या स्थितीची निवड करता, तेव्हा तुमच्यासाठी अनेक संधी समोर येतात. फक्त तुम्हाला आपल्या डिफॉल्टला 'सोयीपासून ऊर्जे'पर्यंत आणावे लागेल.

जेवण तयार करणे

सामान आणणे, स्वयंपाकघरात आवरासावर करणे, सामान उचलणे, भाज्या कापणे, शिजवणे या सर्व कामांमध्ये तुमच्या शरीराची हालचाल होते. काही लोकांसाठी हे एखाद्या ध्यानाइतके महत्त्वाचे आहे. या प्रकारे त्यांना विचार आणि मनन करायला वेळ मिळतो. अनेक लोक त्यात आनंद घेतात आणि त्यांना याप्रकारे मित्र व परिवारातल्या सदस्यांबरोबर वेळ घालवायला मिळतो. याशिवाय, तुम्ही घरी जे जेवण तयार कराल, ते हॉटेलमधील खाण्यापेक्षा जास्त पौष्टिक व

ऊर्जेने भरपूर असेल.

जिन्याचा उपयोग करा

लिफ्ट सोयीस्कर आहे पण थोडी अजबही आहे. लिफ्टमध्ये शिरल्यावर तुम्हाला अकाउंटमधील कर्मचाऱ्याला उगीचच हाय हॅलो करावे लागते किंवा मग फोनमध्ये डोकावून बघावे लागते. स्वतःला असा तणावपूर्ण निर्णय घेण्यापासून वाचवा व दूर ठेवा. त्यापेक्षा जिन्याचा वापर करा आणि दुप्पट लाभ मिळवा.

चाकविरहित सुटकेस वापरा

आपले सामान असलेली सुटकेस स्वतः उचला. हे तुमच्यासाठी एका लघु व्यायामाचा वर्कआउट केल्यासारखेच काम करेल आणि तुम्ही हा व्यायाम जिमच्या ऐवजी विमानतळावरच करू शकता. तुम्हाला आता कळले असेलच, तुमच्यासाठी अडचणीची परिस्थिती सगळीकडे आहे.

जॅक

एक मिनिट थांबा. अग्नीनंतर आतापर्यंत चाकांची सुटकेस हा सर्वांत मोठा आविष्कार आहे. मी माझी सुटकेस सोडणार नाही!

अर्थात, आम्हाला हे नमूद करायलाच हवे की आम्ही पण ढोंगी आहोत. आम्हाला सुविधा हव्याच असतात. डिलिव्हरी ॲप, कार आणि लिफ्ट. आम्ही असे म्हणत नाही की तुम्ही आधुनिक दुनियेच्या प्रत्येक सुविधेचा त्याग करा. बस, आम्ही तुम्हाला असे सांगत आहोत की, वेळोवेळी त्या सुविधांना जीवनाचा डिफॉल्ट मानण्याऐवजी सजगतेने निर्णय घ्या.

जेझी

लक्षात ठेवा, प्रत्येकाला प्रत्येक उपायावर काम करायचे नाही. आम्ही पण असे करत नाही.

64. सुपरशॉट वर्कआउट करा.

अनेक वेळा काही गोष्टी इतक्या चांगल्या असतात की त्यांच्या चांगुलपणावर विश्वास बसत नाही पण त्या दोन्ही - चांगल्या व खऱ्या - असतात. हेच कारण आहे की आम्ही दोघेही उच्चस्तरीय इंटरवल ट्रेनिंगचे समर्थक आहे. हा एक असा व्यायाम आहे की ज्यात गुणवत्तेपेक्षा मात्रेकडे ध्यान दिले जाते. हाय इंटेन्सिटी इंटर्वल ट्रेनिंग- किंवा आम्ही याला म्हणतो, 'सुपरशॉट वर्कआउट' - तुम्ही खूप जोरदार व्यायाम कमी वेळासाठी करता. तुम्हाला वाटले तर तुम्ही बॉडीवेट व्यायामांपासून सुरू करू शकता, जसे पुश-अप, पूल-अप आणि स्क्वॅट. तुम्ही स्प्रिंट करू शकता. वजन उचलू शकता. तुम्हाला वाटले तर हा उपयुक्त वर्कआउट जास्तीत जास्त दहा मिनिटांच्या आत पूर्ण होऊ शकतो.

हे सुपरशॉट वर्कआउट खरोखरीच भरपूर ऊर्जा देऊ शकते आणि हा कुठला खरा व्यायामाचा वेळ वाचवणारा विकल्प नाही. खरे तर, या गोष्टीला पुरावा आहे की आमचे सुपरशॉट वर्कआउट दीर्घ इंटेन्सिटीच्या इंटर्वल ट्रेनिंगपेक्षा खूप अधिक चांगले आहे, जे मध्यम इंटेन्सिटीच्या इंटर्वल ट्रेनिंगपेक्षा मोठे असते, ज्याला आम्ही गरजेची गोष्ट मानतो. अनेक नव्या वैज्ञानिक अभ्यासानुसार प्रस्तुत 'न्यूयॉर्क टाइम्स'चे असे म्हणणे आहे की : 'एका तासाच्या हलक्या व्यायामाच्या तुलनेत सात मिनिटांचा जोरदार व्यायाम त्यापेक्षा खूप जास्त लाभदायक असू शकतो.' कमी वेळात, पैशांशिवाय, उपकरणांशिवाय जास्तीचे लाभ हे खरेच अविश्वसनीय पण खरे आहे.

हा खूप चांगला व खरा वर्कआउट उर्कच्या दुनियेच्या संदर्भात समजून घेता येईल. तुम्ही सहज वस्तू उचलायची, ठेवायची, ढकलायची आणि खेचण्याची कल्पना करू शकता. आणि याबरोबरच तो आपल्या सफल शिकारीच्या मोहिमेवरून परत येतो आहे किंवा पर्वत चढून छान दृश्य पाहून आलेला असतो. एक सुपरशॉट वर्कआउटच तुमचा व्यायाम असता कामा नये. पण हा तुमची बॅटरी चार्ज करणारा, वेगवान व सोयीस्कर प्रकार आहे.

जर तुम्हाला पण हे आजमावून पाहायचे असेल तर खाली दोन पर्याय दिले आहेत.

सात मिनिटांचा वर्कआउट

'न्यूयॉर्क टाइम्स'मध्ये, २०१३मध्ये अमेरिकन कॉलेज ऑफ स्पोर्ट्स मेडिसिनच्या

हेल्थ व फिटनेस जर्नलमध्ये एक आलेख छापला होता - सात मिनिट वर्कआउट. यामध्ये १२ सरळ, गतिमान आणि वैज्ञानिक रूपाने प्रमाणित प्रकार दिले आहेत, जे केवळ सात मिनिटांत पूर्ण होतात. तीस-तीस सेकंदांच्या सत्रांमध्ये दहा-दहा सेकंदांची सत्रे आहेत. तुम्हाला हे करताना कुठलाच विचार करायचा नाही. असे अनेक ॲप्स आहेत, ज्यांच्या मदतीने तुम्ही हे करू शकता. यासाठी तुम्ही आमच्या

कीप इट मूविंग

वेबसाईटची मदत घेऊ शकता.

जेझी 3×3 वर्कआउट

नाहीतर मग तुम्ही जेझीसारखे अजूनही सोपे प्रकार करून पाहू शकता. आठवड्यातून तीनदा, पुढे दिल्याप्रमाणे तीन पायऱ्यांमध्ये ते पूर्ण करा :

1. एका सेटमध्ये जितके पुश-अप्स होऊ शकतील तेवढे पूर्ण करा आणि मग एक मिनिट आराम करा.
2. एका सेटमध्ये जितके स्क्वॅट होऊ शकतील तेवढे करा व एक मिनिट आराम करा.
3. एका सेटमध्ये जितके पूल-अप्स, कर्ल्स होऊ शकतील तेवढे करा आणि एक मिनिट आराम करा.

जेझी

जर माझ्याकडे पार्कमध्ये जाऊन पूल-अप बार वापरण्याएवढा वेळ नसेल, तर मी घरातच सामान उचलतो. जशी एखादी खुर्ची, पुस्तकांनी भरलेली बॅग किंवा मग टेबल - जे आम्ही झाडाच्या खोडापासून बनवले आहे. हा काही खूप परिष्कृत उपाय नाही, पण माझे वर्कआउट सोपे व साधे होऊन जाते. याशिवाय सामान उचलण्याचा प्रकार तोच आहे, जो आमचे पूर्वज खऱ्या जगात वापरत होते आणि सुडौल असायचे.

जर तुम्हाला कंटाळ्यापासून वाचायचे असेल किंवा हे व्यायाम सुरुवातीला खूप कठीण वाटत असतील तर त्यात विविधता आणून ते करा. उदाहरणार्थ, जर नेहमीचे पुश-अप्स योग्य वाटत नसतील तर एकीकडे झुकणारे पुश-अप्स करा. किंवा मग एक वन लेग स्क्वॅट करू शकता. हे नेहमीच्या प्रकारांपेक्षा सोपे असतात. वाटल्यास तुम्ही सर्व प्रकार ऑनलाइन पाहू शकता. फक्त त्यासाठी तुम्हाला कीवर्ड टाकायचा आहे.

एनरजाईज युक्ती

पौष्टिक व शुद्ध अन्न सेवन करा

65. शिकारी संग्राहकासारखे भोजन करा.

66. तुमच्या थाळीला सेंट्रल पार्क बनवा

67. थोडी भूक ठेवा.

68. एखाद्या लहान मुलासारखे स्नॅक्स खा.

69. डार्क चॉकलेट खाण्याची योजना बनवा.

65. शिकारी संग्राहकासारखे भोजन करा.

आमचा हा उपाय आमचा हिरो मित्र मायकल पोलानच्या नावे आहे, जो एक भोजनप्रेमी आणि खूप उत्साही लेखक आहे. 'इन डिफेन्स ऑफ फुड' या त्याच्या पुस्तकात पोलानने खूपच कठीण व जटिल प्रश्न सोडविला आहे, ज्यात आम्ही मानवांनी स्वास्थ्य राखायला काय खायला हवे, याबद्दल चर्चा केली आहे.

भोजन करा. खूप जास्त करू नका. आहारात हिरव्या वनस्पतींचे जास्त सेवन करा.

आम्ही पोलानची पुस्तके वाचली आणि त्याच्या सल्ल्यानुसार वागायचे ठरवले. आम्ही बघितले की उर्कसारखे वनस्पती व प्राणिजजन्य भोजन उदाहरणार्थ – भाज्या, मेवा, मासे आणि मांस वगैरे घेण्याने आमच्या ऊर्जेच्या स्तरात खूपच बदल घडून आला. मानवी शरीर या अस्सल भोजनासाठीच बनले आहे, त्यामुळे यात हैराण होण्याची कुठलीच बाब नाही की जेव्हा तुम्हाला अपेक्षित इंधन दिले जाते, तेव्हा तुमचे इंजिन योग्य तऱ्हेने कार्य करते.

जेझी

'मेकटाईम'च्या सुरुवातीच्या दिवसांमध्ये मला घरी जेवण बनवण्यासाठी वेळ काढावा लागायचा. मला वाटते की यात दुप्पट लाभ होता : एक– ऊर्जा देणारी गैरसोय आणि रोजच्या जेवणात अस्सल भोजनाचा समावेश करणे. मला असे आढळून आले की, साध्या सामग्रीने बनवलेले जेवण कुठल्याही दीर्घ सामग्रीपासून बनविलेल्या जेवणापेक्षा अधिक सरस होते. जसे की, भाजलेल्या मटणाबरोबर हिरवे सॅलड. माझ्यासाठी कुणा शिकारी संग्राहकासारखे रोजच्या जेवणाचे रुटीन बनवायचा हाच अधिक चांगला उपाय होता.

जॅक

आपल्या डिफॉल्टला शिकारी संग्राहकाच्या भोजनासारखे बनण्यासाठी मला हे लक्षात घ्यायचे होते की, माझ्या आसपास नेहमी असे स्नॅक्स असावेत, जे स्वादिष्ट तर असतीलच, त्याचबरोबर सात्विक आणि शुद्धही असतील. मी खूप सारे बदाम, अक्रोड, फळे आणि पीनट बटर खरेदी केले. मग जेव्हा कधी भूक लागेल, तेव्हा मी मनपसंत स्नॅक्स घ्यायचो. एका केळाची किंवा सफरचंदाची फोड घेऊन त्यावर मेवा व पिनट बटर घालायचो. आम्ही पुढे स्नॅक्सबाबत भरपूर चर्चा केली आहे.

66. तुमच्या थाळीला सेंट्रल पार्क करा.

भोजन हलके व ऊर्जेने भरपूर ठेवायचे असेल तर हाच उपाय असेल की, तुम्ही तुमच्या थाळीत प्रथम सॅलेड ठेवा व बाकीचे जेवण त्याच्या आसपास ठेवा. हे न्यूयॉर्कच्या सेंट्रल पार्कसारखे होईल. तुम्हाला आपल्या थाळीचा जास्तीत जास्त भाग हिरव्या सॅलेडच्या पानांसाठी राखीव ठेवायला हवा. याप्रकारे तुम्ही जड जेवणाची मात्रा कमी घ्याल व जेवणानंतर ऊर्जा पण भरपूर मिळेल.

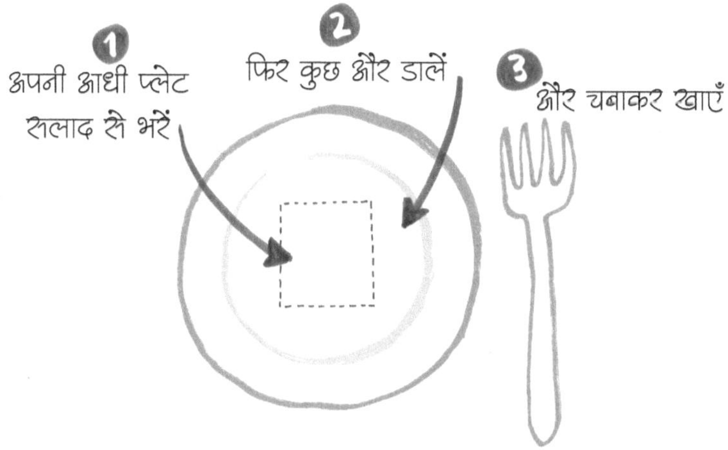

उपास विरुद्ध नाष्टा

उपवासामुळे जेझीचा फोकस वाढतो, ज्यामुळे स्मृतीही तेज होते. जॅकला वाटते की, जर दुपारच्या आणि रात्रीच्या जेवणादरम्यान काही खाल्ले नाही, तर त्याची अस्वस्थता वाढेल.

67. थोडी भूक ठेवा.

जेझी

सतत खाणे ही आधुनिक पद्धत बनली आहे. जर तुम्ही दिवसातून तीन वेळा जेवण व नाश्ता घेत असाल, तर तुम्हाला भूक लागत नाही. पण हे लक्षात असू द्या, उर्क शिकारी संग्राहक होता. जोवर तो शिकार करत नसे, वा अन्नाचा संग्रह करत नसे, तोपर्यंत तो खात नसे. तुम्ही कल्पना करू शकता का की दिवसा जितक्या वेळेला भूक लागेल, तेव्हा तेव्हा तुम्ही बोरे वेचाल किंवा जनावर मारून पोट भराल आणि मग जेव्हा रक्तशर्करेचा स्तर कमी होईल, तेव्हा खाण्यासाठी काहीतरी शोधाल.

आम्ही असे म्हणतोय की, जरी आम्हाला हवे तेव्हा आम्ही खाऊ शकतो, तरी त्याचा अर्थ असा नाही की आम्हाला तसे खायला हवे. आम्ही नशीबवान आहोत. आम्ही अशा जगात राहतो, ज्यामध्ये आमचे शरीर आजही उर्कच्या शरीरासारखे आहे. आम्ही त्या जगातून बाहेर पडून अशा जगात येऊन पोहोचलो आहोत की, ज्यात भोजनाची कमतरता नाही.

अधूनमधून उपवास करणे हे खूळ आहे; पण अशी अनेक कारणे आहेत जी तुम्हाला अजमावावी लागतील. जेव्हा तुम्ही भुकेले असाल तेव्हा जेवण करण्यात रुची वाटते आणि उपवास करण्याने तब्येत ठीक राहते : हृदयाचे स्वास्थ्य, दीर्घायुष्य, मांस पेशींचा विकास आणि कॅन्सरचा धोका कमी होतो.

पण जेव्हा वेळ वाचवायची आणि ताकद टिकवण्याची बाब येते, तेव्हा सर्वांत जास्त लाभ मिळतो : उपवास करण्याने तुमचे मन शांत आणि मेंदू तल्लख राहतो. ज्यामुळे तुम्हाला तुमच्या उद्दिष्टांवर काम करणे सोपे जाते.

अधूनमधून उपवासाचा अभ्यास करायचा, ज्याला दुसऱ्या शब्दात

कधीकधी जेवण न करणे असे पण म्हणू शकतो. मला असे करायला लागून दोन वर्षे होऊन गेली आहेत. आधी भूक सहन व्हायची नाही. पण हळूहळू मला आढळले की या तऱ्हेने मला मानसिक ऊर्जेचे नवीन भांडार शोधायला मदत मिळत होती. हे माझ्या सकाळच्या दिनचर्येसाठी उपयोगी ठरले. ज्यामध्ये मी उठून चार ते पाच तास काम करीत असे (ना काही खाणे, पिणे, ना कुठला अडथळा) या तऱ्हेने उद्दिष्टांवर काम करणे अजून सोपे झाले.

चिंता करू नका, मी तुम्हाला खूप दिवस न खाऊ नका असे सांगत नाही. बस, एखाद्या वेळचा नाष्टा किंवा जेवण सोडायला हवे. अर्थात, असे कुणालाच वाटणार नाही की तो बिझनेस लंच किंवा वाढदिवसाच्या पार्टीला गेल्यावर तिथे केवळ लिंबू पाणीच घेईल. पण माझा मित्र केव्हिन याने मला उपवासाचा जो प्रकार सांगितला, तो सामान्य जीवनात चांगल्या तऱ्हेने चपखल बसतो. तो रात्रीचे जेवण लवकर घेतो आणि मग सकाळी नाश्ता न करता दुपारचे जेवण घेतो. या तऱ्हेने त्याला १६ तासांचा उपवास करायला मिळतो. तुम्ही पण कधी कधी असे करू शकता. असे केल्याने कोणी तुम्हाला नावे ठेवणार नाही.

68. एखाद्या लहान मुलासारखे स्नॅक्स खा.

जॅक

छोटी मुले भूक लागल्यावर चिडचिड करायला लागतात. एक पालक या नात्याने मी हे खूप वेळा बघितले आहे. खरेच, अनेक वेळा!

पण ही त्यांची चूक नाही. तीन वर्षांचा मुलगा दुपारचे जेवण घेतल्यावर रात्रीच्या जेवणापर्यंत वाट बघू शकत नाही. खरे तर, मोठ्यांसाठी पण असे करणे कठीण आहे. खरे सांगायचे तर मी पण नकळत भूक लागल्यावर चिडचिड करू लागतो. जेझीला वाटते की, स्नॅक खाणे चांगले नाही, पण मी असे करू शकत नाही. वास्तवात, मला नाश्ता करणे आवडते. माझ्यापाशी नेहमी पिशवीत ग्रेनोला बार (चॉकलेट) असतातच. मी डिझाईन्स स्प्रिंट रुटीनमध्ये पण बदल केले, जेणेकरून स्नॅक्ससाठी ब्रेक मिळेल.

जेव्हा स्नॅक्स घ्यायचा विषय निघतो, तेव्हा बहुधा दोन गोष्टी महत्त्वाच्या असतात : चांगल्या गुणवत्तेचे स्नॅक्स निवडायचे आणि ते तेव्हाच खायचे – जेव्हा मन आणि मेंदूला त्याची गरज भासेल. फक्त वेळ घालवण्यासाठी खाऊ नका :

आपली बॅटरी चार्ज ठेवायची असेल तर असा देखावा करा की, तुम्ही तीन वर्षांचे बालक आहात किंवा अशा बालकाचे पालक आहात. चिडचिड किंवा रागापासून दूर राहा आणि पौष्टिक स्नॅक्स तयार ठेवा. जेव्हा सकाळी घरून निघाल, तेव्हा तुमच्यापाशी सफरचंद आणि ट्रेलमिक्स ठेवा. जर तुम्हाला भूक लागली आणि तुमच्याजवळ स्नॅक्स नसतील तर शुद्ध व सात्त्विक भोजन घ्या – केळी आणि सुकामेवा. कँडी किंवा चिप्स टाळा. तुम्ही तीन वर्षांच्या मुलाला जेवणाआधी चिप्स खायला देणार नाहीत, मग स्वत:बाबतही असेच वागा. मोठी माणसे ही माणसेच असतात.

69. डार्क चॉकलेट खाण्याची योजना बनवा.

साखरेमुळे रक्तातील साखर वाढते आणि मग शुगर क्रॅश, म्हणजे साखर खाण्याची इच्छा वाढते. बहुतेक लोकांना हे माहीत आहे की, स्वतःला जर साखरेपासून दूर ठेवले तर ऊर्जा राखून ठेवता येते, पण हे सत्य आहे की काही गोड पाहिल्यावर राहवले जात नाही.

तर मग तुम्हाला थांबायची गरज नाही. बस, आपली आवड बदला. जर ते डार्क चॉकलेट आहे तर तुम्हाला ते थोड्या प्रमाणात खायला हरकत नाही.

डार्क चॉकलेटमध्ये इतर गोड पदार्थांपेक्षा कमी गोडवा असतो, म्हणून गोड खायची इच्छा पण कमी प्रमाणात होते. अनेक अभ्यासानुसार लक्षात आले की, यामुळे शरीराला फायदा होतो. हे स्वादिष्ट व उत्तम असते. याची थोडीशी मात्राही तुमची गरज भागवू शकते. ही अद्‌भुत वस्तू आहे आणि तुम्ही ती अधूनमधून खायला हवी.

जॅक

मला गोड अतिशय आवडते, पण २००२पासून मी फक्त डार्क चॉकलेटच खातो आहे. हे सगळे सियाटल ते पोर्टलंडच्या रोड ट्रिपमध्ये सुरू झाले. माझी पत्नी होली माझ्याबरोबर होती. आम्ही एक पेट्रोल स्टेशनवर थांबलो आणि मी मोठी कोकची बाटली, कप्स कॅण्डी आणि जॉली रेंचर लॉलीपॉप खरेदी केली. साखरेचे प्रमाण वाढल्यामुळे त्या प्रवाहात मी सुपर मारियो व्हिडिओ गेमची पाच मिनिटांपर्यंत नक्कल पण केली आणि तीही पूर्ण आवाजासहित.

यानंतर जेव्हा मी सुस्त झालो, तेव्हा पूर्ण रस्ताभर माझे डोके दुखत होते आणि होली गाडी चालवत हसत होती.

ही घटना आणि माझे डोकेदुखी हे दोन्ही मी विसरू शकलो नाही. माझ्या लक्षात आले की खूप सारी साखर एकदम खाल्ल्याने सुस्ती येते आणि शरीर गलितगात्र होते. तेव्हाच डार्क चॉकलेटच्या लाभाबद्दल ऐकू येत होते, म्हणून मी विचार केला की आपल्या गोड पदार्थांच्या यादीत डार्क चॉकलेट सामील करावे. आधी तर कडवट चवीची सवय व्हायला वेळ लागला. पण एकदा का जिभेला त्या स्वादाची सवय झाली, तेव्हा इतर गोड पदार्थ खूप जास्त गोड वाटू लागले.

मी अजूनही आठवड्यातून दोन वेळा आईस्क्रीम किंवा कुकीज खातो, पण ते माझ्या मर्जीनुसार घ्यायचे गोड पदार्थ आहेत. मी आवडीने डार्क चॉकलेट घेतो, त्यामुळे ऊर्जा कायम राहते आणि माझी पत्नी माझी टर उडवत नाही...

कमीत कमी त्या घटनेची तर आठवण करून देत नाही.

एनरजाईज युक्ती

कॅफिनची योग्य मात्रा घ्या

70. कॅफिन घ्यायच्या आधी जागे व्हा.
71. क्रॅश व्हायच्या आधी कॅफिन घ्या.
72. एक कॅफिन डुलकी घ्या.
73. ग्रीन टी सोबत ताळमेळ.
74. आपल्या हायलाईटसह ताळमेळ करा.
75. कॉफीच्या शेवटच्या कपाची वेळ ओळखा.
76. साखरेपासून बचाव करा.

कॅफिनच्या सवयीत फसणे सोपे आहे, म्हणजे जेव्हा कधी तुम्हाला कामाच्या दरम्यान आराम हवा असेल, तेव्हा तुम्ही स्वतःसाठी कॅफिन कपात टाकून घेऊ शकता, कॅफिनचे हलके व्यसन लागू शकते. म्हणून नको असले तरी तुम्हाला सवय लागते आणि तुम्ही टेबलवरून उठताच स्वतःसाठी कॉफी बनवून घेता. पुन्हा पुन्हा कॉफी घेण्याची सवय व्यसनामध्ये कधी बदलते, ते तुम्हाला कळतच नाही. आम्ही कोणाला नावे ठेवत नाही. आम्हीही माणूसच आहोत आणि आम्ही पण कॅफिन घेतो. पण कॅफिन खूपच जबरदस्त गोष्ट आहे, ज्याचा तुमच्या ऊर्जेच्या स्तरावर खोलवर परिणाम होतो. मात्र ते कधी घ्यायचे, ते निवडण्याचे स्वातंत्र्य तुमच्याकडे हवे.

आम्ही रायन ब्राऊनला भेटल्यावर कॅफिनबाबतीत अधिक विचार करायला सुरुवात केली. रायन कॉफीच्या बाबतीत खूप गंभीर आहे. ज्याने संपूर्ण जगातल्या सर्वांत उत्तम कॉफी बीन्सच्या शोधात आपली कॉफी डिलिव्हरी कंपनी चालू केली आणि कंपनीसाठी सगळ्या संभाव्य प्रयत्नांसह चांगले परिणाम मिळवले आणि मग कॉफीबद्दल एक पुस्तकही लिहिले.

रायन ज्या तऱ्हेने कॉफी पितो, ती त्याच्यासाठी खूप गांभीर्याने घ्यायची गोष्ट आहे. अनेक वर्षांपर्यंत त्याने कॅफिनवरील प्रत्येक अभ्यासावरचे लेख जमा केले आणि कॅफिन घेण्याची सर्वोत्तम वेळ कोणती, यावरच सर्व्हे करताना हे पाहिले की, कुठल्या वेळी कॉफी प्यायल्यामुळे ऊर्जेचा स्तर अनेक पटीने वाढविला जाऊ शकतो. उदाहरणार्थ, तुम्ही कल्पना करू शकता की जेव्हा तो आम्हाला त्यांच्या संशोधनाबद्दल सांगू लागला, तेव्हा आम्ही सर्वांनी त्याचे म्हणणे नीट लक्षपूर्वक ऐकले.

रायनचे म्हणणे आहे की, त्याच्यासाठी ऊर्जा वाढवण्याचे काम या गोष्टीने चालू झाले की कॅफिन कसे कार्य करते. मेंदूसाठी कॅफिनचा रेणू अॅडीनोसिनच्या रेणूसारखाच दिसतो, ज्याचे कार्य मेंदूला हे सूचित करण्याचे आहे की आता त्याला झोप येते आहे किंवा त्याला काम थांबवायला हवे. अॅडीनोसिन संध्याकाळी किंवा रात्रीच्या वेळी फायदेशीर ठरते, जेव्हा तुम्ही झोपण्याच्या तयारीत असता; पण जेव्हा ते सकाळी किंवा दुपारी आपले गुण दाखवते तेव्हा आम्ही बरेचदा कॉफी प्यायचा विचार करतो.

जेव्हा मेंदूला कॅफिन दिसते तेव्हा तो त्याला 'हॅलो' म्हणतो आणि रिसेप्टरची जागा खरे कॉफीचे रेणू बळकावून बसतात. खरे अॅडीनोसिन रेणू आसपासच तरंगत

राहतात आणि कॉफी मेंदूला आराम न करायचा संकेत देते.

या ठिकाणी गमतीची गोष्ट ही आहे की कॅफिन खरे तर तांत्रिकदृष्ट्या तुम्हाला एनर्जी देत नाही. ते आपल्याला एनर्जी डीप होण्यापासून रोखतो. कारण मेंदूला आराम करण्याचा संकेत मिळतो; पण जेव्हा कॅफिनचा परिणाम समाप्त होतो, तेव्हा आपल्याला परिणाम दिसतो. जर त्या वेळी तुम्ही पुन्हा कॅफिन घेतले नाही, तर तुम्ही गळून जाता. आणि काळाबरोबर तुमचे शरीर वारंवार कॅफिनची आणखी मात्रा घेण्याच्या व्यसनाला बळी पडते. हेच कारण आहे की जेव्हा तुम्ही साधारणपणे अनेक वेळा कॉफी पिता, तेव्हा ती मिळाले नाही तर तुम्हाला झोप येऊ लागते आणि डोकेदुखी सुरू होते.

हे सर्व समजून घेण्यासाठी रायनने एक प्रणाली बनविली, ज्यामुळे तो आपल्या कॅफिनचा पूर्ण आनंद घेऊ शकत होता. ऊर्जेचा स्तर योग्य रीतीने राखून ठेवू शकत होता आणि याबरोबरच त्याच्यावर झोपेचा परिणाम पण होत नव्हता. त्याचा स्वत:चा फॉर्म्यूला, जो विज्ञानावर आधारित होता – खूपच साधा सरळ आहे आणि अनुभवाच्या कसोटीवर खरा ठरला आहे :

- सकाळी उठल्यावर आधी नाश्ता करा. कॉफीवाचून आपल्या दिवसाची सुरुवात करा.
- तुम्ही तुमचा पहिला कप साडेनऊ ते साडेदहाच्या दरम्यान घ्या.
- तुमचा शेवटचा कप दीड ते अडीचच्या दरम्यान असायला हवा.

बहुतांश वेळा रायन दिवसातून दोन किंवा तीनच कप कॉफी पितो. या व्यक्तीने कॉफीवर पुस्तक लिहिलेले आहे – त्याला कॉफी आवडते, पण त्याला हे पण माहीत आहे की, त्याने थोडी आधी किंवा थोडी उशिरा कॉफी प्यायली तर त्याला तितकी ऊर्जा मिळू शकणार नाही, म्हणून त्याने कॉफीची मात्रा कमी केली आणि प्रत्येक घोटाचा आनंद घेऊ लागला.

जर रायनने आधीच एवढी मेहनत घेतली आहे, तर आम्हाला त्याच्या रुटीनबरहुकूम चालायला काहीच हरकत नाही, हो ना? पण खूप घाई करायला नको. त्याने सावध केले आहे की सर्वांसाठी एकच फॉर्म्युला फायद्याचा नसू शकतो. प्रत्येक जण कॉफीचे वेगळ्या तऱ्हेने सेवन करतो आणि वेगवेगळा प्रतिसाद देतो. जो त्याच्या चयापचय, शरीराचा आकार, सहनशीलता व डीएनएवर निर्भर असतो.

अर्थात, आम्ही मग स्वत:च प्रयोग करण्याचा निर्णय घेतला. हे गरजेचे नव्हते की जे जॅकसाठी योग्य होते तेच जेझीसाठी पण योग्य असेल आणि जेझीसाठी योग्य होते, ते जॅकसाठी पण योग्य असेल. आम्हाला आमचे स्वतःचे फॉर्म्युले तयार करायचे होते. म्हणजे आम्हाला सगळा दिवस टिकून राहणारी ऊर्जा मिळू शकेल.

आम्ही तुम्हाला सल्ला देऊ की तुम्ही पण पुढील उपायांच्या मदतीने प्रयत्न करून पाहा. तुम्हाला या दरम्यान तीन ते दहा दिवसांचा वेळ द्यायला लागेल, म्हणजे तुमच्या शरीराला त्या दिनचर्येनुसार सवय व्हायला मदत मिळेल.

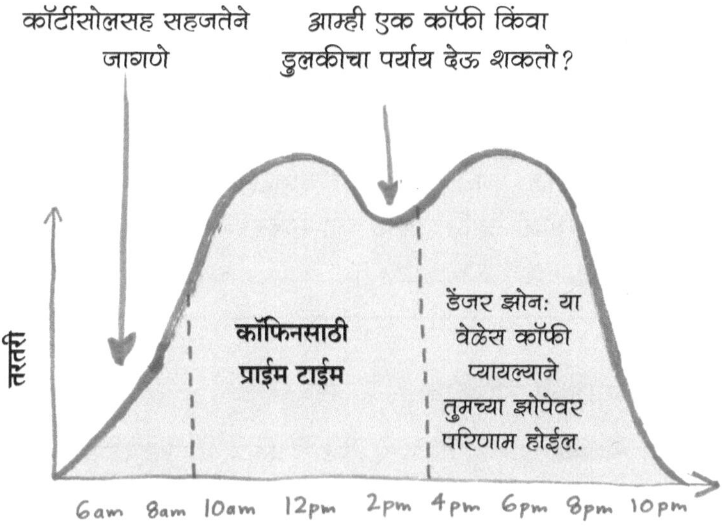

स्रोत : हे आम्ही तयार केले आहे (पण हे योग्य वाटते)

70. कॅफिन घ्यायच्या आधी जागे व्हा.

सकाळी जेव्हा तुम्ही झोपेतून उठता, तेव्हा तुमच्या शरीरातले कॉर्टिसॉलचे प्रमाण उच्च असते. हार्मोन तुम्हाला उठण्यासाठी मदत करतो. जेव्हा कॉर्टिसॉल जास्त असेल, तेव्हा कॅफिन तुम्हाला फारशी मदत करू शकणार नाही. फक्त तुमची तल्लफ पूर्ण होईल. बहुतांश लोकांसाठी सकाळी आठ ते नऊ वाजण्याच्या दरम्यान ही तल्लफ सर्वांत तीव्र असते. म्हणून सकाळच्या आदर्श ऊर्जेसाठी तुम्ही कॉफीचा पहिला कप सकाळी साडेनऊ वाजण्याच्या दरम्यान घेऊ शकता.

जॅक

मी रायनची भेट झाल्यावर हा बदल केला. या आधी उठल्यावर माझे सारे शरीर कॅफिनची मागणी करायला लागे. मला यातून बाहेर पडायला काही दिवस लागले, पण एकदा ही तल्लफ सुटल्यावर मला ताजेतवाने, तरतरीत वाटू लागले आणि आता मला साडेनऊच्या कॉफीने उत्कृष्ट चालना मिळते.

71. गळून जाण्याआधी कॅफिन घ्या.

कॅफिनबाबत सर्वांत गुंतागुंतीची गोष्ट ही आहे की जर तुम्ही खूप जास्त थकेपर्यंत कॉफी पिण्याची वाट पाहत आहात, तर मग खूप उशीर होईल. ॲडिनोसिननी तुमच्या मेंदूवर ताबा मिळवला आहे आणि त्यामुळे आलेला आळस तोडणे कठीण जाईल. आम्ही हे पुन्हा सांगत आहोत, कारण ही माहिती महत्त्वाची आहे : जर तुम्ही खूप थकेपर्यंत कॉफी यायची वाट बघत बसाल तर खूप उशीर होईल. हा विचार करा किंवा तुमची ऊर्जा सर्वांत कमी केव्हा असते, कदाचित दुपारच्या जेवणानंतर आणि तुम्हाला या वेळेपासून अर्धा तास आधी कॉफी घ्यायला हवी किंवा एक पर्याय म्हणून...

72. एक कॅफिन डुलकी घ्या.

कॅफिनच्या मेकॅनिक्सचा अजून एक प्रकार हा असू शकतो की तुम्ही थकेपर्यंत कॉफीची वाट बघा. जेव्हा थकाल, तेव्हा कॉफी घ्या आणि त्यानंतर पंधरा मिनिटांची डुलकी घ्या. कॅफिन तुमच्या रक्तात मिसळून मेंदूपर्यंत जायला थोडा वेळ लागतो. तुमच्या डुलकीदरम्यान मेंदू ॲडिनोसिनला स्वच्छ करून टाकतो. जेव्हा तुम्ही जागे व्हाल, तेव्हा तुमचे रिसेप्टर्स स्वच्छ झालेले असतात आणि कॅफिन तेव्हाच परिणाम दाखवू लागते. तुम्ही ऊर्जेने भरलेले असाल. अभ्यासानुसार असे आढळून आले आहे की कॅफिन डुलकी घेतल्याने तुमच्या सज्ञानात्मक जाणिवेत सुधारणा होते. आणि केवळ कॉफी किंवा मग डुलकीच्या तुलनेत तुमची स्मरणशक्ती उत्तम परिणाम दाखवते.

जेझी

मी बरेचदा स्प्रिंट लेखनादरम्यान दुपारनंतर कॅफिन डुलकी घेत असे. माझ्यासाठी पंधरा मिनिटांची ती डुलकी दोन तासांच्या केंद्रित ऊर्जेच्या बरोबरीची असायची.

73. ग्रीन टी सोबत ताळमेळ.

पुढील पूर्ण दिवस ऊर्जेच्या मात्रेचा स्तर कायम ठेवण्यासाठी तुम्ही खूप कॉफी घेण्याऐवजी कमी मात्रेत कॉफी घेऊ शकता. तुम्ही ग्रीन टी पिऊ शकता. एक सोपा प्रयोग करून बघा- एक कप कॉफीऐवजी दोन किंवा तीन वेळा ग्रीन टी पिऊन बघा. या प्रकारे तुमच्या ऊर्जेचा स्तर एकसारखा कायम राहील आणि पूर्ण दिवसभर त्यात उतार चढाव येणार नाही. ऊर्जेच्या स्तरात एकदम उतार किंवा चढाव आल्याने तुमच्या मनाला व शरीराला हानी पोहोचते.

जेझी

तुम्हाला हवे तर तुम्ही इटालियन पर्याय स्वीकारू शकता : द क्लासिक एक्सप्रेसो. जर तुम्हाला एक्सप्रेसो आवडत असेल (मला पसंत आहे) तर तुम्ही पण माझ्यासारखी हलकी एक्सप्रेसो कॉफी घेऊ शकता. एक सिंगल एक्सप्रेसो तुमच्या सामान्य कॉफीच्या अर्धा कप किंवा दोन कप ग्रीन टीच्याबरोबर असेल.

74. आपल्या उद्दिष्टांशी ताळमेळ राखा.

आयुष्य हे व्हिडिओ गेमसारखे नाही. तुम्हाला हे बघावे लागेल की तुमची ऊर्जा केव्हा मंद होते. तुम्हाला तुमची कॉफी तेव्हाच घ्यावी लागेल, जेव्हा तुम्ही आपले महत्त्वाचे काम करायला जात आहात. आम्ही दोघेही खूप साध्या प्रकारे हे तंत्र लागू करतो : आम्ही लिहायला बसण्याआधीच आपल्यासाठी कॉफी बनवून घेतो.

75. कॉफीच्या शेवटच्या कपाची वेळ ओळखा.

जॅकची मैत्रीण कॅमिली फ्लेमिंग फॅमिली मेडिसनची डॉक्टर आहे. जी सियाटलच्या स्वीडिश इस्पितळात रेसिडेंट फिजिशियनचे प्रशिक्षण देते. तिचे म्हणणे आहे की तिच्या बऱ्याच पेशंटची एकच तक्रार असते ती म्हणजे झोपेची. त्यांना झोप लागायला त्रास होतो. ती त्यांना पहिला प्रश्न विचारते आणि आपल्या विद्यार्थ्यांना पण तोच प्रश्न विचारायला सांगते की, तुम्ही किती व केव्हा कॉफी घेतात? बहुतेक लोकांपाशी याचे उत्तर असत नाही. काही लोक म्हणतात, 'नाही, याचा झोपेशी काय संबंध? मी कॉफीचा शेवटचा कप संध्याकाळी चार वाजता घेतला होता.'

खरे तर बहुतांश लोकांना या गोष्टी माहीत नाहीत की, कॉफीचे हाफ लाइफ पाच ते सहा तासांचे असते. जर एक सर्वसामान्य व्यक्ती संध्याकाळी चार वाजता कॉफी पिते तर अर्धी कॉफी रात्री नऊ वाजेपर्यंत रक्तप्रवाहाच्या बाहेर जाते, पण अर्धी तशीच रक्तात राहते. याचा अर्थ असा आहे की, ती तुमच्या रात्रीच्या झोपेवर व दुसऱ्या दिवसाच्या ऊर्जेवर पण थोडातरी परिणाम नक्कीच करेल.

तुम्हालाच ठरवावे लागेल की तुमच्या दिवसातला शेवटचा कॉफीचा कप केव्हा आणि किती असावा. पण जर तुम्हाला तरीदेखील झोप आली नाही तर तुम्हाला हेही बघावे लागेल की शेवटची कॉफी घेण्याची वेळ बदलावी लागेल. स्वतः हा प्रयोग करून बघा आणि जेव्हा योग्य वेळी झोप येऊ लागली की त्या प्रयोगाला यशस्वी समजा.

76. साखरेपासून बचाव करा.

हे तर सगळे जाणतात की साऱ्या कॅफिनयुक्त पेयांमध्ये साखर बरीच असते. कोक, पेप्सी, स्नॅपल्टी, स्टारबक मोका, रेड बुल, माचो बझ किंवा सायको ज्यूस, इत्यादींचा यात सामावेश आहे. त्या वेळी जरी तरतरी येते तरी आम्ही हे सांगण्याची

आवश्यकता नाही की, ही पेये दीर्घ काळ ऊर्जा कायम राहण्यासाठी उपयोगी नाहीत.

आम्ही तुम्हाला तुमच्या आहारातून साखर पूर्णपणे बंद करायला सांगत नाहीत, तर आम्ही तुम्हाला असा सल्ला देऊ की, तुम्ही कॅफिनला गोडापासून दूरच ठेवा.

जॅक

माझ्यासाठी कॅफिनचा अर्थ होता कोक आणि अजून काही. चांगले प्यायचे असेल तर मोका ड्रिंक घेत असे. यामध्ये बदल आणणे सोपे नव्हते, म्हणून मी हळूहळू प्रयत्न केला. सरबताऐवजी फिका आईस टी आणि आईस कॉफी विथ क्रीम घेऊ लागलो. जर खरोखर कॉफीबरोबर गोड खाण्याची इच्छा झाली, तर ते वेगवेगळे घ्यायचो. एक कॉफी आणि कुकी जास्त स्वाद देते. कॉफीमध्ये मिसळलेल्या कुकीमध्ये कुठलाच स्वाद नाही, जी खरं तर मुळात सोडाच आहे.

एनरजाईज युक्ती

थोडा आराम करा

77. जंगलाकडे प्रस्थान.

78. ध्यान करण्याचा प्रयत्न करा.

79. आपले हेडफोन्स घरी ठेवा.

80. खरीखुरी विश्रांती घ्या.

77. जंगलाकडे प्रस्थान.

जंगले खरोखरीच सुंदर आहेत.

– जॅकचे वडील

१९८२पासून जपानी सरकार शिनरीन योकू नावाच्या अभ्यासाला प्रोत्साहन देत आले आहे. शिनरीन योकू – जंगल स्नान – म्हणजेच जंगलाच्या वातावरणात मिसळून जाणे. यावर झालेल्या अभ्यासानुसार असे म्हटले जाते की जर तुम्ही थोड्या वेळासाठी जंगलाच्या संपर्कात राहाल, तर तुमचा तणाव कमी होतो, हृदयाची धडधड सामान्य होते आणि रक्तदाब पण ठीक राहतो. आणि असे केवळ जपानमध्ये होत नाही; २००८मध्ये मिशिगन विद्यापीठाने दोन प्रकारच्या शहरी लोकांवर अभ्यास केला. त्यापैकी काही जण शहराच्या सफरीवरून परत आले होते तर काही जण जंगलाच्या सफरीवरून परतले होते. निसर्गाबरोबर सहल करणाऱ्या लोकांचे संज्ञानात्मक प्रदर्शन २० टक्के अधिक सरस ठरले.

निसर्गासोबत घालवलेला थोडासा वेळ पण तुम्हाला शांत आणि तरतरीत बनवू शकतो. हे कार्य कसे काय होते? कॅल न्यू पोर्टच्या डीप वर्कपासून आम्हाला याबाबतीत उत्तम विवरण मिळते :

जेव्हा तुम्ही निसर्गाच्या सान्निध्यात असता, तेव्हा तुमचे ध्यान कुठेही भरकटत नाही, कारण येथे मोठ-मोठे विस्तीर्ण चौक आणि गर्दीने वाहून चाललेले रस्ते यांच्या तुलनेत आव्हाने कमी असतात आणि तुम्ही या वातावरणात सहजतेने मिसळून जाता. हीच अवस्था तुमच्या प्रेरित ध्यान संसाधनांना संतुलित व्हायला वेळ देते.

दुसऱ्या शब्दात, जंगल तुमच्या मेंदूची बॅटरी चार्ज करते. कदाचित त्यामुळे आपल्या उर्करूपी पूर्वजांशी आपण सुसंवाद साधतो. कारण काहीही असो, तुम्हाला प्रयत्न अवश्य करायला हवा आणि त्यासाठी तुम्हाला कुठे हायकिंगला जायचीही गरज नाही. यासाठी कुठल्या जंगलाची पण गरज नाही. प्राकृतिक वातावरणातूनच हे लाभ घेता येतात. फक्त, तुम्हाला पार्कमध्ये काही मिनिटे प्रयोग करून पाहायचा आहे की, तुम्हाला मानसिक ऊर्जा कशी व कुठल्या स्थानी मिळते. जर तुमच्यासाठी पार्क किंवा बगीचा उपलब्ध नसेल तर ताजी हवा खाण्यासाठी तुम्ही बाहेर फिरायला जाऊ शकता. अगदी तुम्ही खिडकी उघडून पण बसू शकतात, तुम्हाला नक्कीच बरे वाटेल. आपली शिकारी संग्राहक शरीरे आहेत. बाहेरच्या मोकळ्या हवेत नक्कीच ताजीतवानी होतात.

जॅक

माझ्या वडिलांना जंगल प्रिय होते, पण ते वकील असल्याने त्यांचे शनिवार-रविवारसुद्धा ऑफिसमधील खुर्चीवरच व्यतीत होत असत. जेव्हा कधी त्यांना मीटिंगच्या दरम्यान वेळ मिळेल, तेव्हा ते जवळच असलेल्या बगीच्यात फिरून येत असत. प्रत्येक शनिवारी-रविवारी ते जंगल सफरीवर जात. मौसम कसाही असला, तरी त्यांना त्याची पर्वा नव्हती. जोपर्यंत वेगवान वादळी हवेमुळे वृक्ष तुटून खाली कोसळण्याची भीती नसे, तोपर्यंत निसर्गाच्या सान्निध्यात राहणे त्यांना आवडत होते.

जेव्हा मी लहान होतो, तेव्हा डॅडींचे जंगलबद्दलचे प्रेम अजब वाटायचे. पण जसा मोठा झालो, तेव्हा सगळे लक्षात आले. जेव्हा मी आपले करिअर सुरू केले तेव्हा माझा मेंदू कार्यालयीन कामाच्या दुनियेतला अंतहीन कोलाहल आणि व्यस्तता यांच्यामध्ये चक्रावून जायला लागला. बगीच्यात फेरफटका मारायला गेलो तेव्हा मला असे आढळून आले की काहीतरी जादू झाली होती, जणू काही माझा मेंदू अगदी शांत होऊन गेला होता आणि पूर्णपणे स्पष्ट - असे केवळ फेरफटक्याच्या दरम्यानच नव्हे तर त्याच्यानंतर बरेच ताससुद्धा वाटत जाणवत राहिले. आजकाल गोल्डन गेट पार्कच्या जंगलात रपेट करणे ही रोजची सवय झाली आहे. जसे शहराच्या रस्त्यांवरून निघून रानवाटांवर पोहोचलो की अचानक सगळा तणाव छुमंतर होऊन जातो. कदाचित डॅड योग्य तेच सांगत होते, जंगले खरेच खूप छान असतात.

78. ध्यान करण्याचा प्रयत्न करा.

ध्यानधारणेचे लाभ तर सर्वच जण जाणतात. यामुळे ताणतणाव कमी होतो, प्रसन्नता वाढते, मेंदू तरतरीत होतो आणि लक्ष केंद्रित होते. पण त्याबरोबर काही समस्याही आहेत. ध्यान करणे कठीण आहे आणि कदाचित तुम्हाला असं पण वाटू शकते की तुम्ही काहीतरी मूर्खपणा करत आहात. आम्हाला कळलंय, जेव्हा केव्हा आम्ही ध्यान-धारणेविषयी बोलतो, तेव्हा आम्हाला लाज वाटते. खरे तर, हे शब्द लिहिताना पण लाज वाटते आहे.

पण ध्यानाचा लाज वाटण्याशी काही संबंध नाही. ध्यान तर तुमच्या मेंदूला मोकळेपणे श्वास घेण्याची संधी देते.

मानवांसाठी 'विचार करणे' ही नैसर्गिक गोष्ट आहे. बहुतेक वेळा तर ते योग्यच मानले जाते. पण सातत्याने विचार केल्याने तुमच्या मेंदूला आराम मिळत नाही. तेव्हा तुम्ही ध्यान करता, तेव्हा विचारांच्या वादळात वाहून जाण्याऐवजी त्यावर तुम्ही मौन ठेवता, ज्यामुळे विचारांची गती मंद होते आणि तुमच्या मेंदूला विश्रांती मिळते.

तर मग ठीक आहे, ध्यान तुमच्या मेंदूसाठी आराम आहे. हे पण खरे आहे की ध्यान तुमच्या मेंदूसाठी व्यायाम आहे. शांत बसून आपल्या विचारांकडे फक्त बघणे तरतरी उत्पन्न करते, पण यासाठी मेहनतही लागते. विचारांची गती कमी करून त्याचे अवलोकन करणे तुम्हाला अंतरिक शांती देते, ज्यामुळे तुम्हाला ऊर्जेचा अनुभव येतो, जसा व्यायामानंतर येतो.

खरंतर ध्यानाचे परिणाम व्यायामाच्या परिणामांसारखेच आहेत. अभ्यासानुसार हे पण सिद्ध झाले आहे की ध्यान करण्याने तुमची स्मरणशक्ती आणि एकाग्र राहण्याची क्षमता पण वाढते. ध्यान करण्याने तुमच्या मेंदूचे काही भाग मजबूत होऊ शकतात. जसे व्यायाम करण्याने मांसपेशी मजबूत होतात.

जसे आम्ही म्हटले आहे, की ध्यान करणे मेहनतीचे काम आहे आणि जेव्हा व्यायामासारखेच वरवर बघता ध्यानाचे परिणाम दिसून येत नाहीत; तेव्हा उत्साह टिकून राहणे अजूनच कठीण जाते. तुमचा मेंदू भलेही विकसित असेल पण तुम्ही ध्यान करून सिक्स पॅक ॲब्ज बनवू शकत नाही.

आम्हाला हे पण दिसून आले आहे की तुम्ही जे काही करता आहात ते थांबवून, वेळ काढून, शांत बसून आपल्या विचारांचे अवलोकन करणे, हे तर अजूनच कठीण होऊन जाते - जेव्हा तुम्हाला हजारो प्रकारची कामे पण करायची असतात; पण वास्तवात तुम्हाला ध्यान करण्याने जी ऊर्जा, एकाग्रता आणि मानसिक शांती मिळते, ते प्राप्त झाल्यावर तुम्ही खरोखरीच अधिक चांगल्या रीतीने कामे करण्यासाठी वेळ काढू शकाल. तर पुढे ध्यानाशी संबंधित सल्ला दिला आहे:

1. आम्ही तुम्हाला ध्यान कसे करायला हवे हे सांगणार नाही. आम्ही कोणी विशेषज्ञ नाही. पण तुमच्यापाशी स्मार्टफोन असेल तर सुरुवातीला गाईडेड मेडिटेशनचा उपयोग करा. (जॅकची कहाणी वाचा आणि आमच्या वेबसाईटवर दिल्या गेलेल्या सूचनांची मदत घ्या.)

2. तुमचे लक्ष्य छोटे असावे. तीन मिनिटांचे सत्रसुद्धा तुमची ऊर्जा वाढवू शकते. दहा मिनिटांचे करू शकाल तर अधिक चांगले.

3. तुम्हाला पद्मासनात बसायचे नाही. बसमधून जाताना, झोपल्या झोपल्या, चालताना, पळताना किंवा मग खातानाही गाईडेड मेडिटेशन करू शकता.

4. जर तुम्हाला मेडिटेशन किंवा ध्यान या शब्दाने काही अजब वाटले, तर त्याला अजून काही वेगळे नाव द्या. शांतता काळ, विश्राम वगैरे कुठल्याही नावाने संबोधा किंवा मग तेच नाव असू द्या, जे तुमच्या ॲपचे नाव असेल.

5. काही लोकांना असे वाटते की दीर्घकाळ केल्यानेच ध्यानाचा फायदा मिळतो, तर ते अज्ञानी आहेत. जर ते तुमच्यासाठी फायदेशीर ठरते आणि तुम्ही आनंदी आहात, त्यामुळे तर तुम्ही कायम छोट्या सत्रांमध्ये ध्यान करू शकता.

जॅक

अनेक वर्षं मी ध्यानाबाबतीत ऐकत होतो पण ते करू शकलो नाही. मग माझ्या पत्नीने आयफोनवर हेड स्पेस ॲपबद्दल सांगितले. मला ते पसंत पडेल असे तिचे म्हणणे होते. 'ॲंडी खूप सरळ शब्दात बोलतो.'

ॲंडी पडिकोम्ब 'हेड स्पेस'चा सहसंस्थापक आहे आणि तोच तुमच्या हेडफोनचा आवाज आहे. आम्हाला त्याचे ब्रिटिश उच्चार समजायला थोडा वेळ लागला. होलीने योग्य सांगितले होते - मला तो खूपच आवडला.

मी हे बघायला सुरुवात केली की प्रत्येक सत्रानंतर मला काय अनुभवाला येते आहे. हेड स्पेसमुळे माझ्यात सुधारणा होत होती का? वास्तवात असेच घडले.

तुम्हाला तुमचा हेडस्पेस याच्या योग्य वाटला का?

- 4/19 10 min YES
- 4/20 10 min YES (फोकस करणे सोपे आणि शांतता)
- 4/21 10 min YES (जेव्हा मी त्याच्यानंतर काम करीत असे तेव्हा हळूहळू अधिक ऊर्जेने काम करीत असे.)

मग मला एक असे ॲप मिळाले, ज्यामध्ये हे पण कळत असे की मागील दिवसांमध्ये तुम्ही किती सलगतेने ध्यान केले आहे. बसमध्ये प्रवास करताना मी सातत्याने ४०० दिवसांपर्यंत ध्यानाची छोटी छोटी सत्रे कायम करण्यात यशस्वी झालो.

जेव्हा मी याचा वापर करू लागलो, तेव्हा मला दीर्घ काळापर्यंत एकाग्रतेने काम करणे सोपे जाऊ लागले. माझ्या विचारांमध्ये स्पष्टता येऊ लागली आणि मला माहीत आहे की, हे ऐकण्यात अजब वाटेल पण मला स्वतःशी गहिरा संबंध स्थापित केल्याचा अनुभव आला आणि ही चांगली बाब होती.

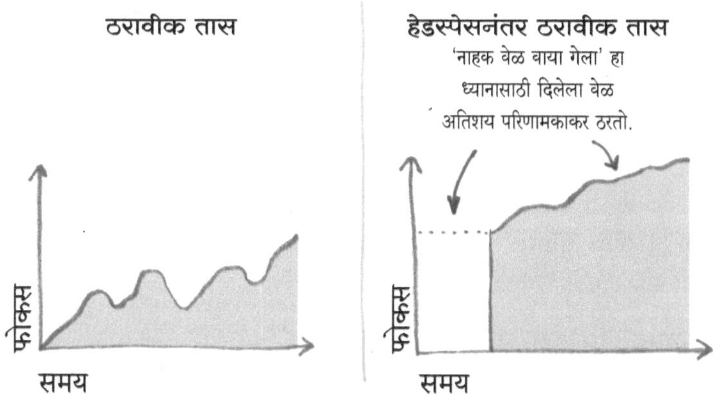

आधुनिक जीवनातल्या तणाव विचलनापासून वाचण्यासाठी तंत्राचा प्रयोग अर्थात, यामध्ये बहुतांश तंत्रज्ञानाची देणगी आहे, हे ऐकण्यात विरोधाभास वाटतो, पण मेडिटेशन ॲप माझ्या खूप कामाला आला, जर तुम्हाला पण अजमावून पाहायचे असेल तर पाहा.

79. आपले हेडफोन्स घरी ठेवा.

हेडफोन्स ही कमालीची वस्तू आहे. तुम्ही सहजपणे त्यांच्याकडे दुर्लक्ष करू शकता, पण ते आम्हाला कुठेही आमच्या आवडीचे काहीही ऐकण्याची सुविधा प्राप्त करून देतात, तुमची गोपनीयता पण कायम राहते. खरोखरचही अगदी कमालीची वस्तू आहे. वाटल्यास जॉगिंग करताना काही प्रेरक गोष्टी, किस्से तुम्ही ऐकू शकता किंवा गर्दी असलेल्या विमानात बसून पॉडकास्ट ऐकू शकता. तुम्ही काय ऐकता आहात याचा कुणालाच काहीच पत्ता लागत नाही. हे एक स्टिरीयोच्या आत दडलेले तुमचे स्वतःचे ब्रह्मांड आहे.

अर्थातच आधुनिक जीवनाचा खूप सारा वेळ शांततेत जाण्याऐवजी हेडफोन्ससोबतच व्यतित होऊ लागला आहे. जर तुम्ही काम, फेरफटका, व्यायाम किंवा येण्या-जाण्याच्या वेळात हेडफोन्स लावतात, तर तुमचा मेंदू शांत राहत नाही. भले तुम्ही एखादा संगीत अल्बम हजारो वेळा ऐकला असेल पण तो ऐकायला तुम्हाला त्या मानसिकतेने काम करावे लागते. गाणे असेल किंवा पॉडकास्ट किंवा मग ऑडिओ बुक हे कंटाळा येण्यापासून वाचवते, पण कंटाळवाणेपणातच काही विचार करायची व एकाग्र होण्याची संधी मिळते.

थोडा वेळ काढा आणि हेडफोन घरीच राहू द्या. येणाऱ्या-जाणाऱ्या वाहनांचा आवाज ऐका. आपल्या कीबोर्डची खटखट ऐका. किंवा मग पायवाटेवरती स्वत:च्याच पायाची चाहूल. प्रत्येक रिकामी जागा भरण्याचा आग्रह सोडा.

आम्ही असे म्हणत नाही की तुम्ही हेडफोन पूर्णतः सोडून बाजूला ठेवायला हवे. हे तर खोटेपणाचे होईल, कारण आम्हीही दिवसाचा जास्तीत जास्त वेळ त्यांचा उपयोग करतो. पण कधी कधी काही वेळ किंवा एका दिवसासाठी त्याला सुट्टी द्या, म्हणजे तुम्ही शांततेत काही वेळ घालवू शकाल आणि तुमच्या मेंदूला रिचार्ज होण्याची संधी मिळू शकेल.

80. खराखुरी विश्रांती घ्या.

कामाच्या विश्रांतीदरम्यान सोशल मीडिया वारंवार बघणे योग्य नाही. अशा प्रकारच्या विश्रांतीमुळे तुमच्या मेंदूला आराम मिळत नाही. जेव्हा तुम्ही एखादी विचलित करणारी बातमी पाहता किंवा तुम्हाला तुमच्या एखाद्या मित्राचा असा फोटो दिसतो, ज्यामुळे तुम्हाला मत्सर वाटतो; तेव्हा तुमचा ताण कमी होण्याऐवजी वाढू शकतो. जर तुम्ही टेबलावर बसून काम करत असाल, तर या तऱ्हेचा ब्रेक तुम्हाला खुर्चीला चिकटून बसायला बाध्य करतो व तुम्ही इकडे तिकडे जाणे किंवा मित्रांशी

बोलण्याची संधी घेऊ शकत नाही.

तुम्हाला स्क्रीन सोडून विश्रांती घेण्याचा प्रयत्न केला पाहिजे. खिडकीच्या बाहेर बघा, डोळ्यांसाठी ते लाभदायक आहे; फिरून या, हे शरीर व मनासाठी उत्तम आहे; जर तुम्हाला भूक लागली असेल तर काही खाऊन घ्या, ते तुमच्या ऊर्जेसाठी चांगले आहे; कोणाशी तरी बोला, गप्पा मारा, तुमच्या मनःस्थितीसाठी ते चांगले आहे.

जर तुमचा डिफॉल्ट ब्रेक हाच आहे की, तुम्ही सरळ सोशल मीडियाला शरण जात आहात, तर तुम्हाला आपल्या सवयी बदलायला हव्यात. आम्ही बघितले आहे की सवयी बदलणे फार सोपे नसते. असा फोन वापरा ज्यात सोशल मीडिया नसेल. व्यसन लागणाऱ्या वेबसाईटपासून बचाव करा, जेव्हा तुमचे काम होईल तेव्हा फोन बाजूला ठेवून द्या. जेव्हा तुम्ही खऱ्या दुनियेत थोडी विश्रांती घेऊ लागाल, तेव्हा आम्हाला आशा आहे की, तुम्हाला असे करणे आणखी आवडायला लागेल. जेव्हा तुमच्याकडे अधिक ऊर्जा असेल किंवा लेझर मोडमध्ये येणे सोपे होईल. या प्रकारे तुम्ही आपल्या उद्दिष्टांवर एकाग्र राहू शकता.

जेझी

अर्थात मी मेकटाईममध्ये दिल्या गेलेल्या सर्व उपायांवर काम करीत होतो, तरी पण इन्फिनिटी पूलचा सायरन वाजत असे. एक तास किंवा मग पंधरा मिनिटांच्या उत्पादक वेळेनंतरच मी स्वतःला म्हणायचो की खूप काम झाले आहे. आता स्वतःला बक्षीस द्यायला हवे. मी ट्विटर बघण्याचा प्रयत्न करीत असे आणि त्रासदायक गोष्ट अशी होती की, ही लहानशी बाधा माझ्या कामात अडथळा निर्माण करीत असे.

उदाहरणार्थ, जेव्हा मी माझ्या संगणकावर ट्विटरवर व्हिजिट करायचा प्रयत्न करीत असे आणि लॉग-इन स्क्रीन बघत असे, तेव्हा मला लक्षात येई की, 'अरे हो, मला खराखुरा ब्रेक घ्यायला हवा.' हे माझे नवीन रुटीन झाले आणि माझा नवीन डिफॉल्टही.

जॅक

मला खऱ्याखुऱ्या जगात ब्रेक घेणे आवडते, पण अनेकदा ते पुरेसे नसतात. जेव्हा मी खूप कष्ट घ्यायला सुरुवात केली, तेव्हा मला असे जाणवले की माझा मेंदू अशा तऱ्हेच्या थकव्यामुळे पिळवटत होता की जणू काही एखादा स्पंज पिळून काढला असावा. तेव्हा मला लक्षात येत असे की, आता मला आपल्यासाठी मोठ्या ब्रेकची गरज आहे: मग मी सर्व काम सोडून एखादा सिनेमा बघत असे. सिनेमाच का? कारण सिनेमा छोटा असतो आणि तो तुम्हाला सोशल मीडिया व बातम्यांसारखा बेचैन करीत नाही. याप्रकारे तुमचा मेंदू पूर्णपणे आराम करतो आणि तो ऊर्जेला शोषून घेतल्या जाणाऱ्या चक्रात फसण्यापासून वाचवतो.

एनरजाईज युक्ती

याला खासगी बनवा

81. आपल्या टोळीमध्ये वेळ घालवा.

82. स्क्रीनपासून दूर राहून जेवण करा.

81. आपल्या टोळीमध्ये वेळ घालवा.

आमच्यापैकी सर्व, अगदी अंतर्मुख लोकही मानवी संपर्काचे भुकेले असतात. ही काही कुठली अजब बाब नाही. (उर्क) आदिमानवसुद्धा शंभर ते दोनशे लोकांच्या टोळीत राहत होता. मानव याच प्रकारे टोळ्यांच्यामध्ये विकसित होत आला आहे.

पण आजकालच्या काळात समोरासमोर येणे कठीण झाले आहे. जर तुम्ही शहरात राहत असाल, तर तुम्ही कदाचित काल इतकी माणसे पाहिली असतील की जी उर्कने आपल्या संपूर्ण जीवनात बघितली नसतील; पण तुम्ही त्यांपैकी किती लोकांशी बोललात? त्यांपैकी किती बोलणे अर्थपूर्ण होते? ही आधुनिक जीवनाची क्रूर थट्टा आहे की आम्हाला अशा लोकांनी घेरलेले आहे, जे आधीपेक्षा जास्त एकटे झाले आहेत. ही मोठी गोष्ट आहे, विशेषतः जर तुम्ही हॉर्वर्डच्या ७५ वर्षांच्या लोकांच्या विकासाच्या अध्ययनाबाबत बघितले. ते असे सांगते की, निरामय संबंध असलेले लोक दीर्घ, सार्थ आणि समाधानी जीवन जगतात. आम्ही असा दावा करीत नाही की दुकानाच्या रांगेत उभ्या असलेल्या लोकांशी बातचीत करून तुम्हाला शंभर वर्षं आयुष्य जगण्यात मदत मिळेल, पण लोकांशी आमने-सामने प्रत्यक्ष भेटण्याने तुमची ऊर्जा कित्येक पट वाढू शकते.

एकविसाव्या शतकात पण तुमची एक टोळी आहे. जर तुम्ही ऑफिसमध्ये काम करता तर तुमच्यापाशी तुमचे सहकारी आहेत. तुमच्या परिवारात भाऊ-बहीण, आई-वडील आणि दुसरे लोक असतील. आणि आम्ही आशा करतो की तुम्हाला मित्र पण असतील. अर्थात अनेकदा आम्ही या लोकांमुळेसुद्धा त्रस्त होऊन जातो, पण अनेकदा त्यांच्याबरोबर काम केल्याने ऊर्जा मिळते.

जेव्हा आम्ही वेळ घालवण्याबद्दल बोलतो, तेव्हा प्रत्यक्ष बोलणे असा आमचा अर्थ आहे. लाईक, कमेंट, मेल, फोटो किंवा इमोजी पाठवायचा नाही. स्क्रीनवर आधारित संप्रेषण ही पण चांगली गोष्ट आहे, पण हेच तर चिंतेचे मूळ आहे. हे इतके सोपे आहे की बहुतेक वेळा यामुळे जीवनातील प्रत्यक्ष बोलणे चालणे राहूनच जाते.

प्रत्येक माणूस आमची उमेद वाढवू शकत नाही, पण आम्हाला अशा लोकांबाबत माहिती होते, ज्यांच्याशी बोलून छान वाटते. या ठिकाणी एक प्रयोग दिला आहे :

1. ऊर्जा देणाऱ्या एखाद्या व्यक्तीबाबत विचार करा.

2. त्याच्यासोबत गप्पागोष्टी करण्याची संधी सोडू नका. तुम्ही वाटल्यास त्यांना भेटा किंवा त्यांच्याशी गप्पा मारा. तुमच्यात आपापसांत गप्पागोष्टी होणे जरुरी आहे.

3. यानंतर आपल्या ऊर्जेच्या स्तरावर लक्ष द्या.

तुम्ही जेवणाच्या वेळी कुटुंबाबरोबर गप्पा मारू शकता किंवा मग भावाला फोन करू शकता. एखाद्या जुन्या मित्राबरोबर किंवा परिचिताशी गप्पा मारू शकता. जर तुम्ही बोलत आहात तर वेळ व स्थानाने काही फरक पडत नाही. भले तुम्ही आठवड्यातून एकदाच भेटत असाल, तरी पण अशा मित्रांना भेटा जे तुमची वाहवा करतात, तुम्हाला प्रेरित करतात. ज्यांच्यासमोर कुठला देखावा करायला लागत नाही. तुमच्या बॅटरीला रिचार्ज करण्याचा चांगला उपाय हाच आहे की तुम्ही अशा लोकांना भेटा जे तुम्हाला आनंद व उत्साह देऊ शकतील.

जॅक

मी आपल्या फोनच्या नोट्स ॲपमध्ये अशा ऊर्जा देणाऱ्या लोकांची नावे लिहून घेतो. असे लोक ज्यांच्यामुळे माझ्या पावलांमध्ये उत्साह येतो. तुम्हाला ऐकायला कदाचित अजब वाटेल, पण अशा एखाद्या मित्राबरोबर जेवण घेतल्याने किंवा कॉफी प्यायल्याने मला दिवसात जास्त काम करण्याची संधी मिळते, कारण माझी ऊर्जा अनेक पटींनी वाढलेली असते.

82. स्क्रीनपासून दूर राहून जेवण करा.

जेव्हा तुम्ही स्क्रीनपासून दूर राहून जेवण घेता, तेव्हा तुम्ही आमच्या पाच एनर्जी नियमांपैकी तीन पूर्ण करतात. तुम्ही काही विचार केल्याशिवाय निकृष्ट जेवण जेवत नाही. समोरच्या मित्राकडून पूर्ण ऊर्जा व जोश मिळाल्यानंतर तुमच्या मेंदूला पूर्ण दिवसाच्या व्यस्ततेपासून थोडी सुटका मिळते आणि तुम्हाला तुमच्या कामांमध्ये हे सर्व करण्यासाठी वेळ वाढवावाच लागेल.

जॅक

माझ्या लहानपणी माझे कुटुंब जेवताना टीव्ही बघत असे. जेव्हा मी आपल्या भावी पत्नीच्या परिवाराला भेटलो, तेव्हा त्यांना डायनिंग टेबलवर बसून जेवताना बघून मला आश्चर्य वाटले. सगळे जुनेपुराणे वाटत होते. मीही असेच करावे अशी त्यांची अपेक्षा असेल का? पण त्या दिवसांमध्ये माझ्याकडे आणि होलीकडे टीव्ही नव्हता, आणि दुसरा पर्याय नसल्याने आम्ही पण डायनिंग टेबलवरच जेवू लागलो.

पण टीव्ही आल्यावरसुद्धा हीच सवय कायम राहिली. आमच्या मुलांचा जन्म होईपर्यंत आणि झाल्यावरसुद्धा मी माझ्या लहानपणी कसे जेवत होतो, ते विसरून गेलो होतो. आता प्रत्येक संध्याकाळी आम्ही चौघे एकत्र जेवण करतो. टीव्ही, फोन, आय पॅड काहीही जवळ नसते. याच सवयीमुळे मी पॉप संस्कृतीमध्ये थोडा मागे पडलो, पण कुटुंबासोबत वेळ घालवण्यापुढे ही फार मोठी किंमत नाही.

एनरजाईज युक्ती

एका गुहेत झोपा

83. बेडरूमला बेड रूम बनवा.

84. कृत्रिम सूर्यास्त तयार करा.

85. गुपचूप एक डुलकी काढा.

86. स्वतःला उगीच ताणू नका.

87. आधी आपला ऑक्सिजन मास्क लावून घ्या.

83. बेडरूमला बेड रूम बनवा.

उर्कसाठी रात्री झोपण्याचा अर्थ हाच असावा की त्याला मानसिक शांती मिळून झोप घेण्याची संधी मिळेल. जेव्हा तुम्ही झोपायच्या आधी सोशल मीडिया, ई-मेल किंवा बातम्या बघता, तेव्हा तुम्ही झोपण्याच्या प्रक्रियेत बाधा आणता. तुम्ही आपल्या मेंदूला शांत करण्याऐवजी, त्याला अजूनच उत्तेजित करता. कुठलाही त्रासदायक मेल किंवा समाचार तुमच्या मेंदूचे घोडे दौडवतात आणि मग तुम्ही तासन् तास जागे राहता.

जर तुम्हाला आपल्या झोपेत सुधारणा करायची असेल, तर फोन शयनगृहाच्या बाहेर ठेवून द्या. एवढेच नव्हे तर आपल्या शयनगृहाला आराम कक्ष बनवण्यासाठी विजेवर चालणारी सर्व उपकरणे खोलीच्या बाहेर ठेवून द्या. ना टीव्ही, ना आय पॅड, ना बॅकलाईटवाला किंडल. सगळे बाहेर. दुसरे शब्दात - झोपेच्या खोलीला खरीखुरी झोपण्याची खोली बनवा.

टीव्हीचे स्वतःचेच काही प्रश्न असतात. जर तो तुमच्या शयनगृहात असेल तर तुमचा प्रतिरोध कमकुवत होईल. तुम्हाला आपल्या मनोरंजनासाठी याचे बटण दाबावे लागेल. हे खूपच जोखमीचे आहे, कारण तो तुमचा वेळ घेतो. तो बघताना झोपेचे तास कमी होतात आणि बघितल्यावर दीर्घ काळ झोप लागणार नाही. मग तुमच्या मेंदूला शांत होण्यासाठी वेळ लागतो.

पलंगावर पडल्या पडल्या काहीतरी वाचायचा पर्याय चांगला आहे. किंडल पण ठीक होईल, कारण त्यात दुसरी ॲप बसत नाहीत. फक्त तुम्हाला प्रखर लाईट बंद करावे लागतील.

खोलीच्या बाहेर उपकरणे ठेवणे कठीण जाऊ शकते, पण जर तुम्ही आपल्या व्यवहारात बदलांसाठी संकल्पशक्तीवर विश्वास ठेवण्याऐवजी आसपासचे वातावरण किंवा परिस्थिती बदलाल, तर काम सोपे होऊन जाईल. एकदा हे करून बघा आणि त्याला कायमस्वरूपी करा. आपल्या फोनचा चार्जर काढून खोलीच्या बाहेर कुठेतरी ठेवा.

तुमच्या शयनगृहात फक्त एक अलार्मचे घड्याळ असायला हवे. साधे घड्याळ निवडा, ज्यात प्रखर प्रकाश नको. जमले तर त्याला पलंगापासून दूर ठेवा, म्हणजे तुम्हाला त्याच्या प्रकाशाचा त्रास होणार नाही आणि ते तुम्हाला जागे व्हायला मदत करेल. जेव्हा गजर वाजेल, तेव्हा तुम्हाला उठावेच लागेल. कदाचित दिवसाची सुरुवात करण्याचा हा चांगला उपाय असू शकतो.

84. कृत्रिम सूर्यास्त तयार करा.

झगझगीत प्रकाश असला की मेंदूला वाटते की दिवस उगवला आहे, आता उठायला हवे. ही खूपच प्राचीन स्वचलित प्रणाली आहे. उर्कसाठी हेच उपयोगी पडत होते. तो अंधार झाल्यावर झोपून जात असे आणि उजेड दिसताच जागा होत असे. दिवसाचे नैसर्गिक चक्र त्याच्या झोपेला आणि ऊर्जेला नियमित करण्यात मदत करीत असे.

उर्कचा दिवस

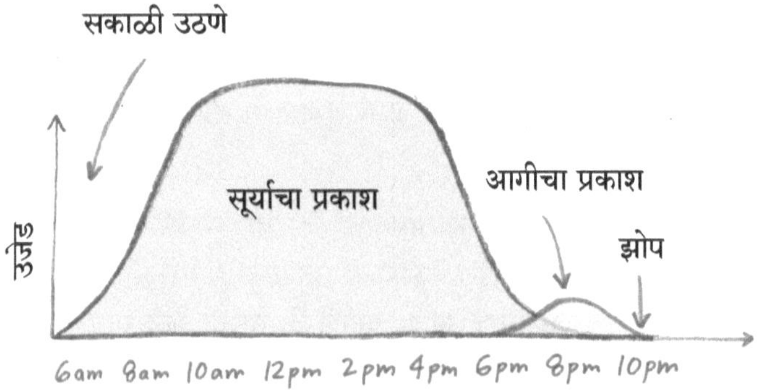

आधुनिक मानवासाठी ही एक अडचण आहे आमच्या स्क्रीन व बल्बच्या प्रकाशामध्ये दिवस आणि रात्रीचे अंतर मिटून गेले आहे. आम्ही अंथरुणात शिरण्यापूर्वी प्रकाशात राहून मेंदूला सांगत राहतो की अजून रात्र झाली नाही. हेच कारण आहे की आम्हाला रात्री आडवे पडूनसुद्धा झोप येत नाही.

आधुनिक दिवस

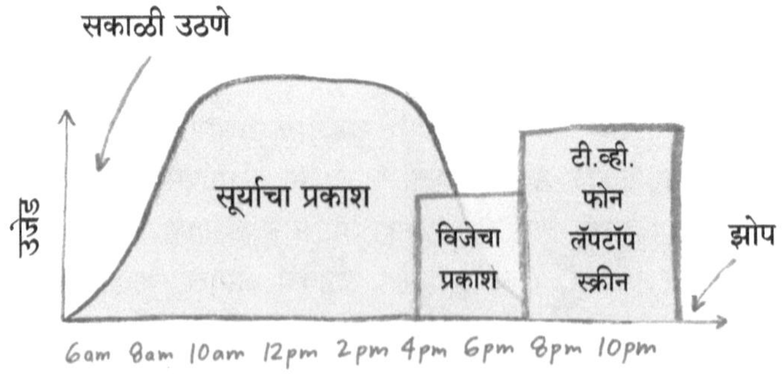

फक्त आम्हीच असे म्हणतोय असे नाही. कधीपासूनच ही गोष्ट समजावली जाते की माणसांनी अंथरुणावर फोन किंवा लॅपटॉपचा प्रयोग/उपयोग करायला नको. सल्ला चांगला आहे, इतकेच पुरेसे नाही. जेव्हा जेव्हा जेझी मॉर्निंग पर्सन बनण्याच्या प्रयत्नात होता, तेव्हा त्याला असे आढळून आले की त्याला यासाठी एका मोठ्या योजनेची गरज आहे. त्याला कृत्रिम सूर्यास्त बनवावा लागेल. त्याने ते कसे केले?

1. रात्रीचे जेवणाबरोबरच झोपण्याच्या काही तासापर्यंत घरातील दिवे बंद करायला सुरुवात करा. मंद प्रकाश किंवा साईड लॅम्पचा उपयोग करा. डिनर टेबलवर मेणबत्ती लावता येईल.

2. फोन, कॉम्प्युटर आणि टीव्हीचा 'नाईट मोड' (रात्रीची स्थितीत) चालू करा. याप्रमाणे स्क्रीनचा रंग निळ्याऐवजी लाल आणि भगवा होईल. हे असे वाटेल की जणू काही तुम्ही उजेडाने भरलेल्या आकाशाऐवजी शेकोटीपाशी बसला आहात.

3. खोलीत जाताच आपली सगळी उपकरणे बाहेर ठेवा.

4. जर खोलीत सूर्याचा प्रकाश येत असेल, तर डोळ्यांवर झापड लावा. हो, हा उपाय अजब वाटेल पण तो उपयुक्त आहे.

जर सकाळच्या वेळेस आळस आला किंवा ऊर्जेची कमतरता वाटली तर कृत्रिम सूर्योदय तयार करा. आजकाल या तऱ्हेचे लाईट्स पण येऊ लागले आहेत. ज्यामुळे तुम्हाला मदत होऊ शकते. गजर वाजण्याआधी हळूहळू एक प्रकाशमान उजेड येईल, जेणेकरून तुम्हाला वाटेल की सूर्योदय झाला आणि तुमचा मेंदू जागा होईल. जर तुम्ही संध्याकाळी लाईट बंद कराल तर हे असा भास निर्माण करेल की, जणू काही तुम्ही एखाद्या गुहेत राहत आहात.

85. गुपचूप एक डुलकी काढा.

डुलकी काढल्याने तुम्ही ताजेतवाने होता. अनेक अभ्यासांद्वारे हे आढळून आले आहे की डुलकी घेतल्याने तुमची तरतरी वाढते आणि दुपारच्या आळसाच्या वेळात तुमचा संज्ञानात्मक कार्यात सुधार होतो. नेहमीप्रमाणेच आम्ही स्वतः याची पडताळणी केली.

जॅक

मला डुलकी काढणे (नॅप घेणे आवडत नाही) आणि केवळ यासाठी नाही की माझे नाव नॅप आहे.

जेझी

हा एक रद्दी विनोद आहे.

तुम्हाला गाढ झोप घ्यायची नाही. फक्त १०-२० मिनिटे पडण्यानेसुद्धा तुम्ही ताजेतवाने होऊ शकतात. जर तुम्ही ऑफिसमध्ये काम करत आहात तर तुम्हाला असे करणे शक्य नसते. ऑफिसमध्ये सुंदर नॅप पॉड्स असूनसुद्धा लोकांना डुलकी घ्यायला जमत नाही. काहीही असो, ऑफिसमध्ये डुलकी घेणे अजब वाटते. जर तुम्ही ऑफिसमध्ये असे करू शकत नसाल तर काही हरकत नाही; घरी तर करू शकता. वाटल्यास तुम्ही असे आठवड्याच्या शेवटी करू शकता, पण तुम्हाला याचा नक्की फायदा होईल.

86. स्वतःला उगीच ताणू नका.

अनेकदा प्रयत्न करूनही आमची झोप पूर्ण होत नाही. पूर्ण आठवडा कामाची व्यस्तता, रात्री-बेरात्री विमान प्रवास किंवा एखादा ताणतणाव आम्हाला जागे राहण्यास भाग पाडतो. आम्हाला वाटते की आम्ही आवश्यकतेपेक्षा जास्त थकलो आहे. आम्ही आमची मैत्रीण क्रिस्टिनशी झोपेसंबंधित आव्हानांबद्दल बोलत होतो, जी आमच्या परिचितांमध्ये सर्वांत अधिक उद्यमशील आणि महत्त्वाकांक्षी आहे. ती दिवसा गुगलमध्ये डिझाईन प्रोड्युसरचे काम करतेच, शिवाय एका फूड ट्रकची

मालकीणही आहे आणि सर्व प्रकारच्या उद्योजक व तरुण व्यावसायिकांसाठी लाईफ कोचचे काम पण करते.

'उशिरा जागून काम करणे मोठे आकर्षक वाटते. पण त्यामुळे काही साधत नाही.' ती म्हणाली.

तिने आम्हाला सांगितले की आठवड्याच्या शेवटी उशिरापर्यंत झोपण्याचा अर्थ आहे की आम्ही स्वतःला जेटलॅग करतोय. यामुळे तुमच्या अंतर्गत घड्याळाची काम करण्याची पद्धत बिघडते आणि तुम्हाला पुनश्च रुळावर यायला कठीण जाते. तिचे म्हणणे आहे की जर तुम्ही एखाद्या वेगळ्या टाइम झोनमध्ये आहात तर उशिरापर्यंत झोप घेऊ नका आणि आपली दिनचर्या पाळण्याचा प्रयत्न करा.

झोपेची कमतरता तुमची तब्येत व एकाग्रतेवर वाईट परिणाम करते. फक्त एक शनिवार दुपारपर्यंत झोपण्याने तुम्ही तिची भरपाई करू शकत नाही. तुम्हाला योग्य प्रमाणात झोप घ्यायला हवी, म्हणजे तुमची बॅटरी चार्ज राहील. रोज एकाच वेळेचा गजर लावून ठेवा, मग तो दिवसाचा असेल, आठवड्याच्या शेवटचा असेल किंवा मग सुट्टीचा दिवस असेल.

आमच्यापाशी ऊर्जा कायम राखण्यासाठी अजून एक उपाय आहे. तुमच्यावर जर दुसऱ्यांची जबाबदारी असेल तर हे उपाय तुमच्यासाठी जरा जास्तच फाजील वाटू शकतात; पण हे अव्यावहारिक नाहीत. आम्ही तुम्हाला सल्ला देऊ की तुम्हाला स्वतःची देखरेख करायची, काळजी घ्यायची अनुमती पण घ्यायला हवी.

87. आधी आपला ऑक्सिजन मास्क लावून घ्या.

जेव्हा जॅकची बायको गर्भवती होती, तेव्हा त्यांनी भावी माता पित्यासाठी होणाऱ्या वर्गात भाग घेतला होता. त्यांना तिथे एक सल्ला दिला गेला : आधी आपला ऑक्सिजन मास्क लावून घ्या.

विमानात तुम्हाला हेच सांगितले जाते की दुसऱ्यांची मदत करण्याआधी प्रथम आपला मास्क लावून घ्या. केबिनमध्ये हवेचा दाब कमी होताच सर्वांना ऑक्सिजनची गरज भासेल, पण जर तुम्ही स्वतः मास्क घातल्याशिवाय दुसऱ्यांची मदत करायला जाल, तर त्याला सुज्ञपणा म्हणता येणार नाही.

एक नवजात बाळसुद्धा कमी हवेच्या दबावासारखेच आहे आणि तुम्ही आपली स्वतःची काळजी घेतली नाही तर तुम्हाला एक चांगली काळजी घेणारी व्यक्ती

बनणे कठीण जाईल. तुम्हाला तुमच्या आहारावर लक्ष ठेवावे लागेल आणि झोप पण पूर्ण घ्यावी लागेल. तुम्हाला मधूनमधून आराम करण्याचे प्रकार शोधावे लागतील, जेणेकरून तुम्ही निरामय राहाल. दुसऱ्या शब्दात, तुम्हाला आधी स्वतःचा ऑक्सिजन मास्क लावावा लागेल.

जर तुम्ही बाळाऐवजी दुसऱ्या कुणाची काळजी घेत असाल, तरी पण या बाबींकडे दुर्लक्ष करू नका. दुसऱ्या व्यक्तीच्या दैनिक गरजा तुमची भावनात्मक आणि शारीरिक ऊर्जा घटवू शकत. तुम्ही फिरायला जा, काही वेळ एकटे राहा किंवा व्यायाम करा - हे ऐकायला स्वार्थी असण्यासारखे वाटेल. पण लक्षात ठेवा, हे सर्व केल्यावरच तुम्ही त्या कामांसाठी वेळ देऊ शकाल, जी तुमच्यासाठी महत्त्वपूर्ण आहेत. जर तुम्ही आपल्या कुणा स्नेह्याची देखरेख करीत असाल, तर याहून अधिक महत्त्वाचे काय असू शकते?

रिफ्लेक्ट

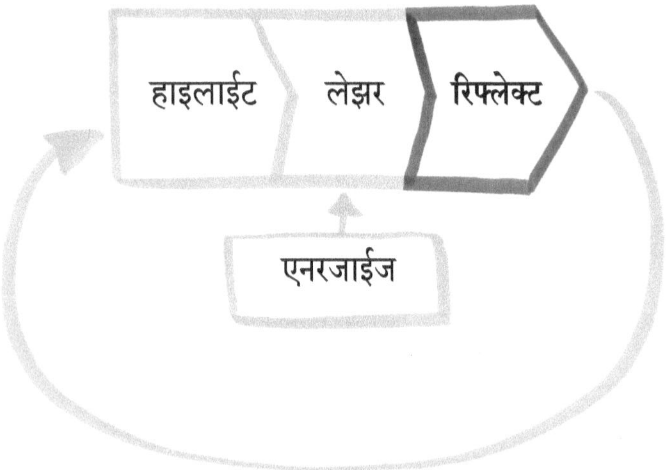
हाइलाईट
लेझर
रिफ्लेक्ट
एनरजाईज

विज्ञान आणि दैनंदिन जीवनाला आपण वेगवेगळे करू शकत नाही तसे करायलाही नको.

- रोजालिंड फ्रँकलिन

मेक टाईमच्या चौथ्या व अंतिम प्रकरणात आपले स्वागत आहे. यामध्ये तुम्हाला थोडे विज्ञानाचे प्रयोग करावे लागतील, जेणेकरून तुम्ही ही पद्धत स्वत:साठी तयार करू शकाल. तुमच्या सवयी, तुमची जीवनशैली, तुमची प्राथमिकता आणि तुमचे अनोखे शरीर.

आपल्या दिवसांना वैज्ञानिक उपायांनी सुव्यवस्थित करा.

चिंता करू नका. हे विज्ञान खूप साधे आहे. अर्थात प्रॅक्टिकल, ॲक्सिलेटर, ॲस्ट्रोफिजिक्स, फोटॉन टॉरपीडो वगैरे थोडे कठीण असू शकतात, पण पुढील वैज्ञानिक उपाय साधे सरळ आहेत :

1. काय चालले आहे याचे निरीक्षण करा.

2. गोष्टी याप्रकारे कमी का होत आहेत, याचा अंदाज लावा.

3. आपल्या कल्पनेच्या परीक्षेसाठी प्रयोग करा.

4. परिणामांची तपासणी करून पाहा की, तुम्ही योग्य होता की नाही.

बस, इतकेच. डब्ल्यूडी –४०पासून हबल स्पेस टेलिस्कोपपर्यंत सर्व काही या चार मुद्द्यांमध्येच समाविष्ट आहे.

मेक टाईम विज्ञानाचाही उपयोग करते. या पुस्तकात सर्व काही आधुनिक दुनियेतल्या आमच्या निरीक्षणावर व आमच्या अनुमानावर आधारित आहे की आमच्या वेळ व ध्यानाबरोबर वाईट गोष्टी का घडतात? तुम्हाला वाटल्यास तुम्ही हे तीन चरणांत विभागू शकता :

द हाइलाईट परिकल्पना

जर तुम्ही प्रत्येक दिवसाच्या सुरुवातीलाच एक ध्येय निश्चित कराल तर आम्ही तुमच्यासाठी ही भविष्यवाणी करतो की, तुम्ही पूर्ण दिवसभर संतुष्ट, आनंदी आणि प्रभावशाली बनाल.

लेझर परिकल्पना

जर तुम्ही बिझी बँड वॅगन आणि इन्फिनिटी पूलच्या आसपास अवरोधक लावाल तर आम्ही भविष्यवाणी करतो की, तुम्ही आपल्या ध्यानाला एखाद्या लेझर बीमसारखे केंद्रित करू शकाल.

एनरजाईज परिकल्पना

जर तुम्ही थोडेसे तरी आदिमानवासारखे जगू शकला तर आम्ही भविष्यवाणी करतो की, तुम्ही आपली मानसिक आणि शारीरिक ऊर्जा वाढवू शकता.

या पुस्तकात दिलेल्या उपायांमध्ये ८७ प्रयोग सामील आहेत, ज्यांना या अनुमानासाठी तपासून पाहिले गेले आहे. आम्ही स्वतःवर त्यांचा प्रयोग केला आहे, ते तुम्ही स्वत:वर तर पण आजमावू शकता. यासाठी तुम्हाला वैज्ञानिक उपायांचा वापर करावा लागेल. तुम्हाला आकडे तापासून पाहावे लागतील – हे काम कुठल्या विद्यापीठातल्या विद्यार्थ्यांसारखे किंवा एखाद्या प्रयोगशाळेतले नसून तुमच्या दैनंदिन जीवनातले असेल.

तुम्ही स्वतः अनोखे आहात आणि तुमचे निकाल व परिणाम महत्त्वाचे आहेत. या तऱ्हेचे विज्ञानच आमच्या रिफ्लेक्टमध्ये सामील आहे.

आपल्या परिणामांच्या तपासणीसाठी नोट्स घ्या आणि प्रामाणिक राहा.

आकडे जमा करणे खूपच सोपे आहे. दररोज तुम्ही मनन कराल की तुम्ही आपल्या उद्दिष्टांसाठी वेळ काढला की नाही किंवा तुम्ही यावर किती लक्ष केंद्रित करू शकलात? मग तुम्हीच बघाल की तुमच्यापाशी किती ऊर्जा वाचली. तुम्ही

वापरलेल्या उपायांना आजमावून बघा की, यापैकी काय उपयोगी पडले आणि कुठले कामास आले नाही. मग तुम्ही योजना तयार करा की यानंतर तुम्ही काय करणार आहात?

हे प्रकरण पूर्ण करायला जास्त वेळ लागणार नाही, बस, पुढील सोप्या प्रश्नांची उत्तरे द्या :

मेक टाइम नोट्स — तारीख ______

आजचे **हाइलाईट**

मी यासाठी आज वेळ काढला का? हो! नाही!

आजचा फोकस

लेझर 1 2 3 4 5 6 7 8 9 10

आजची ऊर्जा

एनरजाईज 1 2 3 4 5 6 7 8 9 10

आज आजमावले गेलेले उपाय	ते किती उपयोगास आले?

उद्या कोणत्या उपायांवर काम करायचे आहे?

मी कोणत्या क्षणासाठी आभार प्रकट करतो?

खाली उदाहरण दिले आहे की तुमच्यासाठी याचे रूप काय असू शकते.

मेक टाइम नोट्स तारीख ________

आजचे **हायलाईट**

घरी जेवण तयार करायचे आहे

मी यासाठी वेळ काढला का? (हो!) नाही!

आजचा फोकस

लेझर 1 2 3 4 (6) 8 9 10

आजची ऊर्जा

एनरजाईज 1 2 3 4 5 6 7 (9) 0

आज आजमावलेले उपाय	हे किती उपयोगी पडले?
हिरो बनू नका	**छान! योग्य झाले**
बाधारहित फोन	**मीटिंगमध्ये ई-मेल बघत होतो.**

उद्या कोणत्या उपायांवर काम करायचे आहे?

बाधा आणणारा क्रिप्टोनाईट ई-मेल

हिरो बनू नका - धावायची सवय लावू इच्छितो

मी कोणत्या क्षणी कृतज्ञ राहू इच्छितो

जेव्हा किचनमधून स्पॅगेटीचा सुवास येतो

हे पृष्ठ यासाठीच तयार केले गेले आहे जेणेकरून आम्ही हे बघू शकू की तुम्ही पुस्तकाचा उपयोग कसा केला आहे. हे तुम्हाला स्वतःच्या बाबतीत पण जाणून घ्यायला शिकवते. नोट्स घेतल्यानंतर काही दिवसांनी तुम्ही हे बघाल की, तुमचा सारा दिवस ऊर्जेने भरपूर आणि ताजातवाना गेला आणि तुमचे स्वतःवर पूर्ण नियंत्रण राहिले.

या प्रणालींबरोबर प्रयोग करताना हे लक्षात ठेवणे पण आवश्यक आहे की, काही उपाय तर लगेच कामास येतील आणि काही उपायांसाठी धीर धरावा लागेल. अनेकदा चुकण्याचा आणि सुधारण्याचा पण प्रयोग करावा लागतो, म्हणजे तो उपाय तुमच्या जीवनात जागा बनवू शकेल. जर तुम्ही सुरुवातीला अपयशी झालात तर स्वतःबद्दल कठोर होऊ नका. स्वत:ला थोडा वेळ द्या आणि आपल्या भूमिकेत बदल करा. लक्षात ठेवा की, संपूर्णता हे तुमचे लक्ष्य नाही. तुम्हाला नेहमी आणि प्रत्येक ठिकाणी हे उपाय आजमावायचे नाहीत. तुमच्याकडे तुमच्या पद्धतीने जीवन जगण्यासाठी पण वेळ असायला हवा. तुम्ही तुमचे प्रयोग कधीही पुनश्च सुरू करू शकता आणि या उपायांना एका ठरावीक मर्यादेपर्यंतच स्वीकारू शकता, जे तुमच्या जीवनात कामाला येतील.

या नोट्सचा उद्देश हाच आहे की तुम्ही प्रयोगांचे परिणाम बघू शकाल. तुम्हाला हे दिसून येईल की, आम्ही यात आभाराशी संबंधित प्रश्नही समाविष्ट केला आहे. आभार तर शतकांपासून, वेगवेगळ्या संस्कृतींमध्ये लोकजीवनाचा भाग राहिला आहे. बौद्ध धर्म, स्टॉइकवाद, बायबल, जपानी टी सेरेमनी आणि थँक्स गिव्हिंग हॉलिडे ही सगळी याचीच रूपे आहेत. पण इतिहास काही का असेना, आम्ही एका कारणास्तव आभाराचा समावेश केला आहे : आम्ही तुमच्या प्रयोगांच्या परिणामावर दबाव टाकू पाहत होतो.

डिफॉल्टमध्ये बदल करणे नेहमीच सोपे जात नाही, म्हणून तुम्हाला गतकालीन दिवसांकडे मागे वळून आभार प्रकट करायला आले पाहिजेत. साधारणतः तुम्हाला असे दिसून येईल की, तुम्ही सगळी कामे पूर्ण करू शकला नाहीत, तरी पण तुमच्या मेहनतीने असे काही क्षण दिले ज्याच्यासाठी तुम्हीं आभार प्रकट करू शकता. जेव्हा असे घडून येते, तेव्हा आभाराचा भावच उद्याचे काम करण्याची प्रेरणा बनवतो.

या पुस्तकातच तुम्हाला रिकाम्या नोट्सचे पान मिळेल. त्याचा फोटो काढा किंवा आमच्या वेबसाईटवरून पीडीएफ प्रिंट करून घ्या. वाटल्यास तुम्ही आपल्या डायरीत किंवा एखाद्या पानावर ते लिहू शकता.

आम्ही तुम्हाला सल्ला देतो की, तुम्ही मेक टाइम सवयींना जीवनाचा हिस्सा बनवण्यासाठी फोनला रिमाइंडर लावून घ्या. जसे, 'हे सिरी! रोज सकाळी आठवण करून दे की, मी आपला हायलाईट निवडू शकेन' किंवा 'रोज संध्याकाळी नऊ वाजता मला दिवसाची टिप्पणी काढण्याची आठवण दे.'

असे होऊ शकेल की जेव्हा तुम्हाला दिवसाही मनन किंवा चिंतन करण्याची सवय होईल, तेव्हा असे काही करण्याची आवश्यकता भासणार नाही. हे लक्षात ठेवा की, मेक टाईम नोट्स एखाद्या दडपणासारख्या वाटणार नाही. बस, तुम्हाला आपल्यासाठी चांगल्या प्रणाली निवडायच्या आहेत, जेणेकरून काम करणे सोपे जाईल.

छोटे बदल मोठे परिणाम

या पुस्तकाच्या सुरुवातीला आम्ही म्हटले होते की, तुम्ही आधुनिक जीवनाच्या गतीला कमी करू शकता, थोडा रिकामा वेळ असण्याचा अनुभव घेऊ शकता आणि दिवसाचा भरपूर आनंद घेऊ शकता. आता चारही चरण पूर्ण केल्यानंतर जे दावे केले आहेत, त्यावर विचार करण्याची वेळ आली आहे. तुम्ही खरेच स्वतःसाठी वेळ काढू शकत आहात का?

आम्ही मान्य करतो की आमच्यापाशी तुमच्या जीवनासाठी कुठले जादूचे रिसेट बटन नाही. जर आज तुम्हाला पाचशे मेलची उत्तरे द्यायची असली, तरी येणाऱ्या दिवसात ही संख्या शून्य होणार नाही. जर हा आठवडा व्यस्त आहे, तर कदाचित पुढचा पण व्यस्त असेल. आम्ही तुमच्या कॅलेंडरवरच्या नोंदी पुसून टाकू शकत नाही किंवा तुमच्या इनबॉक्सला गोठवू शकत नाही.

पण असे मोठे बदल करण्याची गरज पण नाही. हे पुस्तक तुम्हाला बरेच पुढपर्यंत घेऊन आले आहे. छोटे बदल तुम्हाला नियंत्रणात ठेवतात. जर तुम्ही काही अडथळे हटवून आपल्या शारीरिक व मानसिक ऊर्जेला थोडे वाढवू शकाल आणि एखाद्या गोष्टीवर ध्यान केंद्रित करू शकाल, तर तुमचा दिवस असाधारण होऊ शकेल. यासाठी कुठल्या रिकाम्या कॅलेंडरची गरज लागणार नाही. तुमच्यासाठी ६० ते ९० मिनिटांचा काळ पुरेसा आहे. बस, तुम्हाला आवश्यक कामांसाठी वेळ काढायचा आहे. संतुलन कायम ठेवायचे आहे आणि आजचा भरपूर आनंद घ्यायचा आहे.

जॅक

२००८मध्ये मी आपल्या ऊर्जेच्या स्तराला जाणून घेण्यासाठी नोट्स घेणे सुरू केले आणि हे माहीत करून घेण्याचा प्रयत्न केला की, तो कसा सुधारू शकेन. इथे त्याचे उदाहरण दिले गेले आहे:

नोव्हेंबर 17

ऊर्जेचा स्तर : 8

आजचे उपाय:

सकाळी अर्धा तास व्यायाम केला.

त्यामुळे कसे वाटले?

त्यानंतर अधिक छान वाटले. मला अजून जास्त व्यायाम करायला हवा. मी पूर्ण तीन तासांपर्यंत कामावर लक्ष दिले, पण जेवणानंतर थकवा येऊ लागला. गोड चवदार होते म्हणून मी दोन चॉकलेट केक्स खाल्ले. कदाचित जेवणानंतर असे करायला नको होते.

या नोट्स तुमच्या खूप कामात येणार आहेत. सकाळच्या व्यायामानंतर तुम्हाला ऊर्जा मिळाली, जेवणात गोड खाण्याने आळस आला आणि तीन तास न थांबता काम करून थकवा आल्यासारखा झाला.

जरी व्यायाम चांगला आहे आणि गोड खाणे चांगले नाही, ही माहिती काही नवीन नाही, तरी पण अशा गोष्टी लिहिल्यामुळे तुमच्यात सुधारणा घडवून आणण्यास मदत होईल. एखाद्या बातमीमध्ये संशोधनाचे परिणाम वाचणे आणि स्वतः निष्कर्षाप्रत येणे, हे वेगळे असते.

या नोट्समुळे संतुलन राखण्यास मदत मिळते. मी सकाळी व्यायाम करण्याचे बहाणे शोधू लागलो आणि काही महिन्यांत व्यायाम माझ्या

जीवनाचा हिस्सा बनवून गेला. मी आपल्या दिनचर्येत बदल केले, मी हलके व ऊर्जेने परिपूर्ण असलेले जेवण घेऊ लागलो.

आधी तर मी ऊर्जेवरच लक्ष देत असे. मग पुढे जाऊन मी हायलाईट व लेझरवर पण लक्ष देणे सुरू केले. या प्रयोगांनी माझ्या स्वतःच्या प्रयोगतंत्राला अधिक चांगले होण्यासाठी मदत केली. रोज होणाऱ्या या मननाबरोबरच माझ्या व्यवहारात बदल घडला : मी पूर्वीपेक्षा आनंदी राहू लागलो आहे: आणि जेव्हा कोणी बघत असेल तर मी त्याच्यासमोर जास्त कष्ट घेतो- मग तो कोणीतरी अगदी मी स्वतःच का असेना!

‘आज’पासूनच सुरुवात का नाही करायची!

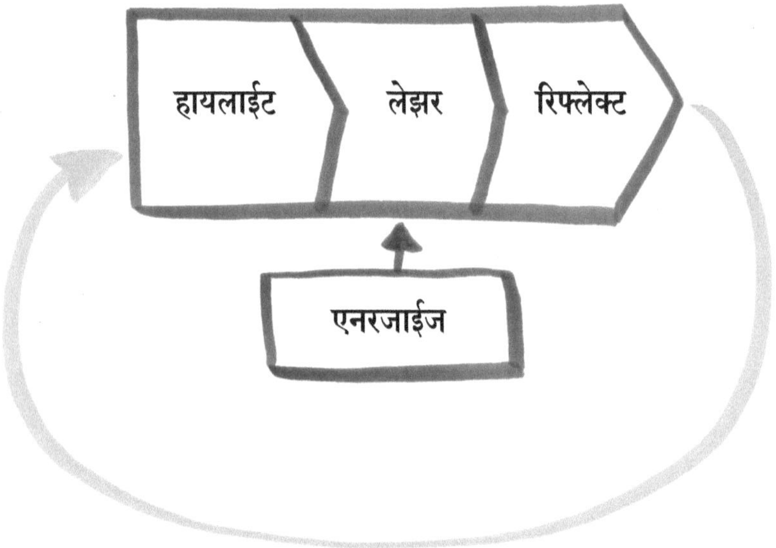
हायलाईट
लेझर
रिफ्लेक्ट
एनरजाईज

स्वतःला विचारू नका की दुनियेला काय हवे आहे,
स्वतःला विचारा की तुम्हाला कोणत्या गोष्टींनी जिवंत
असल्याचा अनुभव येतो आणि मग तेच कार्य करा. कारण
जगाला जिवंत लोकांची गरज आहे.

-हॉवर्ड थूरमन

आमच्यापैकी अनेक लोकांनी सिलिकॉन व्हॅलीमध्ये खूप वर्षे घालवली आहेत. तिथे 'पिवट' शब्दाचा खूप वापर होत असे. पिवट म्हणजे 'केंद्रबिंदू'. स्टार्ट-अपच्या भाषेत याचा अर्थ आहे की, एखादी कंपनी कुणा एकाबरोबर काम सुरू करते आणि मग त्याला पत्ता लागतो की अजून कुठले तरी काम पण त्याच्यासाठी योग्य आहे. जर त्यांच्याकडे भरपूर पैसा आणि भरपूर आत्मविश्वास असेल तर ते त्या नव्या दिशेकडे जाऊ लागतील.

काही स्टार्ट-अप पिवट तर खूपच यशस्वी झाले. एका टोट नावाच्या शॉपिंग टूलने आपली दिशा बदलली आणि पिंटरेस्ट होऊन गेले. एक ऑडिओ नामक पॉडकास्टिंग कंपनी ट्विटर बनली. बर्बन नावाचे एक ॲप हॉटेल आणि बार शोधण्यासाठी बनवले गेले होते, ज्याने आपली दिशा बदलली आणि ते 'इन्स्टाग्राम' बनले आणि कॅमेऱ्यासाठी ऑपरेटिंग सिस्टीम बनवणाऱ्या कंपनीने दिशा बदलली आणि बनली 'अँड्रॉइड'.

जेव्हा तुम्ही मेक टाईमच्या सगळ्या उपायांना अमलात आणाल, तेव्हा स्वत:साठी आपली दिशा नक्की करणे सोपे जाईल. जेव्हा तुम्ही हायलाईट निवडून लेझर मोडवर लक्ष केंद्रित कराल, तर असे होऊ शकते की तुमच्यासाठी काही नवीन दिशा, शक्यता आणि सर्च समोर येतील – या प्रकारे तुम्हाला त्यांच्यासह चालण्याचा आत्मविश्वास पण मिळेल. आमच्यासोबत पण अगदी असेच झाले.

जॅक

माझे काम जास्त प्रभावी होण्यासाठी मी काही प्रयोग सुरू केले, ज्याचे परिणाम आणि निष्कर्ष उत्कृष्ट मिळाले. या पुस्तकातील उपायांनी माझे काम आणि घराचे संतुलन राखायला मदत केली. माझे दिवस पहिल्यापेक्षा थोडे वेगळे झाले. मी आधीपेक्षा अधिक नियंत्रणात राहू लागलो. स्वतःच्या प्राथमिकतांसाठी वेळ काढण्यासाठी अनेक नवीन परियोजनांवर काम करण्याची संधी मिळाली. मी डिझाईन्स स्प्रिंट मेथड विकसित केली. मुलांसोबत आर्ट शो केला आणि लेखन पण सुरू ठेवले. आधी पुस्तक लिहिणे सुरू करणे व ते पूर्ण करणे कठीण होते, पण मेक टाईमने माझ्यासाठी हे सुलभ करून टाकले.

मग एक मजेदार गोष्ट घडली. लेखनासाठी वेळ काढल्यावर आणखी लिहिण्याची इच्छा होऊ लागली. मग मी याला पूर्ण स्वीकारायचा निर्णय घेतला. माझ्या प्राथमिकतांमधील हा बदल एका रात्रीत झाला नाही. असे समजा की, मी हळूहळू त्याकडे आकर्षित झालो. मला २००८ ते २०१७पर्यंत पूर्ण सात वर्षे लागली, ज्या दरम्यान मी एक लेखक म्हणून उदयाला आलो. पण जेव्हा गुगल सोडण्याची वेळ आली - तेव्हा हा विचारसुद्धा काही दिवसांपूर्वी अशक्य वाटत होता - हा निर्णय घेणे माझ्यासाठी सोपे गेले. मला जे काही हवे होते, ते पूर्णपणे स्पष्ट होते आणि मी पूर्ण आत्मविश्वासाने पुढे चालू शकलो होतो.

जेझी

जॅकसारखेच मी पण कामाला जास्त प्रभावशाली बनवण्यासाठी या उपायांचा वापर करायला सुरुवात केली. मग जसा काळ गेला तसे मला आढळून आले की, मी आपल्या वाढलेल्या ऊर्जेचा आणि फोकसचा कॉर्पोरेट शिडी चढण्यासाठी वापर करू इच्छित नाही. मी अजून एक प्राथमिकता विकसित केली : सेलिंग. सेलिंगमध्ये जितकी गुंतवणूक करीत गेलो, तितकाच आनंद मिळू लागला. ही एक आंतरिक प्रेरणा होती, आणि कामासारखे यातून मिळणारे समाधान कुठले तरी बक्षीस मिळण्याशी संबंधित नव्हते. आणि या प्रेरणेपासून जगाकडे वेगळ्या दृष्टीतून पाहत त्या प्रक्रियेचा आनंद मी घेऊ लागलो होतो.

मी सेलिंग (नौकानयन) करण्याचे अजून उपाय शोधू लागलो आणि या पुस्तकात दिल्या गेलेल्या उपायांच्या मदतीने मी व मिशेलने सेलिंगबरोबर काळ घालवायचे पर्याय शोधले. दुसऱ्या स्थानांची यात्रा, मनपसंत प्रवास करणे आणि ऑफिसपेक्षा बाहेर अधिक वेळ प्रवासात घालवण्याच्या निर्धाराला कायम ठेवणे. आम्ही २०१७मध्ये हे पूर्ण करून दाखवले. आपल्या नोकऱ्या सोडल्या, घर सोडले आणि नौकेवर राहायला आलो. मग आम्ही दक्षिण कॅलिफोर्नियापासून जाताना मेक्सिको आणि सेंट्रल अमेरिका आणि पॅसिफिक कोस्टसाठी नौकानयन सुरू केले.

यासोबतच इतर प्राथमिकता नाहीशा झाल्या. कॉर्पोरेट दुनियेमधून बाहेर पडून पूर्ण वेळ प्रवास केल्यामुळे चांगला पगार, बोनस आणि पदाधिकार उरले नव्हते, पण माझ्यासाठी सगळी निवड करणे खूपच सोपे गेले. मला माहीत होते की, माझ्यासाठी कोणत्या गोष्टींसाठी वेळ काढणे आवश्यक होते व मी तेच केले.

आमच्या कारकिर्दीच्या काळात आम्ही खूप जास्त धावपळ केली, व्यस्त राहिलो आणि ज्या गोष्टी आमच्यासाठी महत्त्वाच्या होत्या, त्यासाठी वेळ काढू शकलो नाही. मेक टाइमने आम्हाला आमच्या वेळेला नियंत्रित करायला शिकवले. वेळेबरोबर आम्ही त्या परियोजनांवर काम करू लागलो, ज्या आतापर्यंत टाळत होतो आणि त्या पुढेही टाळल्या जाऊ शकल्या असत्या.

जेव्हा तुम्ही आपल्याच प्राथमिकतांवर लक्ष देऊ लागता, तेव्हा तुमचे दैनंदिन जीवन बदलून जाते. कदाचित तुमचा आंतरिक दिशासूचक पण तुमच्याशी ताळमेळ दाखवू लागतो आणि तुम्हाला आपल्या सर्वांत महत्त्वपूर्ण क्षणांची ओळख पटवणे सुलभ होऊन जाते. मेक टाइम तुमच्या कारकिर्दीला दीर्घ काळापर्यंत कायम ठेवते. तुमच्या सवयी आणि परियोजना काळासोबतच अधिक दृढ होत जातात आणि ही एक फार चांगली गोष्ट आहे.

असे पण होऊ शकते की, तुम्ही ज्या कामांवर पूर्णपणे लक्ष देत नव्हता, जी कामे खूप महत्त्वाची वाटत नव्हती, तीच तुमच्या जीवनात सर्वांत आवश्यक होऊन जातील. एक नवी व अनपेक्षित दिशा समोर येऊ शकते आणि असे पण होऊ शकते की, तुम्हाला तुमचा पुढचा रस्ता स्पष्टपणे दिसायला लागेल.

आम्ही तुम्हाला काम सोडून जग हिंडायचा सल्ला देत नाही. (जोपर्यंत तुम्ही जेझीसारखे स्वतः असे करणार नाही). आम्ही या गोष्टीवर जोर देऊ की तुम्हाला सर्व काही याच तऱ्हेने करायचे नाही– अजिबातच नाही. आम्ही लागोपाठ स्वतःच्या प्राथमिकतांना संतुलित करीत आहोत आणि असे होऊ पण शकते की, आम्ही आज जे करीत आहोत, ते येत्या पाच-दहा वर्षांत करू इच्छिणार नाही. जोपर्यंत तुम्ही हे वाचाल, कदाचित आमच्या पण जीवनाची दिशा बदलून गेली असेल आणि ही एक चांगली गोष्ट आहे, जोपर्यंत आम्ही आपल्यासाठी आवश्यक कामांकरता वेळ काढत आहोत, तोपर्यंत ही प्रणाली आमच्यासाठी काम करीत राहील.

तुम्हाला जीवनात अधिक संतुलन हवे असेल किंवा एखादी नवीन दिशा हवी असेल, तर मेक टाइम तुम्हाला ही संधी देईल की, तुम्ही त्यांच्यासाठी अधिक वेळ काढू शकाल. आपल्याला आवश्यक आणि जिवंत ठेवणाऱ्या कामांना पूर्ण करायला कुठल्या खास दिवसाची वाट बघू नका. आजपासूनच आरंभ करा.

मेक टाइमसाठी क्विक स्टार्ट गाईड

या पुस्तकात बरेच उपाय दिले आहेत. जर तुम्ही निश्चितपणे काही ठरवू शकत नसाल तर हे आजमावून पाहा :

हायलाईट : आपल्या दिनचर्येला हायलाईट करा.

आपल्या दिवसाची चांगली सुरुवात आणि प्रतिक्रियेने भरलेल्या चक्राला तोडण्यासाठी आपल्या दिनचर्येला हायलाईट करा.

लेझर : अडथळा आणणाऱ्या मायाजालापासून दूर राहा.

तुम्हाला स्वतःला कुठल्यातरी एक इन्फिनिटी पूलपासून दूर ठेवायचे आहे, तर मग बघा की तुमची एकाग्रता कशी बदलते ते.

एनरजाईज : फुटपाथवर वेगाने चाला.

रोज सकाळी काही मिनिटे चालल्याने तुमच्या शरीराला तरतरी लाभेल आणि मन शांत होईल.

तीन दिवसापर्यंत प्रत्येक संध्याकाळी मनन करा.

तुम्हाला पूर्ण आयुष्यभर डायरी लिहायची नाही. बस, तुम्हाला हे उपाय आजमावायचे आहेत, पूर्ण तीन दिवसांपर्यंत संध्याकाळच्या वेळी नोट्स घ्या. हे बघा की, तुम्ही त्यापासून काय शिकलात.

तुम्हाला हवे तर मदतीसाठी आमच्या वेबसाईटवर जाऊ शकता.

सॅम्पल अजेंडा

आम्हाला वाटले की हे बघून तुम्हाला मदत मिळेल की मेक टाइम रोजच्या जीवनात कसे वाटते, म्हणून आमच्या कॅलेंडरचे काही दिवस तुमच्यासमोर ठेवत आहोत. एका दिवसात तुम्ही खूप सारे उपाय समाविष्ट करू शकता, जसे- आपला दिवस डिझाईन करा, लॉग आउट, मनगटी घड्याळ घाला, साधा फोन जवळ ठेवा, जो कॅलेंडरवर दिसणार नाही. तसे तर हे सर्व करणे अनिवार्य नाही. या सर्व पराकोटीच्या केसेस आहेत- लक्षात ठेवा, आम्ही टाइम डॉर्क्स आहोत.

जॅक

जेव्हा माझी दिनचर्या खूप साऱ्या मीटिंग्जनी भरलेली असते, तेव्हा मी पूर्ण दिवस आपली एनर्जी कायम राखण्यासाठी हे उपाय अमलात आणत असे. असे करण्याने संध्याकाळी आपल्या रोमांचक कादंबरीचे लेखन करायला मला वेळ मिळू लागला.

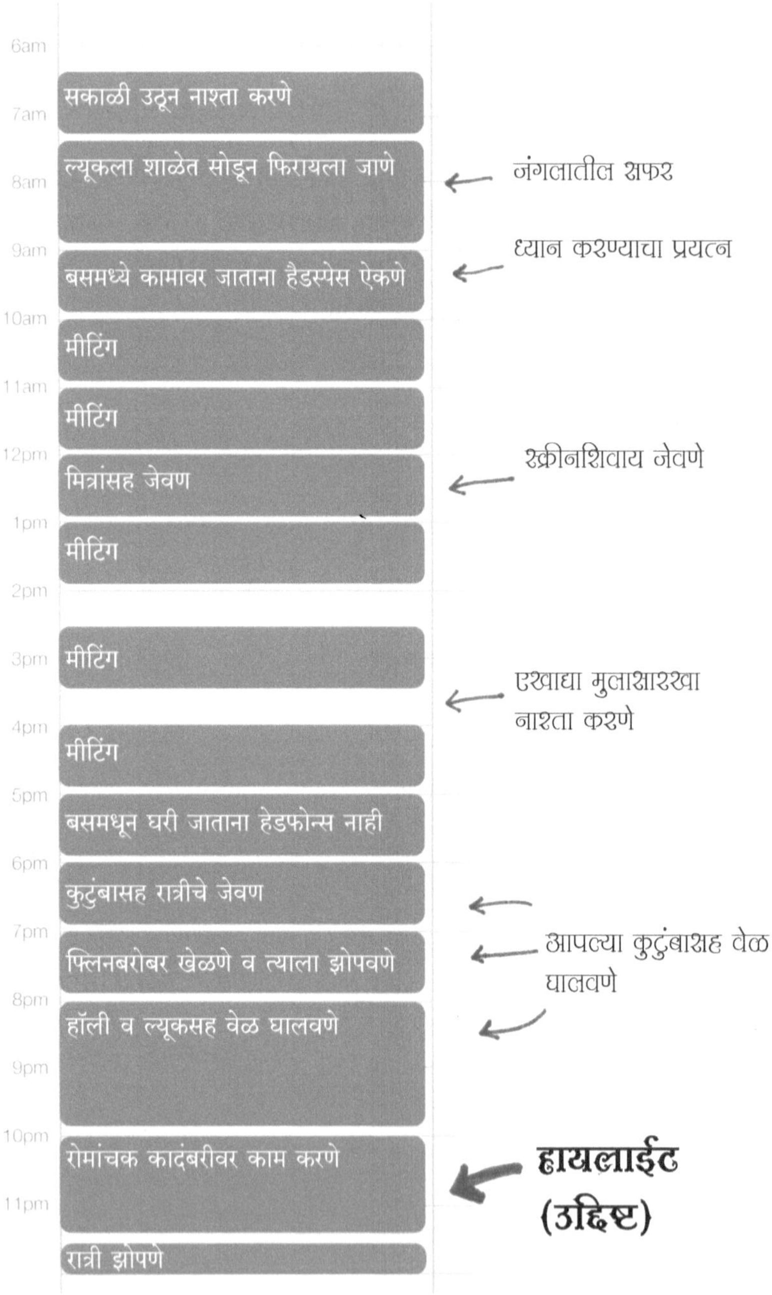
6am
सकाळी उठून नाश्ता करणे
7am
ल्यूकला शाळेत सोडून फिरायला जाणे
8am
जंगलातील सफर
9am
ध्यान करण्याचा प्रयत्न
बसमध्ये कामावर जाताना हेडस्पेस ऐकणे
10am
मीटिंग
11am
मीटिंग
12pm
स्क्रीनशिवाय जेवणे
मित्रांसह जेवण
1pm
मीटिंग
2pm
3pm
मीटिंग
एखाद्या मुलासारखा नाश्ता करणे
4pm
मीटिंग
5pm
बसमधून घरी जाताना हेडफोन्स नाही
6pm
कुटुंबासह रात्रीचे जेवण
7pm
फ्लिनबरोबर खेळणे व त्याला झोपवणे
आपल्या कुटुंबासह वेळ घालवणे
8pm
हॉली व ल्यूकसह वेळ घालवणे
9pm
10pm
रोमांचक कादंबरीवर काम करणे
हायलाईट (उद्दिष्ट)
11pm
रात्री झोपणे

जेझी

जेव्हा मी गुगलमध्ये काम करीत होतो, तेव्हा माझ्या काम करण्याचा दिवस साधारणपणे असा असे. रोज सकाळी उठून आपल्या हायलाईटवर (उद्दिष्टावर) काम करीत असे आणि मग अन्य कुठले तरी काम करत असे - हो, कॉफी पीत असे. कामादरम्यान होणारी पायपीट बूस्टचे काम करीत असे/ मग दिवसा जेव्हा रचनात्मक ऊर्जा कमी व्हायला लागायची, तेव्हा मी आपले ध्यान प्रशासनिक कामांवर केंद्रित करीत असे. उदाहरणार्थ, मेल पाठवणे, आपली ऊर्जा पुनश्च गोळा करणे (व्यायाम करणे, जेवण तयार करणे, आपली पत्नी मिशेलच्या सोबत वेळ घालवणे).

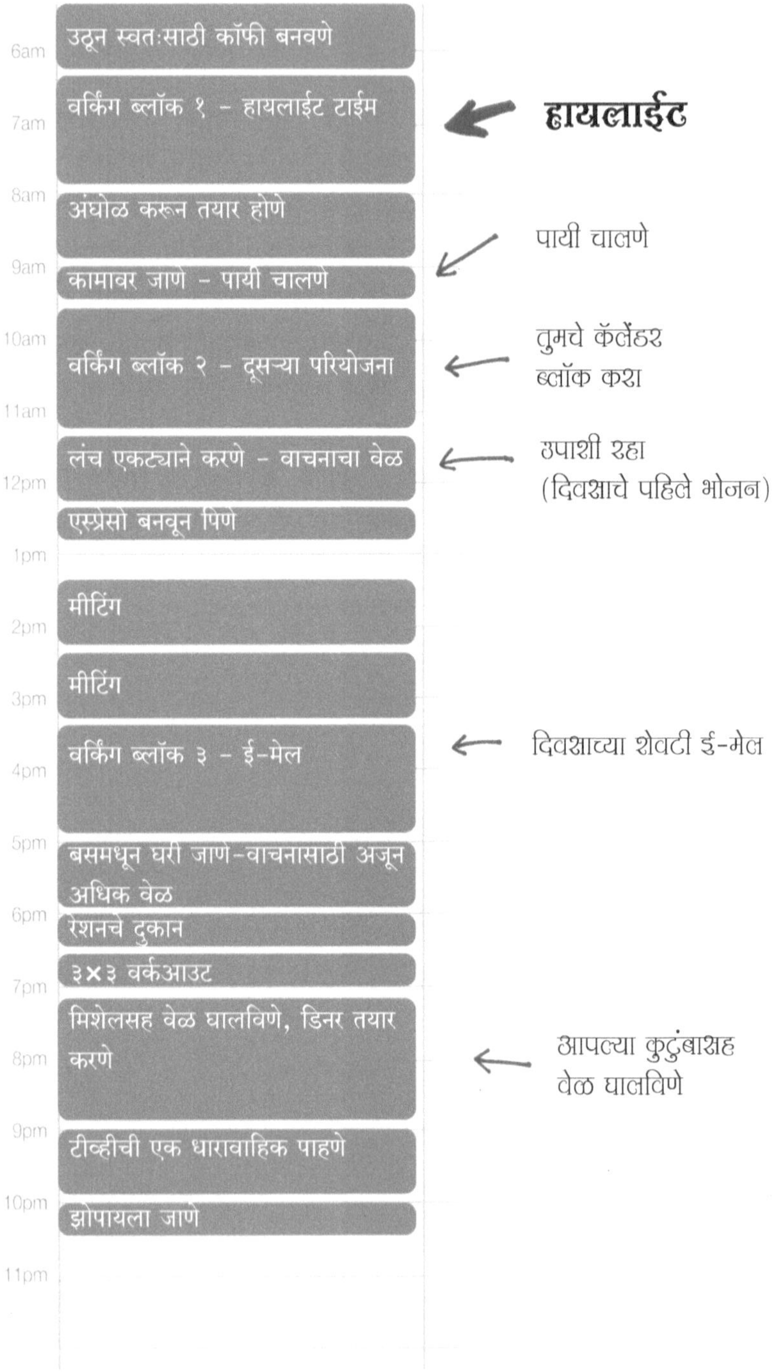
6am
7am
8am
9am
10am
11am
12pm
1pm
2pm
3pm
4pm
5pm
6pm
7pm
8pm
9pm
10pm
11pm
उठून स्वतःसाठी कॉफी बनवणे
वर्किंग ब्लॉक १ - हायलाईट टाईम
हायलाईट
अंघोळ करून तयार होणे
कामावर जाणे - पायी चालणे
पायी चालणे
वर्किंग ब्लॉक २ - दूसऱ्या परियोजना
तुमचे कॅलेंडर ब्लॉक करा
लंच एकट्याने करणे - वाचनाचा वेळ
उपाशी रहा (दिवसाचे पहिले भोजन)
एस्प्रेसो बनवून पिणे
मीटिंग
मीटिंग
वर्किंग ब्लॉक ३ - ई-मेल
दिवसाच्या शेवटी ई-मेल
बसमधून घरी जाणे-वाचनासाठी अजून अधिक वेळ
रेशनचे दुकान
३×३ वर्कआउट
मिशेलसह वेळ घालविणे, डिनर तयार करणे
आपल्या कुटुंबासह वेळ घालविणे
टीव्हीची एक धारावाहिक पाहणे
झोपायला जाणे

थँक्यू नोट

जेझी

सर्वांत आधी आपली पत्नी मिशेलचे आभार मानतो. तू सगळ्यात चांगली आहेस. या परियोजनेस सहयोग देण्यासाठी धन्यवाद. मी याचे पहिले प्रारूप पण आमच्या सेंट जॉन अवकाशाच्या दरम्यान लिहिले होते. त्यामुळे जरी नौकानयनाच्या योजनांमध्ये फेरबदल करावे लागले, तरी तू अनेकदा हस्तलिखित वाचून आपला चाणाक्ष व स्मार्ट फीडबॅक दिला, ज्यामुळे एक नवीन दृष्टिकोन मिळाला, खूप खूप धन्यवाद.

धन्यवाद जॅक. आमच्या पहिल्या डिझाइन्स स्प्रिंटला सहा वर्षे होऊन गेली. तुझ्याबरोबर काम करताना कामाच्याबाबतीतला दृष्टिकोन बदलला. आमचा हा सहवास खरेच बहारदार राहिला. हे काम करताना खूप मला मजा आली आणि पुन्हा एकदा तुझ्याबरोबर काम करायला मला आवडेल.

माझ्या कामाच्या दरम्यान आदर्श मॉडेल बनणाऱ्या मित्रांना धन्यवाद. माइक जीटने शिकवले की कामाला री-डिझाईन कसे करू शकतो. मॅट शोबने शिकवले की मनापासून रचनात्मक काम कसे करू शकतो. शोब कॉपीरायटिंगमध्ये निपुण आहे. ग्रॅहम जेन्कीनने दाखवले की व्यस्त कॅलेंडर असणारे मॅनेजरही अशा कामांसाठी वेळ काढू शकतात जी त्यांच्यासाठी महत्त्वाची असतात. जीवनात आलेल्या त्या सर्व लेखकांना धन्यवाद, जे माझ्यासाठी प्रेरणास्रोत झाले.

जॅक

मी पत्नी हॉलचे मन:पूर्वक आभार मानतो. मी तिच्या सहयोग, समर्थन व वारंवार दिली जाणारी प्रतिक्रिया व फीडबॅक याशिवाय हे पुस्तक लिहू शकलो नसतो. तुझ्या फीडबॅकने खूपच मदत झाली आणि मी त्याची प्रशंसा करतो.

ल्यूक धन्यवाद. तुझ्या जन्मानंतर मला वेळेचे व्यवस्थापन करता यायला लागले. तू सतत या परियोजनेदरम्यान माझा मित्र होऊन राहिलास.

फ्लीन, तुझ्यामुळे कामाच्या दरम्यान विश्रांती घेण्याची संधी मिळत राहिली. तू पण मला चित्र काढण्यात मदत केलीस. धन्यवाद!

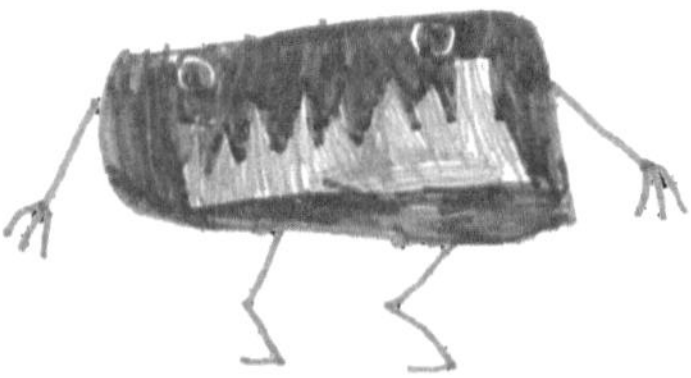

मॉम, तुला धन्यवाद! तू माझ्या लहानपणी माझ्या कहाण्या टाईप करून दिल्यास, शालेय अभ्यासाव्यतिरिक्त पुस्तक तयार करण्यातही मदत केली. तू पुस्तक लिहिताना विश्वास दिलास की, मी लेखक होणे शक्य आहे आणि आज तुझ्यामुळेच मी लेखक झालो आहे.

'जीवनाची गती वाढवण्यापेक्षाही यात बरेच काही आहे'' हे महात्मा गांधींचे वाक्य वडिलांच्या पिकअप ट्रकच्या डॅशबोर्डवर चिकटवलेले होते, जे मी या पुस्तकाचे आरंभी दिले आहे. माझे वडील ते एका

तऱ्हेने जगत होते. ते आयुष्यभर दिवसागणिक अपारंपरिक पर्यायांसह जीवनाची गती कमी करीत वेळेच्या गुणवत्तेला पैसे व प्रतिष्ठेपेक्षा जास्त मूल्यवान समजत होते. ते हे पुस्तक बघायला जिवंत नाहीत, पण पुस्तक लिहिताना तेच माझ्या मनात कायम राहिले. डॅड, तुमची खूप आठवण येते. तुम्ही मला लक्ष देणे शिकवले. धन्यवाद.

अनेक मित्र प्रेरक ठरले. पुस्तक प्रकाशनासंबंधित सर्व मित्रांचे आभार. या सर्वांमध्ये आपला सर्वांत प्रिय मित्र जॉन जेरात्सकीला कसे विसरू? तुझा उत्साह, ध्यास, समजूतदारपणा, विवेक, परिश्रम आणि सतत होणाऱ्या मतभेदांसाठी आभार. तुझ्या वैश्विक दृष्टिकोनाने मला प्रभावित केले आणि तुझ्यासह काम करणे ही मोठी गोष्ट होती - मग तू नौकानयन करीत मेक्सिकोला निघून गेलास, तरी आपली संगत कायम राहिली.

हे पुस्तक वाचल्यानंतर आपला अभिप्राय कृपया या mail ID *वर अवश्य पाठवा.*

books.feedback@tejgyan.org

सरश्री - अल्प परिचय

स्वीकार मुद्रा

सरश्रींचा आध्यात्मिक शोधाचा प्रवास त्यांच्या बालपणापासूनच सुरू झाला होता. हा शोध सुरू असतानाच त्यांनी अनेक प्रकारच्या पुस्तकांचं अध्ययन केलं. त्याचबरोबर या शोधकाळात त्यांनी अनेक ध्यानपद्धतींचा अभ्यासही केला. त्यांच्यातील या जिज्ञासेने त्यांना अनेक वैचारिक आणि शैक्षणिक संस्थांमध्ये जाण्यासाठी प्रेरित केलं. जीवनाचं रहस्य समजण्यासाठी त्यांनी **प्रदीर्घ काळ मनन करून आपलं शोधकार्य सातत्याने सुरू ठेवलं. या शोधातूनच त्यांना 'आत्मबोध' प्राप्त झाला.** आत्मसाक्षात्कारानंतर त्यांना जाणवलं, की **अध्यात्माचा प्रत्येक मार्ग ज्या शृंखलेने जोडलेला आहे, तो म्हणजे 'समज' (Understanding).**

आत्मबोधप्राप्तीनंतर त्यांनी अध्यापनाचं कार्य थांबवलं आणि जवळ जवळ दोन दशकांहूनही अधिक काळ आपलं समस्त जीवन मानवजातीच्या कल्याणासाठी आणि आध्यात्मिक विकासासाठी अर्पण केलं.

सरश्री म्हणतात, ''सत्यप्राप्तीच्या सर्व मार्गांचा प्रारंभ जरी वेगवेगळ्या मार्गांनी होत असला, तरी सर्वांचा अंत मात्र एकच समज प्राप्त केल्याने होतो. ही **'समज'च सर्व काही असून ती स्वतःमध्ये परिपूर्ण आहे.** आध्यात्मिक ज्ञानप्राप्तीसाठी या 'समजे'चं श्रवणच पुरेसं आहे.'' ही समज प्रकाशमान करण्यासाठी आजपर्यंत त्यांनी आध्यात्मिक विषयांवर **चार हजारांहून अधिक प्रवचनं दिली आहेत.** या प्रवचनांद्वारे ते अध्यात्मातील अतिशय गहन संकल्पना सहज, सुलभ आणि व्यावहारिक भाषेत समजावून सांगतात. समाजातील प्रत्येक स्तरावरील मनुष्य सरश्रींद्वारे सांगितल्या जाणाऱ्या या समजेचा लाभ घेऊ शकतो. त्यासाठी कोणत्याही धर्म, जात, उपजात, वर्ण, पंथ वा लिंग यांचं बंधन नसतं. विश्वाच्या प्रत्येक कानाकोपऱ्यांतील लोक आज 'तेजज्ञान'च्या अनोख्या ज्ञानप्रणालीचा लाभ घेत आहेत. याच व्यवस्थेचा आणखी एक महत्त्वपूर्ण भाग म्हणजे, **दररोज सकाळी आणि रात्री ९ वाजून ९ मिनिटांनी लाखो लोक विश्वशांतीसाठी प्रार्थना करत आहेत.**

सरश्री – अल्प परिचय

सरश्री तेजज्ञान यूट्यूब चैनल

तेजज्ञान फाउंडेशन - परिचय

तेजज्ञान फाउंडेशन आत्मविकासातून आत्मसाक्षात्कार प्राप्त करण्याचा एक मार्ग आहे. यासाठी सरश्रींद्वारा एक अनोखी बोधप्रणाली (System for Wisdom) निर्माण झाली आहे. या प्रणालीला आंतरराष्ट्रीय प्रमाणपत्राद्वारे ISO 9001:2015च्या आवश्यकतेनुसार आणि निकष पडताळून सरळ, व्यावहारिक आणि प्रभावी बनवलं गेलं आहे. या संस्थेच्या प्रबोधनपद्धतीच्या भिन्न पैलूंना (शिक्षण, निरीक्षण आणि गुणवत्ता) स्वतंत्र गुणवत्ता परीक्षकांद्वारे (Quality Auditors) क्रमबद्ध पद्धतीने पडताळलं गेलं. त्यानंतर या पैलूंना ISO 9001:2015 साठी पात्र समजून या बोधपद्धतीला हे प्रमाणपत्र प्रदान करण्यात आलं. या फाउंडेशनचे लक्ष्य आहे नकारात्मक विचारांकडून सकारात्मक विचारांकडे वाटचाल.

तेजज्ञान फाउंडेशन परिचय

हॅपी थॉट्स तेजज्ञान यूट्यूब चैनल

महाआसमानी - अल्प परिचय

Self Development to Self Realization Towords Self Stabilizaion

तुम्हाला सर्वोच्च आनंद हवाय? असा आनंद, जो कोणत्याही बाह्य कारणावर अवलंबून नाही... जो प्रत्येक क्षणी वृद्धिंगत होतो. या जीवनात तुम्हाला प्रेम, विश्वास, शांती, समृद्धी आणि परमसंतुष्टी हवी आहे का? शारीरिक, मानसिक, सामाजिक, आर्थिक आणि आध्यात्मिक अशा आयुष्याच्या सर्व स्तरांवर यशस्वी होण्याची तुमची इच्छा आहे का? 'मी कोण आहे' हे तुम्हाला अनुभवाने जाणावंसं वाटतं का? तुमच्या अंतर्यामी अशा सर्व प्रश्नांची उत्तरं जाणण्याची इच्छा आणि 'अंतिम सत्य' प्राप्त करण्याची तृष्णा असेल, तर तेजज्ञान फाउंडेशनतर्फे आयोजित 'महाआसमानी शिबिरा'त तुमचं स्वागत आहे. हे शिबिर सरश्रींच्या मार्गदर्शनावर आधारित आहे.

महाआसमानी अल्प परिचय

हॅपी थॉट्स सरश्री (इंग्लिश) यूट्यूब चैनल

तेजज्ञान फाउंडेशनच्या सोशल मिडिया ॲक्टिव्हिटीज

तेजज्ञान इंटरनेट रेडियो

तेजज्ञान इंटरनेट रेडिओद्वारे २४ तास ३६५ दिवस, सरश्रींच्या प्रवचन आणि भजनांचा लाभ घ्या. त्यासाठी पाहा लिंक

http://www.tejgyan.org internetradio.aspx

Tejgyan Internet Radio on all platforms like
Android, iPhone, iPad and Amazon

यू ट्यूबद्वारे प्रार्थनेमध्ये सहभागी होऊ शकता.

गुड मॉर्निंग प्रेयर दररोज़ सकाळी 6.15am-6.25am

ध्यान प्रार्थना बीज :
3.30pm-3.45pm & 9pm -9.15pm

शिबिर - Train & Boost Your Immunity
उत्तम असेल आपली रोगप्रतिकारशक्ती,
तरच होईल आपली स्वास्थ्याशी युक्ती

शिबिर - श्राद्ध और पितृदोष युक्ति
पूर्वजांसाठी मुक्ती प्रार्थना कशी करावी
Liberation from Ancestral Karmic Bondage

शिबिर - हॅपीवाले रिश्ते
जीवित रिश्तों का लक्ष्य
- जितृ पक्ष

यूट्युबच्या साहाय्यानेदेखील सरश्रींच्या प्रवचनांचा लाभ घेऊ शकता.
आजच यूट्युब चॅनलला सबस्क्राइब करा.

YouTube **channels**

Happy Thoughts - Tejgyan
Sirshree - Tejgyan
Happy Thoughts - Parma Gyan

*****Voice of Happy Thoughts App**

Registration link : https://happythoughts.co/
Contact No. : 7447797317

• Follow Us •

www.ingramcontent.com/pod-product-compliance
Lightning Source LLC
LaVergne TN
LVHW060435051026
849518LV00002B/470
* 9 7 8 8 1 9 8 9 8 2 0 7 0 *